Nguyễn Thành Long *dịch*

FRANKENSTEIN
HAY PROMETHEUS THỜI HIỆN ĐẠI

MARY SHELLEY

KIM ĐỒNG
NHÀ XUẤT BẢN KIM ĐỒNG

WingsBooks
Dành cho tuổi trưởng thành

Dịch theo nguyên bản tiếng Anh **Frankenstein;
or, The Modern Prometheus,** 1818, 1831
Xuất bản theo Hợp đồng sử dụng tác phẩm dịch
giữa Dịch giả và Nhà xuất bản Kim Đồng, 2021.

Minh họa và thiết kế bìa: **Bảo Anh**

Hỡi đấng kiến tạo, ta có thỉnh cầu ngài từ đất sét
Mà nhào nặn ta nên hình hài? Ta có khẩn cầu ngài
Khai sáng ta từ chốn tối tăm?

John Milton: *Thiên đường đã mất*, Cuốn X[1]

---

(1) Phần trích dẫn này đã bị Mary Shelley lược bỏ trong ấn bản năm 1831.
(Tất cả chú thích trong sách nếu không có ghi chú kèm theo thì là của Dịch giả và Ban Biên tập.)

Tác giả trân trọng dành tặng những cuốn sách này đến

WILLIAM GODWIN

Tác giả của *Công bằng chính trị, Caleb Williams*...

LỜI TỰA

(viết bởi P. B. Shelley, 1818)

THEO NHƯ TIẾN SĨ DARWIN[1] VÀ MỘT SỐ TÁC GIẢ
SINH LÍ HỌC NGƯỜI ĐỨC, SỰ KIỆN NỀN TẢNG CHO CÂU
CHUYỆN HƯ CẤU NÀY KHÔNG PHẢI BẤT KHẢ THI. Xin
đừng vì đó mà nghĩ tôi tin tưởng chút nào vào một điều
hão huyền đến thế; song khi sử dụng nó làm nền tảng cho
một tác phẩm hư cấu, tôi không nghĩ mình chỉ đang đơn
thuần thêu dệt nên một chuỗi các nỗi kinh hoàng mang
tính siêu nhiên. Sự kiện trọng tâm của câu chuyện không
sở hữu những nhược điểm mà một câu chuyện ma mị hay
phép thuật thuần tuý vẫn hay vướng phải. Chính sự mới
lạ của các tình huống được phát triển trong truyện đã giúp
tôn vinh nó; và dù cho trên thực tế đây là một điều bất
khả thi, thì nó vẫn phác hoạ ra cho tâm trí một bức tranh
về những xúc cảm của con người, đứng trên một góc nhìn
mang tính toàn diện và tổng quát hơn bất kì câu chuyện
chỉ đơn thuần thuật lại các sự kiện có thật nào khác.

Chính bởi vậy, tôi đã cố gắng gìn giữ những nguyên lí cơ
bản xoay quanh bản chất con người sao cho thật sát thực,

---

(1) Erasmus Darwin (1731 - 1802): Bác sĩ người Anh; ông nội của Charles Darwin. Ông
cũng là bạn của gia đình Godwin.

dù cho tôi đã không chút ngại ngùng trong việc cách tân những phương thức kết hợp của chúng. Sử thi bi kịch trường ca *Iliad* của Hy Lạp, Shakespeare với vở kịch *Giông tố* và *Giấc mộng đêm hè*, và nhất là Milton với bài thơ *Thiên đường đã mất*, đều tuân thủ quy tắc này; trong văn xuôi, ngay cả tiểu thuyết gia tầm thường nhất cũng có thể được quyền phóng túng, hoặc đúng hơn là áp dụng quy tắc kia, nếu muốn thành quả lao động của mình mang lại vui thú cho người khác hoặc bản thân, đồng thời vẫn giữ cho mình không trở nên tự phụ. Vô số sự kết hợp tinh tế của xúc cảm con người đã ra đời dựa trên quy tắc ấy, và chính nhờ áp dụng nó mà hàng bao tác phẩm thi ca tuyệt đỉnh đã xuất hiện.

Bối cảnh nền tảng cho câu chuyện của tôi bắt nguồn từ một cuộc trò chuyện bình thường. Đề tài ấy được khơi ra một phần là để tiêu khiển, và một phần nhằm giúp kích thích những nguồn lực trí óc thụ động. Trong quá trình đàm đạo, thêm nhiều động cơ khác bị trộn lẫn vào đó. Lẽ dĩ nhiên, tôi cũng ý thức được rằng những khuynh hướng đạo đức ẩn chứa trong các quan điểm hoặc nhân vật của tác phẩm, bất kể chúng có là gì, đều sẽ có thể tác động được đến người đọc; song riêng về khoản này thì tôi chỉ tự giới hạn bản thân trong việc tránh để nó mang tính nhạt nhoà như các tiểu thuyết đương đại, đồng thời thể hiện bản chất ngọt ngào của tình cảm gia đình, cũng như sự tuyệt diệu của đức hạnh chung. Các quan điểm cố nhiên nảy sinh từ tính cách và tình cảnh của nhân vật chính hoàn toàn không phải là điều bản thân tôi trước giờ luôn tin vào; đồng thời mọi kết luận có thể suy diễn ra một cách hợp lí từ những trang sách sau đây, dù cho chúng có là gì, đều không mang tính thành kiến đối với bất kì học thuyết triết học nào.

Còn một điều nữa mà chính tác giả cũng thấy thú vị, ấy là câu chuyện này khai sinh ở một miền đất kì vĩ, về sau đã được lấy làm bối cảnh chủ đạo cho tác phẩm, và bên cạnh những người bạn tôi không bao giờ nguôi nhớ thương. Trong mùa hè năm 1816, tôi ở tại vùng ven Genève. Tiết trời lạnh lẽo và mưa liên miên, cứ tối đến, chúng tôi lại túm tụm quanh đống lửa cháy rực, thỉnh thoảng lại đem một số câu chuyện ma Đức mà mình đã tình cờ có được ra để giải trí. Mấy câu chuyện đó khiến cho chúng tôi nổi hứng muốn bắt chước viết cho vui. Hai người bạn khác[1] (trong đó có một người mà nếu sáng tác ra câu chuyện nào, nó hẳn cũng sẽ được công chúng đón nhận nồng nhiệt hơn mọi tác phẩm tôi có thể viết nên) và tôi đã nhất trí rằng ai cũng sẽ tự viết một câu chuyện, dựa trên một sự kiện siêu nhiên nào đấy.

Tuy nhiên, thời tiết bất chợt trở nên quang quẻ; và hai người bạn của tôi đã bỏ tôi lại để làm một chuyến hành trình giữa dãy Alps, và những khung cảnh tuyệt vời của nó đã xoá biến mọi kí ức về những ảo mộng ma quỷ khỏi đầu họ. Sau đây là câu chuyện duy nhất đã được viết hoàn thiện[2].

Marlow, tháng Chín, 1817

---

(1) Theo lời giới thiệu của Mary Shelley trong ấn bản năm 1831 của *Frankenstein*, có nhiều hơn ba người đã có mặt trong chuyến đi đó và tham gia thi sáng tác truyện: Nam tước Byron, John W. Polidori, Percy Shelley, Mary Wollstonecraft Godwin.

(2) Mặc dù tuyên bố này là chính xác khi *Frankenstein* xuất bản lần đầu tiên vào năm 1818, song trong năm 1819, Polidori đã cho xuất bản tác phẩm *The Vampyre* (tạm dịch: *Ma cà rồng*) - được phát triển dựa trên câu chuyện Nam tước Byron đã viết trong "cuộc thi" kia.

CUỐN

1

LÁ THƯ THỨ I

Gửi phu nhân Saville, Anh Quốc

St. Petersburg, ngày 11 tháng Mười Hai, 17-

Chị hẳn sẽ vui mừng khi được biết rằng công việc chị từng nghi ngại là sẽ lành ít dữ nhiều đã có một khởi đầu thuận lợi, không gặp thảm hoạ nào cả. Em đến đây vào hôm qua; và hành động đầu tiên em làm là đảm bảo với người chị thân mến của mình rằng em vẫn khoẻ và đang ngày càng thêm vững tin rằng công việc của mình sẽ thành công.

Em bây giờ đã ở cách London rất xa về phía Bắc, trong lúc tản bộ trên các đường phố của Petersburg, em cảm thấy một cơn gió Bắc buốt lạnh phả vào má mình, khiến em thêm vững dạ và vui sướng vô cùng. Chị có hiểu cảm giác này không? Làn gió ấy tràn đến từ những vùng em sắp sửa tiến tới, và nó cho em nếm thử trước hương vị của những miền băng giá ấy. Được cơn gió chứa đựng bao lời hứa hẹn này làm thêm phần hăng hái, các mơ tưởng của em càng trở nên mãnh liệt và sống động hơn. Em cố gắng thuyết phục bản thân rằng vùng cực chỉ là chốn băng giá và hoang vắng mà thôi, nhưng lại bất thành; nơi ấy cứ hiện lên trong trí tưởng tượng của em dưới dạng một miền đất tươi đẹp và đầy lạc thú. Chị Margaret à, mặt trời ở đó không bao giờ lặn, vòng đĩa mặt trời rộng lớn chỉ khẽ chạm vào đường chân trời và vĩnh viễn toả rạng ngời ngời. Tại đó - nếu chị không phiền, em sẽ tin lời những lớp nhà hàng hải đi trước - không hề có chút tuyết và sương giá nào; và sau khi lèo lái con tàu qua vùng biển yên tĩnh, có thể bọn em sẽ đến được một vùng đất đầy những sự diệu kì và đẹp đẽ, vượt xa mọi vùng miền cư ngụ từng được phát hiện ra từ trước đến nay trên tinh cầu này. Các sản vật cũng như đặc điểm của nơi đấy có thể sẽ vô tiền khoáng hậu, hệt như cách các hiện tượng thiên thể tại những chốn cô độc chưa được khám phá đó rõ ràng đều rất độc đáo. Có điều gì ta lại không thể mong đợi ở một vương quốc đời đời chìm trong ánh sáng như thế đây? Chưa biết chừng tại đấy, em sẽ không chỉ khám phá ra cái nguồn lực kì diệu hút kim la bàn mà còn điều phối cả ngàn quan sát thiên văn với chỉ mỗi chuyến hải hành này thôi, từ đó làm cho những điểm xem chừng bất thường của chúng trở nên nhất quán mãi mãi. Em sẽ xoa dịu óc tò mò mãnh liệt của mình với khung cảnh một miền thế giới chưa ai từng ghé thăm, và có thể sẽ được bước lên một vùng đất chưa từng hằn in dấu chân của con người. Chính những điều ấy đã lôi cuốn em, và đủ sức chế ngự mọi nỗi sợ hiểm nguy hay cái chết, khiến em bắt tay vào thực hiện chuyến hành trình gian khổ này với tâm trạng vui sướng chẳng khác nào một đứa trẻ đang được cùng bè bạn bước lên một chiếc thuyền nhỏ trong dịp hè, chèo ngược lên thượng nguồn con sông quê hương để thăm thú. Nhưng ngay cả trong trường hợp những phỏng đoán này đều sai lệch hết, chị cũng vẫn không thể chối bỏ việc toàn bộ nhân loại sẽ được lợi vô cùng, tới tận muôn đời sau, nếu em phát hiện ra một tuyến đường gần khu cực, nối thông đến những quốc gia mà hiện phải mất hàng bao tháng trời mới có thể đến được; hoặc nếu em làm sáng tỏ được bí mật của nam châm, một điều mà nếu khả thi thì cũng chỉ có thể xảy ra khi có người thực hiện một công việc như em.

Các suy tư này đã xua tan những xao động trong lòng em lúc em đặt bút viết thư, và em cảm thấy trái tim mình bừng lên niềm háo hức, khiến em lâng lâng dâng lên tận chín tầng mây, bởi lẽ chẳng có gì giúp cho tâm trí trở nên thanh thản như một mục đích kiên định - một điểm để linh hồn đổ dồn con mắt trí tuệ vào mà nhìn ngắm. Chuyến thám hiểm này là giấc mơ yêu thích ngày bé của em. Em đã hau háu đọc những tài liệu thuật lại hàng bao chuyến hải hành từng được thực hiện với hi vọng sẽ đến được Bắc Thái Bình Dương thông qua các vùng biển bao quanh cực. Có thể chị vẫn nhớ rằng chiếm trọn thư viện của ông chú Thomas tốt bụng nhà ta là sách sử về tất cả những chuyến hành trình từng được thực hiện nhằm thám hiểm khám phá. Em không được học hành nhiều, ấy nhưng em rất thích đọc sách. Những cuốn sách ấy là kiến thức giáo dục của em, cả ngày lẫn đêm, và chính vì nắm rõ chúng như thế mà hồi nhỏ, em càng thêm phần tiếc nuối khi biết rằng trước khi qua đời, cha chúng ta đã cấm chú cho phép em dấn thân vào đời sống nước.

Những mơ tưởng ấy phai mờ đi khi em lần đầu đọc được những tác phẩm thơ ca đã hớp lấy tâm hồn em và nâng nó lên tận thiên đàng. Em cũng đã trở thành một nhà thơ và sống trong thiên đường do chính mình tạo ra suốt một năm liền; em mường tượng rằng có thể mình cũng sẽ kiếm được một chỗ đứng trong điện thờ lưu danh Homer và Shakespeare. Chị chẳng còn lạ lẫm gì với thất bại của em cũng như việc em thất vọng ê chề đến nhường nào nữa rồi. Nhưng vừa đúng lúc đó, em được thừa hưởng gia tài của em họ, và tâm tư của em lại hướng về lối mòn hồi trước.

Đã sáu năm trôi qua kể từ khi em quyết tâm thực hiện công việc hiện tại. Ngay cả bây giờ, em vẫn có thể nhớ được thời khắc mình quyết định sẽ toàn tâm toàn ý theo đuổi sự nghiệp táo bạo này. Em bắt đầu bằng cách làm cho cơ thể mình quen với gian khổ. Em đi nhiều chuyến ra Biển Bắc cùng thợ săn cá voi; em tự nguyện chịu đựng cái lạnh, đói khát, và thiếu ngủ; ban ngày em thường xuyên làm lụng chăm hơn các thuỷ thủ khác và dành cả đêm để nghiên cứu toán học, lí thuyết y học, cùng những ngành khoa học vật lí có thể sẽ mang lại cho một nhà thám hiểm hàng hải những lợi thế thực tiễn lớn lao. Em thậm chí còn hai lần vào làm thuyền viên trên một tàu săn cá voi ở Greenland, và đã khiến người đời phải khâm phục. Em cần thú nhận rằng mình có phần nào cảm thấy tự hào khi thuyền trưởng đề nghị cho em lên làm chức phó và hết sức khẩn khoản đề nghị em hãy lưu lại tàu, bởi lẽ ông ấy đánh giá rất cao những gì em làm được.

Và bây giờ, chị Margaret thân mến à, chẳng lẽ em lại không xứng đáng đạt được một mục tiêu lớn lao nào đó ư? Em đáng lẽ đã có thể sống một cuộc đời dễ dàng và sung túc, nhưng em thích vinh quang hơn mọi cám dỗ mà của nả bày ra trên đường em đi. Ôi, nếu ai mà muốn khích lệ em thì hẳn cũng sẽ tán đồng như vậy! Cả lòng can đảm lẫn quyết tâm của em đều vững như bàn thạch; nhưng hi vọng của em vẫn dao động, và tâm trạng em thường xuyên chán nản. Em sắp sửa thực hiện một chuyến đi dài và gian khổ, nếu có vấn đề gì xảy ra thì em sẽ phải viện đến toàn bộ nghị lực của mình: em không chỉ cần phải khích lệ tinh thần người khác, mà đôi khi còn phải giữ vững tinh thần của chính bản thân mình mỗi khi họ ngã lòng.

Đây là thời điểm thuận lợi nhất để đi ngao du ở Nga. Người ta lướt vù vù trên lớp tuyết với những chiếc xe trượt; chuyển động của nó thật dễ chịu, và theo như thiển ý của em thì dễ chịu hơn nhiều so với một cỗ xe ngựa Anh. Cái lạnh không đến nỗi quá buốt giá nếu chị mặc đồ lông kín người. Em đã chuyển sang mặc trang phục đó rồi, vì có sự khác biệt rất lớn giữa việc đi lại trên boong và ngồi im suốt nhiều giờ, không vận động gì để ngăn máu đóng băng hẳn lại trong tĩnh mạch. Em không hề muốn bỏ mạng trên con đường chuyển thư giữa St. Petersburg và Arkhangelsk[1] đâu.

Em sẽ lên đường đến Arkhangelsk trong hai hoặc ba tuần nữa; em định thuê một con tàu ở đó - chuyện này có thể thực hiện dễ dàng bằng cách trả tiền bảo hiểm cho chủ tàu, và thuê đủ một lượng nhân sự vốn đã quen đi săn cá voi về làm thuỷ thủ. Em tính phải đến tháng Sáu mới dong buồm ra khơi; và khi nào thì em sẽ trở lại ư? Ôi, chị thân yêu, làm thế nào mà em có thể trả lời được câu hỏi này đây?

---

(1) Được thành lập năm 1584, trong suốt hơn một thế kỉ, hải cảng bên bờ Biển Trắng này là cửa ngõ giao thương duy nhất với phương Tây của đế quốc Nga.

Nếu em thành công thì sẽ phải rất, rất nhiều tháng sau, có thể hàng năm sau, chị em mình mới được tái ngộ. Nếu em thất bại, chị sẽ sớm được gặp lại em thôi, hoặc không bao giờ nữa.

Tạm biệt nhé, chị Margaret yêu quý, tuyệt vời của em. Mong trời trên ban cho chị nhiều phước lành, và phù hộ độ trì cho em, để em có thể liên tục chứng tỏ lòng biết ơn mình dành cho mọi tình cảm yêu mến cũng như sự tử tế của chị.

Em trai mến thương của chị,

R. WALTON

LÁ THƯ THỨ II

Gửi phu nhân Saville, Anh Quốc

Arkhangelsk, ngày 28 tháng Ba, 17-

Trong tình trạng bị sương giá và tuyết vây quanh thế này, thời giờ ở đây chảy trôi mới chậm làm sao! Ấy nhưng em đã tiến thêm được một bước nữa trong công việc của mình. Em đã thuê một con tàu và hiện đang bận rộn chiêu mộ thuỷ thủ; những người mà em tuyển xem chừng đều đáng tin cậy và rõ ràng là gan vàng dạ sắt.

Nhưng em có một mong muốn mà từ trước đến nay chưa khi nào được đáp ứng, và bây giờ thì em cảm thấy sự thiếu vắng đó quả là một điều hết sức tai hại. Em không có bạn, chị Margaret ạ: những lúc hớn hở đắm chìm trong niềm phấn chấn của thành công, em sẽ không có ai để chia sẻ vui sướng cùng; nếu bị nỗi thất vọng hành hạ, sẽ không ai tìm cách nâng đỡ em giữa cơn buồn nản ê chề. Đúng là em sẽ ghi chép lại những suy tư của mình lên giấy; nhưng đó là một phương tiện truyền tải cảm xúc tồi. Em muốn được bầu bạn với một người có thể đồng cảm với em, một người sẽ nhìn đáp trả ánh mắt em. Chị có thể coi em là người lãng mạn, chị thân mến à, nhưng em cảm thấy thèm khát một người bạn vô cùng. Em không có ai ở gần, hiền lành nhưng can đảm, sở hữu một khối óc vừa học thức lại vừa biết tiếp thu, có gu tương tự như em, để đồng thuận hoặc giúp cải thiện các kế hoạch của em. Một người bạn như vậy sẽ bù đắp được cho bao khiếm khuyết nơi người em tội nghiệp của chị! Em quá nhiệt thành khi làm việc và quá thiếu kiên nhẫn khi gặp khó khăn. Nhưng nguy hại hơn cả - em là người tự học: trong mười bốn năm đầu tiên của cuộc đời, em lớn lên không người giám sát và chẳng đọc gì ngoài những cuốn sách về các chuyến hải hành của chú Thomas nhà ta. Tầm tuổi đó, em đã làm quen với các nhà thơ nổi tiếng của đất nước chúng ta; nhưng chỉ khi đã không còn gặt hái được những ích lợi quan trọng nhất từ thơ văn thì em mới nhận thấy sự cần thiết của việc phải biết nhiều ngôn ngữ hơn là duy nhất thứ tiếng bản xứ của quê hương mình. Bây giờ em đã hai mươi tám tuổi và trên thực tế thì còn mù chữ hơn nhiều đứa học trò tuổi mười lăm. Quả đúng là em đã suy nghĩ nhiều hơn, những mộng tưởng của em cũng trải rộng và rực rỡ hơn hẳn, nhưng chúng còn thiếu *sự đồng điệu* (như cách nói của giới hoạ sĩ); và em rất cần một người bạn đủ hiểu lí hiểu tình để không coi thường em như một kẻ lãng mạn, và đủ quý mến để cố gắng điều hoà tâm trí của em.

Ôi, đây chỉ là những lời than phiền vô ích; em chắc chắn sẽ không đánh bạn được với ai giữa đám thương nhân và thuỷ thủ trên đại dương mênh mông, hay thậm chí ở ngay Arkhangelsk này đây. Tuy nhiên, ngay cả những con người chai sạn này cũng vẫn chứa đựng một số cảm xúc không bị vấy bẩn bởi những thứ cặn bã trong bản chất con người. Chẳng hạn phụ tá của em là một người hết sức can đảm và táo bạo; cậu ta khao khát vinh quang đến như phát cuồng: hay nói theo một cách đúng với bản chất của nó hơn, là muốn thăng tiến trong sự nghiệp. Cậu ta là người Anh, và dù mang những định kiến đặc trưng của dân tộc và nghề nghiệp mình, không được học thức xoa dịu bớt đi, trong cậu ta vẫn lưu giữ được một số phẩm chất cao quý của nhân loại. Em làm quen với cậu ta lần đầu tiên trên một tàu săn cá voi; khi phát hiện ra rằng cậu ta chưa có việc làm trong thành phố này, em đã dễ dàng thuê được cậu ta về hỗ trợ cho công việc của mình.

Ông chủ tàu là một người với tính tình không thể chê vào đâu được, đồng thời còn có tiếng là rất hiền lành và áp dụng khuôn phép kỉ luật trên tàu của mình theo cách đầy ôn hoà. Điều ấy, kết hợp với bản tính chính trực cũng như lòng dũng đảm bất khuất trứ danh của con người này, đã khiến em rất muốn thuê ông ấy. Thuở thiếu thời cô độc, chưa kể những năm tháng tuyệt vời em được đặt vào bàn tay nuôi nấng dịu dàng và nữ tính của chị, đã nhào nặn nền tảng tính cách của em trở nên luôn cảm thấy hết sức căm ghét lối quản lí tàn bạo thường hay được sử dụng trên tàu thuyền: em chưa bao giờ tin rằng điều đó là cần thiết, và khi hay biết về một thuỷ thủ vừa nổi tiếng tốt bụng, vừa được thuỷ thủ đoàn tôn trọng và vâng lời, em cảm thấy mình thật may mắn khi thuê được ông ấy về. Em nghe đến danh ông ấy lần đầu theo một cách khá lãng mạn, ấy là từ người phụ nữ đã tìm được hạnh phúc của đời mình nhờ ông ấy. Câu chuyện về ông ấy ngắn gọn

như sau. Vài năm trước, ông ấy yêu một thiếu nữ người
Nga với gia sản khiêm tốn; vì ông ấy tích luỹ được một
khoản tiền đáng kể nhờ bán chiến lợi phẩm chiến tranh,
cha của thiếu nữ đồng ý cho họ thành đôi. Ông ấy gặp
người tình của mình đúng một lần trước buổi lễ thành
hôn; nhưng cô nước mắt đầm đìa, quỳ xuống và cầu xin
ông ấy hãy tha cho mình, đồng thời thú nhận rằng cô đã
phải lòng người khác, nhưng anh ta rất nghèo, và cha cô
sẽ chẳng đời nào đồng ý để họ kết hôn. Người bạn hào
phóng của em đã trấn an thiếu nữ đang cầu khẩn, và khi
được cho biết tên ý trung nhân của cô, ông ấy ngay lập tức
ngưng theo đuổi mối tình của mình. Lúc bấy giờ, ông ấy
đã mua một trang trại bằng tiền của bản thân, dự định sẽ
sống nốt phần đời còn lại tại đó; nhưng ông ấy trao toàn
bộ cho tình địch, dùng phần còn lại của chỗ tiền chiến lợi
phẩm để mua gia súc, và sau đó đích thân thuyết phục cha
thiếu nữ chấp nhận để cô kết hôn với người yêu. Nhưng
ông lão dứt khoát từ chối, nghĩ rằng mình có nghĩa vụ
danh dự với ông bạn của em. Khi thấy không lay chuyển
được người cha, ông ấy bỏ nước mà đi, dứt khoát không
trở về cho đến khi nghe tin người tình cũ của mình đã
được kết hôn theo đúng nguyện vọng. "Thật là một người
cao thượng!" Chị hẳn sẽ thốt lên như vậy. Ông ấy đúng
là thế đấy; mà ông ấy lại không hề được học hành gì cả:
ông ấy im lặng như một tay Thổ Nhĩ Kì, bên cạnh đấy còn
mang một phong thái vô tâm đầy khờ khạo, mặc dù khiến
cách hành xử của ông ấy càng thêm phần đáng kinh ngạc,
điều ấy cũng làm thiên hạ khó quan tâm cũng như thấy có
cảm tình với ông ấy hơn.

Ấy nhưng chị chớ nghĩ rằng quyết tâm của em đang dao động chỉ bởi vì em có một chút phàn nàn, hay bởi em mường tượng ra được một niềm an ủi đối với những gian truân mà có thể em sẽ không bao giờ phải nếm trải. Tất cả đã được ấn định như mệnh trời rồi, và chuyến đi của em hiện chỉ đang bị trì hoãn tới khi thời tiết cho phép em khởi hành. Thời tiết mùa đông khắc nghiệt vô cùng; nhưng mùa xuân hứa hẹn sẽ tươi đẹp, và thường đến rất sớm ở nơi đây, thế nên có thể em sẽ dong buồm ra khơi sớm hơn mình mong đợi. Em sẽ không làm gì hấp tấp cả đâu: chị biết em đủ rõ để tin tưởng vào sự cẩn trọng và chu đáo của em mỗi khi em phải chịu trách nhiệm cho an nguy của người khác mà.

Em chẳng tài nào diễn tả nổi cho chị hiểu cảm giác của bản thân trước tương lai cận kề của công việc em đảm nhiệm. Truyền đạt được để chị mường tượng ra cảm giác run rẩy, nửa thích thú và nửa sợ hãi, đang dấy lên trong lòng em vào lúc em chuẩn bị lên đường là điều bất khả thi. Em sẽ đến những vùng chưa được khám phá, đến "vùng đất của sương mù và tuyết", nhưng em không giết con chim hải âu nào; bởi vậy nên đừng lo lắng cho sự an toàn của em hay băn khoăn không biết liệu em có quay lại với chị trong tình trạng rệu rã và thiểu não như "lão thuỷ thủ già[1]". Chị hẳn sẽ mỉm cười trước hình ảnh ví von ấy, nhưng em xin được tiết lộ một bí mật. Em trước giờ luôn quy kết ngọn nguồn sự gắn bó, cũng như đam mê nhiệt tình với những

---

(1) Nhân vật chính trong bài thơ *The Rime of the Ancient Mariner* (tạm dịch: *Bài ca của lão thủy thủ già*) của Samuel Coleridge. Trong bài thơ, có một con tàu bị mắc kẹt ở Nam Cực, một con hải âu xuất hiện và dẫn tàu ra khỏi đấy. Nhưng sau đó, lão thủy thủ đã bắn chết con chim. Hành động này khiến thần thánh phẫn nộ, và trừng phạt cả đoàn tàu. Nhà thơ Coleridge là một vị khách thường xuyên của gia đình Godwin.

bí ẩn đại dương đầy nguy hiểm của mình xuất phát từ các thành phẩm của những nhà thơ hiện đại với trí tưởng tượng phong phú nhất. Trong tâm hồn em có một thứ gì đó mà em không thể hiểu nổi. Em trên thực tế là người cần cù - chịu khó như một người lao động luôn kiên trì và nỗ lực - nhưng bên cạnh đó thì em còn sở hữu niềm đam mê những thứ kì diệu, một niềm tin vào những thứ diệu kì. Nó xen lẫn vào với mọi việc em làm, thúc em ra khỏi tuyến đường đời mà người thường vẫn đi, thậm chí còn để đến vùng biển hoang dã và những khu vực chưa người đặt chân như nơi em sắp sửa khám phá đây.

Nhưng giờ xin được quay về với những điều thân ái hơn. Em sẽ gặp lại chị sau khi vượt qua những vùng biển mênh mông và trở về qua mạn mũi cực Nam của châu Phi hay châu Mỹ nhé? Em không dám kì vọng sẽ gặt hái được thành công như vậy, nhưng nếu nghĩ theo hướng ngược lại thì em không thể chịu được. Hiện tại thì chị hãy cứ tiếp tục viết thư cho em mỗi khi có thể nhé: em có thể sẽ nhận được thư của chị vào đúng những dịp em cần chúng nhất để hỗ trợ tinh thần mình. Em yêu chị rất nhiều. Hãy nhớ về em với tình thương mến, nếu chị không bao giờ còn hay tin gì từ em nữa.

Em trai mến thương của chị,
ROBERT WALTON

LÁ THƯ THỨ III

Ngày 7 tháng Bảy, 17-

Chị thân mến của em,

Em viết vội vài dòng để nói rằng em vẫn bình yên - và đã khởi hành từ lâu rồi. Bức thư này sẽ đến Anh Quốc qua một tàu thương buôn hiện đang trên đường từ Arkhangelsk trở về; con tàu này may mắn hơn người có lẽ sẽ không được nhìn thấy quê hương suốt nhiều năm liền như em. Tuy nhiên, em đang rất phấn khởi: người của em đều can đảm và có vẻ quyết chí bền gan; bên cạnh đấy, xem chừng những phiến băng liên tục trôi qua tàu, báo hiệu những nguy hiểm của khu vực mà bọn em đang tiến tới, cũng không làm họ mất tinh thần. Bọn em đã đi đến được một vĩ độ rất cao; nhưng giờ đang là giữa mùa hè, và mặc dù không được ấm áp như ở Anh Quốc, những cơn gió mạnh từ phía Nam, thứ nhanh chóng đẩy tàu về phía những bến bờ em đang rất thèm khát được chạm đến, phả thêm một chút hơi ấm sảng khoái đến bất ngờ.

Tính tới nay, bọn em chưa gặp phải sự cố nào đáng để thuật lại trong thư. Một, hai cơn gió mạnh và một chỗ bị rò rỉ là những sự kiện mà các nhà hàng hải dạn dày kinh nghiệm hiếm khi buồn nhớ để mà ghi lại, và em sẽ rất lấy làm hài lòng nếu không có gì tồi tệ hơn xảy đến với bọn em trong chuyến đi của mình.

Tạm biệt nhé, chị Margaret thân mến của em. Hãy yên tâm rằng vì chính bản thân mình, cũng như để chị khỏi lo, em sẽ không đâm đầu vào hiểm nguy một cách thiếu suy nghĩ. Em sẽ giữ cái đầu lạnh, kiên trì, và thận trọng.

Nhưng những nỗ lực của em rốt cuộc *sẽ* thành công. Hà cớ gì lại không chứ? Em đã đi xa được đến chừng này, vạch ra cả một tuyến đường an toàn trên những vùng biển vô lối, với chính những vì sao là chứng nhân kiêm minh chứng cho chiến thắng của em. Cớ gì lại không tiến tiếp trên miền thiên nhiên chưa thuần hoá ấy nhưng lại vẫn ngoan ngoãn phục tùng? Thứ gì đủ sức ngăn cản trái tim quyết tâm và ý chí kiên nghị của con người đây?

Trái tim tràn căng của em đã tự thổ lộ cả ra như vậy đấy. Nhưng em phải kết lại thôi. Mong Chúa phù hộ cho người chị yêu dấu của em!

R. W.

LÁ THƯ THỨ IV

Gửi phu nhân Saville, Anh Quốc

Ngày 5 tháng Tám, 17-

Một sự việc hết sức kì lạ đã xảy đến với bọn em, tới nỗi em không thể không ghi lại được, mặc dù khả năng cao là chị sẽ gặp lại em trước khi những trang giấy này đến được tay chị.

Thứ hai tuần trước (ngày 31 tháng Bảy) bọn em gần như bị băng bao vây, áp sát tàu ở mọi phía, chẳng chừa cho con tàu mấy chút nước để còn trôi nổi. Tình hình của bọn em có phần nguy hiểm, đặc biệt là vì một màn sương mù rất dày đang bao quanh bọn em. Chính bởi vậy bọn em đã phải dừng lại, hi vọng rằng bầu không khí và thời tiết sẽ thay đổi.

Khoảng hai giờ thì sương mù tan đi, và bọn em trông thấy trải dài theo mọi hướng là những cánh đồng băng mênh mông và gập ghềnh, nhìn như không có điểm dừng. Một số đồng đội của em rên rỉ, và tâm trí của chính em cũng bắt đầu bị những suy nghĩ lo lắng làm cho cảnh giác hơn. Đúng lúc ấy, một cảnh tượng kì lạ đột nhiên thu hút sự chú ý của bọn em và hướng lo ngại của bọn em ra khỏi tình huống của mình. Bọn em trông thấy một cỗ xe thấp, gắn trên xe trượt tuyết và được chó kéo, đi về phía Bắc, cách chỗ mình nửa dặm; ngồi trong xe và điều khiển đám chó là một sinh vật mang hình dạng của một người đàn ông, nhưng tầm vóc trông rất khổng lồ. Bọn em dùng kính viễn vọng theo dõi tiến độ di chuyển nhanh chóng của kẻ lữ khách cho đến khi gã biến mất giữa những khối băng nhấp nhô phía đằng xa.

Sự xuất hiện này khiến bọn em sửng sốt quá đỗi. Bọn em cứ tưởng mình đang cách đất liền đến hàng trăm dặm; nhưng cái hình bóng mới xuất hiện kia dường như cho thấy rằng đất liền thực chất không xa vời như bọn em nghĩ. Tuy nhiên, vì bị băng quây kín, bám theo gã là điều bất khả thi, mặc dù bọn em đã hết sức chăm chú quan sát.

Khoảng hai tiếng sau khi sự việc ấy xảy ra, bọn em nghe thấy tiếng sóng biển vỗ vào tàu, và trước khi đêm buông thì băng tan, giải phóng con tàu của bọn em. Tuy nhiên, bọn em ở im đấy cho đến sáng, sợ rằng di chuyển trong bóng tối sẽ va phải những khối băng lớn trôi nổi tự do sau khi băng tan. Em tranh thủ quãng thời gian này để nghỉ ngơi vài tiếng.

Tuy nhiên, vào buổi sáng, ngay khi trời hửng lên, em leo lên trên boong và thấy toàn bộ đám thuỷ thủ lăng xăng tụ tập ở một bên của con tàu, có vẻ như đang nói chuyện với một người nào đó trên biển. Trên thực tế, đó là một chiếc xe trượt tuyết, giống như cái bọn em thấy trước đây, đã trôi về phía bọn em trong đêm trên một mảng băng lớn. Chỉ có một con chó còn sống; nhưng bên trong xe còn có một người nữa, và người ấy đang được đám thuỷ thủ thuyết phục hãy lên tàu. Khác với kẻ lữ hành kia, anh ta dường như không phải là cư dân man rợ của một hòn đảo chưa được khám phá nào đấy, mà là một người châu Âu. Lúc em xuất hiện trên boong tàu, ông chủ tàu bảo: "Đây là thuyền trưởng của chúng tôi, và anh ta sẽ không cho phép anh chết ngoài khơi đâu."

Khi trông thấy em, người lạ lên tiếng với em bằng tiếng Anh, mặc dù anh ta có giọng nước ngoài. "Trước khi tôi lên tàu của anh, cảm phiền anh cho tôi biết anh đang đi đâu vậy?"

Chị chắc cũng sẽ hình dung được em ngạc nhiên đến nhường nào khi nghe một câu hỏi như vậy thốt ra từ miệng một người sắp chết đến nơi. Em cứ ngỡ người đàn ông này sẽ chẳng đời nào đánh đổi tàu của em để lấy thứ gì hết, kể cả những châu báu quý giá nhất trên Trái Đất này. Tuy nhiên, em đáp rằng bọn em đang thực hiện một chuyến hành trình khám phá về cực Bắc.

Khi nghe vậy, anh ta tỏ vẻ hài lòng và đồng ý lên tàu. Lạy Chúa! Chị Margaret à, nếu nhìn thấy con người chấp nhận tự cứu lấy mạng mình sau khi hỏi han này, chị hẳn sẽ sửng sốt tột độ. Tay chân anh ta gần như đã đóng băng hết, cơ thể anh ta đã bị mỏi mệt và gian khổ làm rạc cả đi. Em chưa bao giờ thấy ai lâm vào tình trạng tồi tệ đến thế cả. Bọn em định đưa anh ta vào trong cabin, nhưng ngay khi rời khỏi nơi có khí trời thì anh ta ngất đi. Thế là bọn em đưa anh ta trở lại boong tàu và giúp anh ta tỉnh lại bằng cách lấy rượu brandy thoa lên người và ép anh ta uống một lượng nhỏ. Ngay khi anh ta trông có vẻ đã có chút sinh lực, bọn em quấn chăn và đặt anh ta gần ống khói bếp lò. Dần dần anh ta hồi phục và ăn một ít xúp, nhờ đó mà lấy lại sức rất nhanh.

Phải sau hai ngày như thế thì anh ta mới có thể nói được, và em cứ liên tục lo sợ rằng anh ta đã trở nên mất trí sau những gian khổ phải chịu đựng. Khi anh ta đã khoẻ lại phần nào, em đưa anh ta vào cabin của mình và chăm sóc anh ta thường xuyên hết mức nhiệm vụ của mình cho phép. Em chưa bao giờ thấy ai thú vị như thế: đôi mắt anh ta thường mang vẻ hoang dại, và thậm chí điên rồ, nhưng vẫn có đôi lúc, nếu ai đó làm gì tử tế với anh ta hay giúp đỡ anh ta điều gì, bất kể vặt vãnh đến đâu, toàn bộ gương mặt của anh ta bừng lên với một vẻ hiền từ và ngọt ngào mà em chưa thấy ai bì nổi. Nhưng thường thì anh ta mang tâm trạng u sầu và tuyệt vọng, đôi khi anh ta lại nghiến răng, như thể thiếu kiên nhẫn trước những nỗi khốn khổ đang nặng đè lên mình.

Khi vị khách của em đã hồi phục một chút, em phải chật vật ngăn cản thuỷ thủ đoàn vì họ chỉ chăm chăm muốn hỏi han anh ta cả ngàn câu; nhưng em sẽ không cho phép anh ta bị quấy nhiễu bởi sự tò mò của đám rỗi hơi ấy khi cả cơ thể lẫn tâm trí kia rõ ràng hãy còn đang cần nghỉ ngơi hoàn toàn thì mới khoẻ lại được. Tuy nhiên có một lần, viên thuyền phó đã hỏi tại sao anh ta lại vượt chặng đường xa xôi chừng ấy trên mặt băng với một phương tiện kì lạ đến vậy.

Thần sắc của anh ta ngay lập tức u ám vô cùng, và anh ta đáp: "Để tìm kiếm một kẻ đã trốn chạy khỏi tôi."

"Và có phải kẻ mà anh theo đuổi cũng di chuyển bằng một phương tiện tương tự không?"

"Vâng."

"Thế thì tôi tin là chúng tôi đã nhìn thấy hắn, bởi vì vào trước hôm đón được anh, chúng tôi thấy vài con chó kéo một chiếc xe trượt tuyết lướt trên mặt băng, bên trong chở theo một người đàn ông."

Điều này khơi dậy sự chú ý của người lạ mặt, anh ta tuôn ra hàng tràng câu hỏi về tuyến đường đi của cái kẻ mà anh ta gọi là "quái vật" kia. Không bao lâu sau, khi ngồi một mình với em, anh ta bảo: "Tôi chắc hẳn đã khơi dậy óc tò mò của anh cũng như những người tử tế khác; nhưng anh giữ ý tứ không hỏi han gì cả."

"Chắc chắn rồi; nếu tôi mà quấy rầy anh cho thoả sự tò mò thì quả thật xấc xược và nhẫn tâm quá."

"Ấy nhưng anh đã cứu tôi khỏi một tình cảnh lạ thường và nguy hiểm; anh rất nhân ái chăm sóc cho tôi bình phục."

Sau đó không lâu, anh ta hỏi em có nghĩ rằng chiếc xe trượt tuyết kia đã bị phá huỷ khi lớp băng nứt vỡ không. Em đáp rằng mình không thể khẳng định chắc chắn được, vì phải đến gần nửa đêm thì băng mới vỡ, và kẻ lữ hành có thể đã đến được một nơi an toàn trước thời điểm đó; nhưng em không thể phỏng đoán được.

Kể từ khi ấy, một nguồn sinh lực mới như tiếp thêm sức sống cho tấm thân rệu rã của người lạ mặt. Anh ta hết sức hăm hở muốn lên boong tàu để dò tìm chiếc xe trượt tuyết từng xuất hiện hồi trước; nhưng em đã thuyết phục anh ta ở lại trong cabin, vì anh ta hãy còn quá yếu để chống chịu trước tiết trời khắc nghiệt. Em hứa rằng sẽ có người để ý theo dõi thay và thông báo ngay cho anh ta nếu có vật thể mới nào lọt vào tầm mắt.

Đó là kí sự của em về tất cả những chuyện liên quan đến sự việc kì lạ này tính đến ngày hôm nay. Người lạ mặt đã dần khoẻ lên nhưng lại im như thóc và tỏ vẻ bồn chồn khi bất kì ai ngoài em bước vào cabin của mình. Ấy nhưng cách cư xử của anh ta hoà nhã và nhẹ nhàng đến nỗi tất cả các thuỷ thủ đều quan tâm đến anh ta, mặc dù họ chưa giao tiếp được với anh ta mấy. Về phần mình, em bắt đầu yêu quý anh ta như một người anh em, và nỗi buồn thẳm sâu luôn canh cánh trong lòng anh ta khiến em thấy cảm thông và thương cảm vô cùng. Anh ta hẳn phải là một nhân vật phẩm chất cao thượng thời còn phong độ, bởi vì ngay cả bây giờ đây, khi đang trong tình trạng tàn tạ, anh ta vẫn rất lôi cuốn và nhã nhặn.

Chị Margaret thân mến à, em đã nói trong một lá thư của mình rằng em sẽ chẳng tìm thấy người bạn nào trên đại dương mênh mông; ấy nhưng em đã tìm được một con người mà em hẳn sẽ rất vui mừng kết nghĩa anh em nếu cả hai đã may mắn gặp được nhau trước khi anh ta bị khổ đau đánh quỵ tinh thần.

Em sẽ tiếp tục ghi chép lại những chuyện liên quan đến người lạ mặt này nếu có sự kiện gì mới.

Ngày 13 tháng Tám, 17-

Tình cảm em dành cho vị khách của mình cứ tăng dần theo từng ngày. Anh ta khiến em vừa ngưỡng mộ, vừa thương hại đến bất ngờ. Làm thế nào em lại có thể không cảm thấy phiền muộn vô cùng khi chứng kiến cảnh một con người cao cả đến vậy bị khổ cực huỷ hoại chứ? Anh ta thật dịu dàng, nhưng cũng thật khôn ngoan. Anh ta là người học cao hiểu rộng, luôn ứng đáp một cách nhanh nhẹn và hùng hồn chưa từng thấy, mặc dù lời lẽ đầy vẻ hoa mĩ.

Anh ta giờ đã khoẻ ra rất nhiều và liên tục ở trên boong tàu, xem chừng để tìm kiếm chiếc xe trượt tuyết từng xuất hiện trước mình. Ấy nhưng, mặc dù chẳng vui vẻ gì, anh ta không hề chìm đắm hoàn toàn trong sự khốn khổ của bản thân, mà còn hết sức quan tâm đến công việc của những người khác. Anh ta thường xuyên nói chuyện với em về công việc mà em đang thực hiện, em kể cho anh ta không giấu giếm gì cả. Anh ta chăm chú lắng nghe tất cả các lập luận em đưa ra nhằm chứng minh rằng mình rồi sẽ thành công, và cả mọi tiểu tiết của các biện pháp em đã triển khai để bảo đảm thắng lợi ấy. Sự đồng cảm anh ta thể hiện dễ dàng khiến em dốc hết tim gan ra mà tâm tình, bày tỏ lòng hăng hái hừng hực trong tâm hồn em, và nói với toàn bộ lòng nhiệt thành ấm nóng trong mình rằng em rất sẵn lòng hi sinh tài sản của mình, sự tồn tại của mình, mọi hi vọng của mình, để tiếp tục theo đuổi công việc của bản thân. Sinh mệnh của một con người chỉ là cái giá rất nhỏ để đổi lấy thứ kiến thức mà em tìm kiếm, để đổi lấy khả năng chế ngự những địch thủ thiên nhiên của chủng tộc chúng ta. Trong khi em nói, một vẻ u sầu tăm tối lan toả trên gương mặt người nghe. Như em thấy thì mới đầu anh ta cố gắng kìm nén cảm xúc của mình; anh ta đặt tay lên che mắt, thế rồi giọng em run rẩy và tắt lịm khi em nhìn thấy những giọt nước mắt tuôn ra lã chã từ giữa những ngón tay của anh ta; một tiếng rên rỉ phát ra từ lồng ngực phập phồng kia. Em dừng lại; một hồi sau, anh ta nói với một giọng đớt, lúc ngắt lúc ngừng: "Hỡi con người bất hạnh kia! Phải chăng anh cũng điên rồ như tôi? Phải chăng anh cũng đã uống trúng chất rượu đầy mê hoặc ấy? Hãy nghe tôi đi; hãy để tôi tiết lộ câu chuyện của mình, và anh sẽ hất văng chiếc cốc ra khỏi môi ngay!"

Như chị hẳn có thể tưởng tượng ra, những lời lẽ ấy kích thích mạnh mẽ trí tò mò của em; nhưng cơn buồn đau bột phát vừa xâm chiếm lấy con người lạ mặt này đánh quỵ sức lực yếu ớt của anh ta, và phải sau nhiều tiếng nghỉ ngơi cùng trò chuyện nhẹ nhàng thì anh ta mới lấy lại được điềm tĩnh.

Lúc đã chế ngự được những xúc cảm dữ dội của mình, anh ta tỏ vẻ khinh bỉ bản thân vì đã để tình cảm chi phối; và sau khi dập tắt cơn tuyệt vọng đen tối đầy bạo ngược, anh ta lại dẫn dắt em nói chuyện về bản thân mình. Anh ta hỏi han em về giai đoạn đầu đời. Câu chuyện nhanh chóng được kể lại, nhưng nó khơi dậy nhiều dòng suy tư. Em nói về mong muốn tìm kiếm một người bạn của mình, về nỗi khao khát được kết giao thân thiết với một khối óc đồng điệu nhưng đến nay vẫn chưa có cơ duyên, và bày tỏ niềm tin rằng nếu không được hưởng phước lành này thì con người ta khó có thể vỗ ngực tự xưng mình hạnh phúc.

"Tôi đồng ý với anh," người khách lạ đáp. "Chúng ta là những sinh vật không hoàn chỉnh, chỉ đủ có phân nửa thôi nếu không có ai khôn ngoan hơn, tử tế hơn, thân yêu hơn bản thân mình - một người bạn chẳng hạn - giúp ta hoàn thiện những mặt yếu đuối và khiếm khuyết của mình. Tôi đã từng có một người bạn, một con người cao cả nhất trần đời, và bởi vậy mà tôi được quyền đưa ra đánh giá về tình bạn. Anh có hi vọng, và cả thế giới chờ đợi phía trước, anh không có lí do gì để tuyệt vọng hết. Nhưng còn tôi - tôi đã mất tất cả và không thể bắt đầu lại cuộc đời.”

Lúc nói điều này, mặt anh ta bộc lộ vẻ đau buồn trầm tĩnh, lắng đọng, khiến em không khỏi xúc động. Nhưng anh ta chẳng nói gì và mau chóng lui về cabin của mình.

Dẫu cho tinh thần đã suy sụp đến nhường ấy, anh ta có thể cảm nhận được các nét đẹp của thiên nhiên sâu sắc hơn bất cứ ai. Bầu trời đầy sao, biển cả, cũng như mọi cảnh tượng do các miền đất tuyệt diệu này phô ra xem chừng vẫn đủ sức khiến cho tâm hồn anh ta lâng lâng bay bổng. Một con người như vậy sống một kiếp đời đôi: anh ta có thể phải chịu đựng đau khổ và bị nỗi thất vọng nhấn chìm, nhưng khi rút lui vào sâu trong nội tâm, anh ta sẽ chẳng khác nào một linh hồn thượng thiên với vầng hào quang bao phủ quanh mình, và sẽ chẳng sự buồn đau hay điên rồ nào xâm nhập được vào trong.

Liệu chị có mỉm cười trước sự nhiệt tình của em khi nhắc đến vị lữ khách thần thánh này không? Chị sẽ chẳng làm vậy đâu nếu trông thấy anh ta. Chị đã được giáo dục và tôi luyện qua sách vở, không tiếp xúc nhiều với sự đời, và do đó chị phần nào khó tính; nhưng điều ấy chỉ khiến chị dễ trân trọng những phẩm chất phi thường của nhân vật tuyệt vời này hơn. Đôi khi em cố gắng tìm hiểu thử xem đức tính nào đã nâng anh ta lên một tầm cao ngoài sức tưởng tượng so với bất cứ người nào khác mà em từng quen biết. Em tin rằng nó là một nhận thức mang tính trực giác, khả năng phán đoán nhanh chóng nhưng không bao giờ sai lệch, khả năng thấu hiểu nguyên nhân của sự vật, rõ ràng và chính xác không ai sánh bằng; thêm vào đó là tài diễn đạt khéo léo cùng một giọng nói đa sắc về ngữ điệu, chẳng khác nào tiếng nhạc chinh phục tâm hồn.

Ngày 19 tháng Tám, 17-

Hôm qua, người lạ mặt nói với em thế này: "Thuyền trưởng Walton à, anh có thể dễ dàng nhận ra rằng tôi đã phải chịu những bất hạnh lớn và vô tiền khoáng hậu. Đã có thời tôi quyết định rằng kí ức về những điều xấu xa ấy sẽ theo tôi xuống mồ, nhưng anh đã thuyết phục được tôi thay đổi quyết tâm của mình. Anh tìm kiếm kiến thức và sự khôn ngoan, hệt như tôi đã từng; và tôi hết sức hi vọng rằng nếu ý nguyện của anh có trở thành sự thật, nó sẽ không biến thành một con rắn và cắn ngược lại anh như tôi từng bị. Tôi không biết liệu kể lại các thảm hoạ của mình có giúp ích được gì cho anh hay không; nhưng khi ngẫm thấy rằng anh đang theo đuổi cùng một đường hướng như mình, đặt bản thân vào tình cảnh phải đối mặt với cùng những nguy hiểm đã khiến cho tôi ra nông nỗi như này, tôi tin rằng anh sẽ có thể tự rút được một bài học phù hợp từ câu chuyện của tôi. Có thể nó sẽ giúp dìu dắt anh nếu anh thành công trong công việc của mình, và an ủi anh trong trường hợp anh phải gánh chịu thất bại. Hãy sẵn sàng tinh thần để nghe về những sự kiện thường vẫn bị người đời coi là hão huyền nhé. Nếu giờ chúng ta mà đang ở giữa những khung cảnh thiên nhiên ôn hoà hơn, tôi e có lẽ anh sẽ chẳng tin đâu, thậm chí có khi còn chế giễu tôi nữa; nhưng tại những miền hoang dã và bí ẩn này, nhiều chuyện đáng lẽ chẳng khác nào trò đùa đối với những người không nắm rõ về các nguồn lực biến đổi không ngừng của thiên nhiên sẽ lại nghe đầy khả thi; đồng thời tôi còn tin chắc rằng bản thân câu chuyện của mình đã chứa đựng sẵn những bằng chứng cho thấy các sự kiện trong đó đều là thật cả."

Hẳn chị chẳng khó gì mường tượng ra em lấy làm thích chí vô cùng trước câu chuyện anh ta đề nghị kể, song nghĩ đến cảnh anh ta phải sầu khổ thêm lần nữa khi kể lại những nỗi bất hạnh của mình mà em không thể chịu nổi. Em háo hức vô cùng muốn nghe câu chuyện được hứa hẹn, một phần vì tò mò và một phần vì khao khát muốn cải thiện số phận của anh ta nếu mình có thể. Em bày tỏ những xúc cảm ấy trong câu trả lời của mình.

"Tôi xin cảm ơn anh," anh ta đáp, "vì đã thông cảm với tôi, nhưng chỉ vô dụng thôi; số phận của tôi gần như đã đến hồi kết rồi. Tôi chỉ còn đang đợi đúng một sự kiện xảy ra, và sau đó tôi sẽ yên nghỉ. Tôi hiểu tấm lòng của anh," anh ta nói tiếp, nhận thấy rằng em muốn ngắt lời mình; "nhưng anh đã nhầm rồi, anh bạn thân mến à, nếu anh cho phép tôi gọi anh như thế; không có gì có thể thay đổi vận mệnh của tôi nữa đâu; hãy lắng nghe câu chuyện của tôi đi, và anh sẽ nhận ra mọi sự đã an bài đến nhường nào."

Sau đó anh ta bảo em rằng mình sẽ bắt đầu thuật chuyện vào ngày hôm sau, khi em được rảnh rỗi. Em cảm ơn chân thành khi nhận được lời hứa ấy. Em quyết tâm rằng hằng đêm, khi không bắt buộc phải giải quyết các công việc của mình, em sẽ chép lại những gì anh ta kể lúc ban ngày chính xác hết mức có thể. Nếu bị bận, em ít nhất cũng sẽ ghi chú lại. Chắc chắn chị sẽ thấy hết sức thích thú với bản thảo này; nhưng đối với em, người biết anh ta, đồng thời còn được nghe chính miệng anh ta kể cho thì... một ngày nào đó trong tương lai, em sẽ đọc bản thảo này với cõi lòng đầy quan tâm và cảm thông! Ngay cả bây giờ đây, khi em bắt tay vào thực hiện công việc ghi chép của mình, giọng nói đủ mọi tông điệu của anh ta lại vang lên trong tai em; đôi mắt sáng ngời của anh ta tập trung vào em với toàn bộ vẻ ngọt ngào u sầu của mình; em thấy bàn tay gầy guộc của anh ta giơ lên di chuyển, trong khi những đường nét trên khuôn mặt anh ta được linh hồn bên trong làm cho rạng rỡ cả lên. Câu chuyện của anh ta hẳn phải kì lạ và đau đớn lắm, chẳng khác nào trận bão tố siết lấy con tàu dũng cảm đang giữa hải trình và đánh chìm nó - khiến con tàu ra nông nỗi như vậy!

CHƯƠNG 1

TÔI SINH RA LÀ NGƯỜI GENÈVE, VÀ GIA ĐÌNH TÔI LÀ MỘT TRONG NHỮNG GIA TỘC DANH GIÁ NHẤT CỦA ĐẤT NƯỚC CỘNG HOÀ ĐÓ[1]. Trong suốt nhiều năm liền, tổ tiên của tôi đã giữ các vị trí bộ trưởng và viên chức chính phủ, cha tôi cũng từng đảm nhiệm một số chức vụ nhà nước. Chính nhờ đó mà ông rất được trọng vọng và nổi tiếng. Tất cả những người quen biết ông đều tôn trọng ông bởi bản tính chính trực cũng như lòng tâm huyết không biết mệt mỏi với việc công của ông. Thời trẻ, ông luôn bận bịu giải quyết việc nước; nhiều yếu tố hoàn cảnh đã khiến ông không thể kết hôn sớm, và phải đến lúc luống tuổi thì ông mới trở thành người chồng và người cha của một gia đình.

Do những sự kiện liên quan đến cuộc hôn nhân của ông cũng giúp khắc hoạ tính cách của ông, nên tôi không thể không nhắc đến được. Một trong những người bạn thân thiết nhất của ông là thương gia, đang ăn nên làm ra thì gặp phải vô số vận rủi, và thế là rơi vào cảnh nghèo đói.

---

(1) Về mặt lịch sử, Genève là một quốc gia độc lập cho đến khi gia nhập Liên minh Thụy Sĩ vào năm 1815 với tư cách là bang thứ 22.

Người ấy tên Beaufort, ông ta là kiểu người đầy kiêu hãnh và cứng cỏi, không thể chịu được cảnh phải sống trong nghèo đói và lãng quên tại chính đất nước nơi mình từng trứ danh là người có địa vị và giàu sang. Bởi vậy, sau khi đã trả được các khoản nợ theo cách ngay thẳng nhất, ông ta cùng con gái lui đến thị trấn Lucerne, và sống ẩn dật trong cùng khổ tại đó. Cha tôi quý mến Beaufort với một tình bạn hết sức chân thành và lấy làm buồn khổ vô cùng khi thấy ông ta phải bỏ đi trước cảnh khốn khó. Ông căm ghét thậm tệ cái niềm kiêu hãnh sai lầm đã khiến cho bạn ông thực hiện một hành động chẳng xứng đáng chút nào với mối tình cảm gắn kết giữa họ. Ông ngay lập tức dốc sức tìm kiếm Beaufort, với hi vọng sẽ thuyết phục được ông ta bắt đầu tái hoà nhập thế giới thông qua danh tiếng và sự hỗ trợ của mình.

Beaufort đã có những phương cách che giấu tung tích bản thân rất hữu hiệu, và phải sau mười tháng thì cha tôi mới phát hiện ra nơi ở của ông ta. Vui sướng trước phát hiện này, ông vội vã đến ngôi nhà ấy, nằm ở một con phố tồi tàn gần sông Reuss. Nhưng khi ông bước vào, thứ duy nhất chào đón ông là đau khổ và tuyệt vọng. Beaufort chỉ giữ lại được một khoản tiền rất nhỏ từ chỗ gia tài lụn bại của mình, nhưng từng đấy vẫn đủ để ông ta có cái ăn trong một vài tháng, và trong thời gian đó, ông ta hi vọng sẽ kiếm được một công việc tử tế trong một văn phòng thương buôn. Trong quãng thời gian sau đó, Beaufort chẳng làm gì cả; nỗi đau buồn của ông ta chỉ thêm phần sâu đậm và day dứt khi ông ta được rảnh rỗi suy tư, rồi dần dần xâm chiếm tâm trí ông ta tới mức ba tháng sau, ông ta nằm ốm liệt giường, không còn sức làm gì được nữa.

Con gái Beaufort chăm sóc ông ta hết sức ân cần, nhưng cô tuyệt vọng thấy rằng chỗ vốn nhỏ của họ đang nhanh chóng vơi đi và không có triển vọng sẽ kiếm được nguồn hỗ trợ nào khác. Tuy vậy Caroline Beaufort sở hữu trí tuệ không hề tầm thường, và lòng can đảm của cô trỗi dậy để hỗ trợ cô trong nghịch cảnh. Cô đi may thuê vá mướn, tết rơm và làm đủ thứ việc khác nữa, nhờ đó mà kiếm được một khoản tiền còm cõi, chỉ suýt soát đủ để sống qua ngày.

Mấy tháng trôi qua như thế. Thể trạng cha cô ngày càng xấu đi; cô phải bỏ nhiều thời gian chăm sóc ông ta hơn; lượng kế sinh nhai của cô sụt giảm; và vào tháng thứ mười, cha cô đã chết trong vòng tay con gái mình, biến cô thành trẻ mồ côi và một người ăn xin. Tai ương cuối cùng này đánh quỵ cô, và khi cha tôi bước vào thì cô đang quỳ bên quan tài của Beaufort, khóc lóc thảm thiết. Ông đến bên cô gái tội nghiệp ấy như một thiên thần hộ mệnh, và cô giao phó bản thân cho ông chăm sóc; và sau khi mai táng bạn mình, ông đưa cô đến Genève và nhờ một người họ hàng săn sóc cô. Hai năm sau sự kiện này, Caroline trở thành vợ ông.

Cha mẹ tôi có sự chênh lệch đáng kể về tuổi tác, nhưng điều ấy dường như chỉ khiến sợi dây tình cảm chân thành giữa họ càng khăng khít hơn. Tâm trí ngay thẳng của cha tôi rất chuộng sự công bình, và chính bởi vậy mà chỉ ai được ông thực sự ưng bụng thì mới được yêu thương nồng nàn. Có thể hồi còn trẻ, ông đã từng muộn màng phát hiện ra người mình đem lòng cảm mến chẳng xứng đáng hưởng tình cảm của ông, và bởi thế nên ông mới đề cao phẩm hạnh đã qua thử lửa. Bộc lộ trong sự gắn bó của cha với mẹ tôi là một vẻ biết ơn và tôn kính, khác hoàn toàn với sự trìu mến của người có tuổi, bởi lẽ nó khởi nguồn từ lòng kính trọng với các đức tính của bà cũng như khát khao được là người bù đắp ít nhiều cho những nỗi buồn đau mà bà đã phải chịu đựng. Ông cư xử với bà khoan dung khó tả. Mọi thứ đều thuận theo ý nguyện bà, sao cho bà được tiện lợi nhất. Ông dốc tâm che chở cho bà, hệt như cách người làm vườn che chở cho một cây hoa xứ lạ đẹp đẽ khỏi mọi cơn gió dữ, và để bà được bao bọc bởi mọi điều có thể khơi dậy những xúc cảm dễ chịu trong khối óc dịu dàng và nhân hậu của bà. Sức khoẻ của bà, và thậm chí cả tâm hồn vốn trước nay bình lặng của bà, đã bị ảnh hưởng nhiều bởi những chuyện bà phải trải qua. Trong hai năm trước khi họ kết hôn, cha tôi đã dần từ bỏ mọi chức vụ nhà nước của mình; và ngay sau khi thành hôn, họ tìm đến miền khí hậu dễ chịu của Ý, những mong nó cũng như cảnh quan mới lạ và niềm vui thích khi được thực hiện một chuyến tham quan suốt dọc vùng đất kì diệu đó sẽ giúp tấm thân yếu ớt của bà phục hồi.

Từ Ý, họ qua thăm Đức và Pháp. Tôi - đứa con cả của họ - được sinh ra tại Naples, và đã theo họ ngao du khắp nơi từ khi mới chỉ là một đứa trẻ sơ sinh. Trong vài năm liền, tôi là người con duy nhất của họ. Mặc dù yêu thương nhau nhường ấy, họ xem chừng vẫn có thể rút ra được một lượng tình thương bất tận từ chính nguồn chứa tình yêu của mình để ban tặng tôi. Sự âu yếm dịu dàng của mẹ cũng như nụ cười nhân hậu của cha mỗi khi nhìn ngắm tôi là những kí ức đầu tiên tôi có được. Tôi vừa là món đồ chơi, vừa là thần tượng của họ, và còn là một thứ hơn cả thế nữa - là con của họ, tạo vật ngây thơ và yếu đuối được trời run rủi ban tặng cho họ, một sinh linh để họ nuôi dạy thành người tử tế, với tương lai sướng khổ ra sao sẽ đều do tay họ dìu dắt, tuỳ theo cách họ thực hiện các nghĩa vụ của mình đối với tôi. Cả hai người đều ý thức được rất rõ ràng mình mang những trách nhiệm ra sao đối với đứa trẻ mà bản thân trao tặng sự sống, đồng thời lại cùng sở hữu một bản tính hiền dịu, thế nên mặc dù tôi luôn được dạy dỗ về tính kiên nhẫn, lòng nhân đức, và khả năng tự chủ trong mọi khoảnh khắc tuổi thơ của mình, tôi vẫn như được dẫn dắt bởi một sợi dây tơ mà như tôi thấy thì chẳng khác nào một chuỗi những vui thú.

Trong suốt một quãng thời gian dài, tôi là mối quan tâm duy nhất của họ. Mẹ tôi rất muốn có một cô con gái, nhưng tôi vẫn tiếp tục là đứa con duy nhất của họ. Khi tôi khoảng năm tuổi, trong chuyến du ngoạn ra ngoài biên giới nước Ý, chúng tôi nghỉ lại một tuần bên bờ hồ Como. Vì có bản tính nhân từ, cha mẹ tôi thường xuyên vào thăm nhà dân nghèo. Với mẹ tôi, đây không chỉ là một nghĩa vụ; đóng vai thiên thần hộ mệnh với những kiếp người lầm than là một hành động cần thiết, niềm đam mê đối với bà - nhớ những gì bà từng phải chịu đựng, và cách bà đã được giải cứu. Trong một lần đi dạo, một lán nhà tranh trong khe thung lũng đã thu hút sự chú ý của họ. Đây là một chốn lụp xụp vô cùng, và số trẻ con mặc quần áo rách rưới túm tụm xung quanh cho thấy rằng gia đình này đang trong cảnh cơ hàn tột cùng. Một ngày nọ, khi cha tôi đi Milan một mình, mẹ cùng tôi đến thăm căn nhà này.

Bà gặp một người nông dân và vợ anh ta, đều là dân lao động vất vả, còng cả lưng vì phải chăm con và làm lụng, bấy giờ đang phân chia một bữa ăn đạm bạc cho năm đứa bé đói khát. Trong số này có một đứa làm mẹ tôi chú ý hơn hẳn tất cả những đứa còn lại. Cô bé trông có vẻ đến từ một dòng máu khác. Bốn đứa kia đều là những đứa trẻ lam lũ, mắt đen, rắn rỏi; đứa trẻ này gầy và rất xinh đẹp. Mái tóc cô bé mang sắc vàng đầy sức sống, óng ả vô cùng, và dẫu quần áo trông rất nghèo khổ, mái tóc ấy vẫn như một vương miện phong tước đội trên đầu em. Vầng trán cô bé cao và sáng sủa, đôi mắt xanh trong vắt, và đôi môi cùng khuôn mặt em toát lên vẻ khôn ngoan và ngọt ngào, khiến cho chẳng ai nhìn vào mà lại không nghĩ bé gái ấy đến từ một chủng tộc khác, một tạo vật hạ giáng từ thiên đường, và mang dấu ấn người trời trong tất thảy mọi đường nét.

Nhận ra rằng mẹ tôi đang dán chặt mắt vào cô bé đáng yêu với vẻ ngạc nhiên và trầm trồ, người phụ nữ nông dân liền hăm hở kể lại lịch sử của em. Đó không phải con của cô ta, mà là con gái một quý tộc người Milan. Mẹ cô bé là người Đức và đã qua đời trong lúc vượt cạn. Đứa trẻ được gửi gắm cho những con người tốt bụng này để họ nuôi nấng: hồi đó họ khá giả hơn bây giờ. Họ mới kết hôn chưa được bao lâu, và đứa con cả của họ chỉ vừa được sinh ra. Cha cô bé là một trong những người Ý được nuôi dưỡng với kí ức về hào quang xưa cũ của Ý - thành viên của *schiavi ognor frementi*[1], hiến thân nhằm giành lại tự do cho đất nước. Ông trở thành nạn nhân của sự nhu nhược đến từ chính quốc gia của mình. Không ai biết liệu ông đã

---

(1) Tức "Những nô lệ muôn đời thịnh nộ" trong tiếng Ý, chỉ một nhóm quý tộc Milan không hài lòng với việc phủ Lombardia của họ phải nằm dưới ách cai trị của Áo.

FRANKENSTEIN   45

chết hay vẫn còn sống lay lắt trong ngục tối của Áo. Tài
sản của ông bị tịch thu; đứa con của ông trở thành trẻ mồ
côi và một con bé ăn xin. Cô bé tiếp tục sống với cha mẹ
nuôi của mình và bung nở trong gian nhà thô sơ của họ,
xinh đẹp hơn cả một đoá hồng vườn giữa những bụi mâm
xôi lá đen.

Khi cha tôi trở về từ Milan, ông thấy tôi đang chơi
trong sảnh biệt thự nhà mình với một đứa trẻ xinh đẹp
hơn cả thiên thần trong tranh vẽ - một tạo vật như toả
rạng ngời ngời ngay từ ánh mắt, hình thể lẫn chuyển động
đều thanh thoát hơn cả sơn dương trên những ngọn đồi.
Ông mau chóng được giải thích về em. Với sự cho phép
của ông, mẹ tôi thuyết phục cặp cha mẹ quê mùa của cô
bé giao đứa trẻ cho bà. Họ rất quý đứa trẻ mồ côi ngọt
ngào. Sự hiện diện của cô bé chẳng khác nào một phước
lành đối với họ, nhưng sẽ thật bất công cho cô bé nếu họ
cứ giữ rịt em trong đói nghèo và thiếu thốn khi Thượng
Đế đã ban tặng cho em một sự bảo hộ vững mạnh đến
như vậy. Họ hỏi ý kiến vị linh mục làng, và kết quả là
Elizabeth Lavenza đến sống trong nhà cha mẹ tôi - trở
thành một người còn hơn cả em gái của tôi - người bạn
đồng hành xinh đẹp và yêu quý cùng tôi tham gia mọi
công việc và vui thú.[1]

Tất cả mọi người đều yêu mến Elizabeth. Mặc dù tôi
cũng dành cho em một tình cảm nồng nàn và gần như

(1) Trong bản in đầu tiên xuất bản năm 1818, Elizabeth Lavenza là con của em gái (hoặc
chị gái) cha Victor với người chồng Ý của bà. Sau cái chết của vợ, cha Elizabeth có ý định
tái hôn nên viết thư đề nghị gia đình Frankenstein nhận nuôi Elizabeth thay vì để cô phải
chịu cảnh bị mẹ kế nuôi lớn. Trong lần tái bản có chỉnh sửa năm 1831, Mary Shelley đã
thay đổi thân phận của Elizabeth thành trẻ mồ côi và không có quan hệ máu mủ với gia
đình Frankenstein.

tôn kính hệt như những người khác, sự gắn bó của họ với em trở thành niềm tự hào lẫn vui thích của tôi. Vào buổi tối trước khi em được đưa về nhà sống với tôi, mẹ tôi đã vui đùa bảo rằng: "Mẹ có một món quà xinh xắn cho Victor của mình đây - ngày mai con sẽ được nhận nó." Và vào ngày hôm sau, khi bà trình diện món quà đã hứa - ấy là Elizabeth - với tôi, bằng sự nghiêm túc trẻ con của mình, tôi đã diễn giải lời lẽ của bà theo đúng nghĩa đen và coi Elizabeth như của riêng mình - của mình để bảo vệ, để yêu thương, và để trân trọng. Tất cả những lời khen ngợi dành cho em đều được tôi coi là dành cho một vật thuộc sở hữu của riêng tôi. Chúng tôi thân mật gọi nhau là anh em họ. Không lời lẽ nào, không cách diễn đạt nào lại đủ sức thể hiện mối quan hệ của em với tôi - em còn hơn cả em gái của tôi, bởi vì từ giờ tới lúc chết, em sẽ chỉ là của tôi.

CHƯƠNG 11

CHÚNG TÔI ĐƯỢC NUÔI LỚN BÊN NHAU; TUỔI TÁC CỦA CẢ HAI KHÔNG LỆCH NHAU ĐẾN MỘT NĂM. Lẽ đương nhiên, chúng tôi không hề có bất kì mối bất hoà hay tranh chấp nào. Sự hoà thuận là cốt lõi tình bạn của chúng tôi, và những nét khác biệt cũng như tương phản tồn tại trong tính cách hai đứa càng khiến chúng tôi xích lại gần nhau hơn. Elizabeth mang bản tính điềm tĩnh và tập trung hơn; nhưng với ngọn lửa nhiệt tình hừng hực, tôi có khả năng dốc sức làm việc quyết liệt và thèm khát kiến thức hơn. Nàng mê mải chúi mũi vào với những tác phẩm bay bổng của các nhà thơ; những khung cảnh hùng vĩ và kì diệu bao quanh ngôi nhà Thụy Sĩ của chúng tôi - các dáng hình uy nghi của những ngọn núi, sự thay đổi của các mùa, giông tố và tĩnh lặng, sự im ắng của mùa đông, và sinh lực cũng như biến động náo loạn của mùa hè ở vùng núi Alps - luôn khơi dậy hàng bao cảm giác ngưỡng mộ và vui thích trong nàng. Trong khi người bạn đồng hành chiêm nghiệm diện mạo tráng lệ của vạn vật một cách nghiêm túc và thoả mãn, tôi thích thú điều tra nguyên nhân của chúng. Thế giới đối với tôi là một bí mật mà tôi thèm khát được giải mã. Cảm giác tò mò, hành trình nghiêm túc nghiên cứu nhằm học hỏi về các quy luật ngầm của tự nhiên, cơn vui mừng đến như đê mê khi chúng được phơi bày trước mắt tôi, là những xúc cảm sớm nhất trong cuộc đời mà tôi có thể nhớ được.

Khi hạ sinh thêm cậu con trai thứ hai, dưới tôi bảy tuổi, cha mẹ tôi từ bỏ hoàn toàn cuộc sống lang bạt và định cư ở mảnh đất quê hương. Chúng tôi sở hữu một ngôi nhà ở Genève, và một gian nhà quê trên Belrive, bờ phía Đông của hồ, cách thành phố tầm năm cây số. Chúng tôi chủ yếu sống ở gian nhà thứ hai, và cha mẹ tôi sống một cuộc đời khá ẩn dật. Bản tính của tôi là tránh đám đông xô bồ và gắn bó thân thiết với một vài người. Bởi vậy, tôi nhìn chung lấy làm dửng dưng với bè bạn tại trường; nhưng tôi hết sức thân thiết với một người trong số họ. Henry Clerval là con trai một thương gia ở Genève. Anh sở hữu tài năng và những ham thích rất lạ. Anh đam mê những việc táo bạo, khó khăn, và thậm chí là cả nguy hiểm, chỉ vì anh thích mà thôi. Anh đọc rất nhiều sách về tinh thần hào hiệp và lãng mạn. Anh sáng tác những bản anh hùng ca và bắt đầu viết nhiều câu chuyện về bùa mê phép ếm và các cuộc phiêu lưu của những chàng hiệp sĩ. Anh cố thuyết phục chúng tôi diễn kịch và tham gia vào các cuộc hoá trang, với các nhân vật được lấy từ những người hùng tại Roncesvalles[1], những thành viên Hội Bàn Tròn của

---

(1) Tức Trận chiến đèo Roncevaux, một trận chiến được mô tả trong *Orlando Furioso*, một bài thơ sử thi nổi tiếng của Ý.

Vua Arthur[1], và những con người hào hiệp đã đổ máu để giành lại Mộ Thánh[2] từ tay đám ngoại đạo.

Không một con người nào lại có thể sở hữu một tuổi thơ hạnh phúc hơn tôi. Cha mẹ tôi tốt bụng và nuông chiều chúng tôi hết mực. Chúng tôi cảm thấy rằng họ không phải là những kẻ bạo chúa cai trị số phận của chúng tôi tuỳ theo ý thích của bản thân, mà là những người chịu trách nhiệm đại diện kiêm sáng tạo ra hàng bao thú vui mà chúng tôi tận hưởng. Khi giao thiệp với các gia đình khác, tôi nhận thấy rõ ràng số phận của mình may mắn đến lạ thường ra sao, và lòng biết ơn giúp tình hiếu thảo càng thêm sâu đậm.

Tính khí của tôi đôi khi rất dữ dội, và xúc cảm của tôi mãnh liệt tột cùng; nhưng nhờ một quy luật bí ẩn nào đó trong tính tình của tôi, chúng không bị hướng vào những trò trẻ con mà là vào khát khao học hỏi, và không phải học mọi thứ một cách bừa bãi. Tôi xin thú nhận rằng cấu trúc của ngôn ngữ, quy tắc của chính phủ, cũng như nền chính trị của các quốc gia khác nhau đều không có gì hấp dẫn đối với tôi cả. Thứ tôi muốn tìm hiểu là bí mật của trời đất; và cho dù có nghiền ngẫm về bản chất bên ngoài của sự vật hay bản chất nội tại của tự nhiên và linh hồn bí ẩn của con người, mọi nghiên cứu của tôi tựu trung lại vẫn dẫn tôi đến với mảng siêu hình học[3], hay nói theo nghĩa cao nhất của nó thì là những bí mật vật lí của thế giới.

---

(1) Tức các Hiệp sĩ Bàn Tròn, những hiệp sĩ phò tá Vua Arthur huyền thoại trong văn học Anh. Theo truyền thuyết, các hiệp sĩ được giao nhiệm vụ đảm bảo hòa bình của vương quốc và chịu trách nhiệm giành lại chiếc Chén Thánh huyền thoại. Nơi họ hội họp là một chiếc bàn hình tròn, không có đầu có cuối, để cho thấy tất cả các thành viên đều bình đẳng với nhau.

(2) Ngôi mộ trống của Chúa Jesus, nơi Người từng được mai táng và hồi sinh sau ba ngày.

(3) Một nhánh triết học xoay quanh bản chất của thực tại, bao gồm mối quan hệ giữa tâm trí và vật chất, giữa vật chất và thuộc tính, giữa tiềm năng và thực tế.

Trong khi ấy, Clerval có thể gọi là vùi đầu vào các tương quan đạo đức của sự vật. Giai đoạn bận rộn của cuộc đời, các đức tính của anh hùng, và những hành động của nhân loại là chủ đề của anh; hi vọng cũng như mơ ước của anh là được lưu vào trong sử sách như một mạnh thường quân đầy hào hiệp và mạo hiểm của loài người. Linh hồn thánh thiện của Elizabeth toả sáng như ngọn đèn điện thờ trong ngôi nhà yên bình của chúng tôi. Nàng cảm thông với chúng tôi; nụ cười của nàng, giọng nói dịu dàng của nàng, ánh liếc ngọt ngào trong đôi mắt như sao trời của nàng luôn luôn ở đó để chúc phúc và truyền hứng khởi cho chúng tôi. Nàng là hiện thân của tình yêu, giúp xoa dịu và cuốn hút; tôi có thể trở nên ủ rũ trong phòng học của mình, bị bản chất hăng say của bản thân làm cho cộc cằn, nhưng nàng sẽ ở đấy để ghìm tôi dịu xuống bằng vẻ dịu dàng của chính nàng. Và Clerval - liệu có điều xấu xa nào trụ được trong tinh thần cao thượng của Clerval không đây? Nhưng chưa biết chừng anh đã chẳng nhân đức toàn diện đến thế, chẳng hào phóng một cách chu đáo đến thế, chẳng chứa chan lòng tốt và sự dịu dàng dù vẫn đam mê lập được những chiến công mạo hiểm đến thế nếu nàng không phô ra cho Clerval thấy vẻ đáng yêu thực sự của lòng hảo tâm, và khiến cho hành động làm việc thiện trở thành mục tiêu tối thượng trong tham vọng lớn lao của anh.

Tôi cảm thấy vui sướng khi nghĩ về những hồi ức của thời thơ ấu, trước khi bất hạnh làm vấy bẩn tâm trí tôi và biến mọi mường tượng tươi sáng đầy hữu dụng của nó thành những suy tư ảm đạm và hẹp hòi về bản thân.

Bên cạnh đó, khi tô vẽ lên bức tranh về giai đoạn đầu đời của bản thân, tôi cũng ghi lại những sự kiện đã lạnh lùng dẫn đến câu chuyện đau khổ sau này của mình, vì khi tự lí giải cội nguồn cái niềm đam mê sau này đã thống trị số mệnh của mình, tôi lại thấy nó cứ như một dòng sông trên núi, khởi sinh từ những nguồn hôi tanh và gần như đã bị lãng quên; nhưng càng chảy thì dòng sông ấy càng phình to ra, trở thành dòng nước lũ cuốn trôi mọi hi vọng và niềm vui của tôi.

Triết học tự nhiên[1] là vị thần điều phối số phận của tôi; bởi vậy, trong lần thuật chuyện này, tôi muốn nêu ra những điều đã khiến tôi ham thích ngành khoa học đó. Năm tôi mười ba tuổi, tất cả chúng tôi cùng đến nhà tắm hơi gần Thonon; thời tiết khắc nghiệt buộc chúng tôi phải lưu lại trong nhà trọ một ngày. Trong ngôi nhà này, tôi tình cờ tìm thấy một cuốn sách của Cornelius Agrippa[2]. Tôi lãnh đạm mở nó ra; lí thuyết mà ông ta tìm cách chứng minh cùng với những dữ kiện thần kì được ông ta đưa ra đã sớm biến xúc cảm ấy thành sự hăm hở. Một luồng sáng mới dường như ló rạng trong tâm trí tôi; và thế là tôi nhảy cẫng lên vì vui sướng, đi thuật lại khám phá của mình cho cha nghe. Cha tôi thờ ơ nhìn vào trang tiêu đề cuốn sách của tôi và nói: "À! Ra là Cornelius Agrippa! Victor thân mến à, đừng lãng phí thời gian của con vào cái thứ này; nó chỉ là rác rưởi thôi."

Nếu thay vì nhận xét như thế, cha bỏ công giải thích cho tôi rằng các nguyên lí của Agrippa đã bị đập tan hoàn toàn

---

(1) Thuật ngữ từng được dùng để chỉ tổng thể các ngành khoa học tự nhiên.
(2) Heinrich Cornelius Agrippa (1486 - 1535): Nhà triết học, nhà chiêm tinh học, nhà giả kim người Đức; là người thời trẻ rất hâm mộ thuật giả kim và khoa học huyền bí.

và người ta đưa ra một hệ thống khoa học hiện đại, ưu việt hơn hẳn hệ thống cổ đại, bởi vì năng lực của hệ thống cổ kia chỉ mang tính hão huyền, còn hệ thống hiện đại thì lại là thật và thực tế, thì tôi chắc chắn đã quẳng Agrippa sang một bên và chấp nhận để cho trí tưởng tượng của mình quay trở lại với các nghiên cứu trước đây một cách hăng say hơn, bất chấp việc nó đã bị hâm nóng lên nhường ấy. Thậm chí có khả năng là dòng tâm tưởng của tôi đã chẳng bao giờ nhận được cái thôi thúc chết người về sau dẫn tôi đến nước thân tàn ma dại. Nhưng cái nhìn lướt qua mà cha tôi dành tặng cho cuốn sách khiến tôi đinh ninh rằng ông chẳng biết gì về nội dung cuốn sách hết, và tôi tiếp tục đọc nó đến quên trời quên đất.

Khi trở về nhà, việc đầu tiên tôi làm là tìm mua toàn bộ các tác phẩm của Agrippa, và sau đó là của Paracelsus[1] và Albertus Magnus[2]. Tôi thích thú đọc và nghiên cứu những câu chuyện hoang đường của mấy vị này[3]; tôi thấy chúng chẳng khác nào những báu vật mà ngoài tôi ra thì chẳng mấy ai biết đến. Tôi đã mô tả bản thân là kiểu người vốn luôn sở hữu một khát khao mãnh liệt, muốn hiểu thấu các bí mật của tự nhiên. Bất chấp mọi công sức miệt mài và những khám phá tuyệt vời của các triết gia hiện đại,

---

(1) Paracelsus (còn được biết đến với tên Theophrastus von Hohenheim) (1493 - 1541): Bác sĩ, nhà giả kim, nhà thần học người Đức thời Phục Hưng. Lí thuyết của ông là sự pha trộn giữa triết học Hy Lạp và khoa học thực nghiệm sơ khai.

(2) Albertus Magnus (khoảng 1200 - 1280): Một tu sĩ dòng Đa Minh, ủng hộ cho sự tồn tại hoà hợp giữa khoa học và tôn giáo, là người đã áp dụng triết học Aristotle vào tư tưởng của Cơ Đốc giáo. Ông được coi là nhà triết học và thần học vĩ đại nhất của Đức thời Trung Cổ.

(3) Có thể Victor đang muốn nói đến niềm tin của Albertus Magnus rằng có một dòng chảy nhân quả, khởi nguồn từ các vì sao, đã chạm vào phôi thai của con người (theo đúng nghĩa đen) và quyết định cuộc đời của người ấy; với Paracelsus thì có thể là ý tưởng rằng Đấng Sáng Tạo của thế giới là một nhà giả kim thần thánh, làm công việc tách những thứ của trời và đất ra khỏi vật chất thô vô dạng. Trong bất cứ trường hợp nào, việc làm của cả hai người này đều không bị coi là điên rồ vào thời của họ.

tôi luôn rời khỏi phòng học của mình trong tình trạng bất mãn và không hài lòng. Theo lời đồn, ngài Isaac Newton từng tuyên bố rằng ông cảm thấy mình như một đứa trẻ nhặt vỏ sò bên cạnh đại dương sự thật mênh mông và chưa ai khám phá. Ngay cả với khả năng lĩnh hội non trẻ của mình, tôi vẫn thấy những người nối nghiệp ông trong mọi nhánh triết học tự nhiên mà mình biết đều chẳng khác nào những tay mơ, theo đuổi cùng một công việc.

Một người nông dân dốt nát nhìn ngắm những yếu tố môi trường xung quanh mình và biết rõ các ứng dụng thực tế của chúng. Các triết gia uyên bác nhất chẳng biết nhiều hơn là bao. Ông ta phần nào vạch trần được bản mặt của Thiên Nhiên, nhưng những đường nét bất tử của nàng vẫn còn là một điều đáng kinh ngạc và bí ẩn. Ông ta có thể mổ xẻ, giải phẫu, và đặt tên; nhưng chưa cần nói đến nguyên nhân cuối cùng, ngay cả nguyên nhân cấp hai và cấp ba ông ta cũng chẳng mò ra nổi. Tôi nhìn ngắm các đồn luỹ và chướng ngại vật như ngăn trở con người đặt chân vào trong thành quách của thiên nhiên, thế rồi hấp tấp và mê muội thay, tôi đã cảm thấy không bằng lòng.

Nhưng vẫn có những cuốn sách này, và đây là những con người đã thâm nhập được sâu hơn và biết được nhiều điều hơn. Tôi tin tất cả những gì họ khẳng định, và tôi trở thành môn đệ của họ. Một chuyện như vậy mà lại có thể xảy ra được trong thế kỉ mười tám thì kể cũng kì lạ đấy; nhưng mặc dù có theo học giáo dục chính quy tại các trường ở Genève, tôi chủ yếu tự mày mò tìm hiểu các lĩnh vực nghiên cứu yêu thích của mình. Cha tôi không phải là người am tường khoa học, và tôi bị bỏ mặc cho loay hoay với sự mù quáng của một đứa trẻ, kết hợp với lòng khao khát kiến thức của một người học sinh. Dưới sự hướng dẫn từ các gia sư mới của mình, tôi hết sức siêng năng cắm đầu vào tìm kiếm hòn đá triết gia và thuốc trường sinh[1]; nhưng chẳng bao lâu sau, món thuốc trường sinh được tôi toàn tâm chú ý. Tiền của chỉ là một mục tiêu thấp kém, nhưng nếu tôi có thể bài trừ bệnh tật khỏi cơ thể con người và làm cho nhân loại trở nên bất tử trước mọi thứ, ngoại trừ một cái chết thảm khốc, thì vinh quang sẽ lớn đến nhường nào!

Đây cũng không phải là những mơ ước duy nhất của tôi. Triệu hồi ma quỷ là một lời hứa được các tác giả yêu thích của tôi mạnh miệng cam đoan, và tôi hết sức hăm hở muốn biến nó thành sự thật; rồi khi các câu thần chú của tôi luôn chẳng nên cơm cháo gì, tôi toàn quy thất bại cho sự thiếu kinh nghiệm và sai lầm của bản thân hơn là việc những người thầy hướng dẫn của mình thiếu năng lực hay thiếu chính xác. Và cứ thế, suốt một thời gian dài, tôi chúi mũi vào những hệ thống đã bị bác bỏ, và như một kẻ bất tài, tôi chìm đắm trong hàng ngàn lí thuyết mâu thuẫn và tuyệt vọng quay cuồng trong bãi lầy tri thức đa diện, được dẫn dắt bởi một trí tưởng tượng sôi nổi và những lí luận đầy trẻ con, cho đến khi một tai nạn lại thay đổi dòng tâm tưởng của tôi.

Khi tôi khoảng mười lăm tuổi, chúng tôi về sống ở gian nhà gần Belrive của mình, tại đó chúng tôi chứng kiến một

---

(1) Các nhà giả kim tin rằng nếu tuân theo những quy trình thích hợp, vấn đề có thể được hoàn thiện. Vậy nên họ mặc nhiên công nhận sự tồn tại của hòn đá triết gia - thứ được cho là có thể biến các kim loại thứ cấp (chì, thuỷ ngân...) thành vàng. Thuốc trường sinh được cho là sẽ mang đến sự bất tử cho người uống nó. Một số thuyết cho rằng hòn đá triết gia cũng chính là thuốc trường sinh.

cơn bão sấm sét dữ dội, khủng khiếp chưa từng thấy. Nó tiến tới từ phía sau dãy Jura, sấm sét cùng lúc rền vang trên khắp tứ phương trời, ồn ã kinh khủng. Trong khi cơn bão diễn ra, tôi quan sát tiến trình của nó với vẻ tò mò và thích thú. Đang lúc đứng ở cửa, tôi đột nhiên thấy luồng lửa bùng lên từ một cây sồi già rất đẹp, nằm cách nhà chúng tôi khoảng gần hai mươi mét; ngay sau khi ánh sáng chói loà biến mất, cây sồi cũng biến mất nốt, và chẳng còn lại gì ngoài một gốc cây nát toang. Khi ra xem vào sáng hôm sau, chúng tôi thấy cái cây đã gãy nát theo một cách kì dị. Nó không bị tia sét đánh vỡ vụn, mà bị xẻ thành những dải gỗ mỏng. Tôi chưa bao giờ nhìn thấy bất cứ thứ gì bị phá huỷ đến tận cùng như vậy cả.

Trước vụ này, tôi cũng đã biết về các định luật điện học hiển nhiên. Lần ấy, có một nhà nghiên cứu uyên bác trong mảng triết học tự nhiên cũng đi cùng chúng tôi, và ông ta lấy làm hứng khởi trước thảm hoạ này, bắt đầu giải thích về một giả thuyết mà mình đã dựng lên về chủ đề điện và liệu pháp trị điện, một điều vừa mới mẻ vừa đáng kinh ngạc đối với tôi. Tất cả những gì ông ta nói đều khiến cho Cornelius Agrippa, Albertus Magnus, và Paracelsus, những lãnh chúa trong trí tưởng tượng của tôi, trở nên kém thú vị hơn hẳn; nhưng chẳng hiểu sao, việc những người này bị hạ bệ làm tôi trở nên không còn muốn theo đuổi các nghiên cứu quen thuộc của mình nữa. Tôi cảm thấy như ta sẽ không thể biết được gì cả. Tất cả những thứ vốn thu hút sự chú ý của tôi suốt bao lâu nay đột nhiên trở thành đáng khinh bỉ. Với một cái hứng thất thường mà chúng ta thường dễ gặp phải trong thuở thiếu thời, tôi đã từ bỏ các công việc trước đây của mình, coi lịch sử tự nhiên cũng như tất cả các ngành nảy sinh từ nó như là một tạo vật méo mó và dị dạng, trở nên khinh bỉ tột cùng cái ngành khoa học giả mạo thậm chí còn chẳng bao giờ có thể bước vào ngưỡng cửa kiến thức thực sự kia. Trong tâm trạng ấy, tôi dấn thân vào toán học và các nhánh nghiên cứu có liên quan đến môn khoa học đó, coi chúng là những ngành được xây dựng trên nền tảng vững chắc, và bởi thế nên đáng để tôi cân nhắc.

Linh hồn của chúng ta có cấu tạo kì lạ đến như vậy đấy, và với chỉ những sợi dây mỏng manh như vậy thôi, chúng ta bị ràng buộc vào với kiếp hưng thịnh hoặc huỷ hoại. Khi ngẫm lại, tôi cảm thấy sự thay đổi khuynh hướng và ý chí gần như kì diệu này cứ như thể là minh chứng rõ ràng về thiên thần hộ mệnh của cuộc đời tôi - nỗ lực cuối cùng vị thần bảo hộ thực hiện nhằm giúp tôi tránh cơn bão bấy giờ đang lơ lửng sẵn giữa các ngôi sao và chực chờ ập xuống đầu tôi. Thành công của vị thần ấy được loan báo thông qua một cảm xúc thanh thản và vui mừng bất thường trong tâm hồn, theo sau là việc từ bỏ các nghiên cứu cổ xưa mà về sau này đã đày đoạ tôi. Nhờ đó, tôi được dạy rằng theo đuổi chúng là xấu xa, còn vứt bỏ chúng thì sẽ hạnh phúc.

Đó là một nỗ lực lớn lao của vị thần thiện; nhưng lại vô hiệu. Định mệnh quá mạnh mẽ, và những luật lệ bất di bất dịch của nó đã ra lệnh rằng tôi sẽ phải bị huỷ diệt một cách toàn diện và khủng khiếp.

CHƯƠNG III

KHI TÔI ĐẾN TUỔI MƯỜI BẢY, CHA MẸ QUYẾT ĐỊNH RẰNG TÔI NÊN THEO HỌC TRƯỜNG ĐẠI HỌC INGOLSTADT[1]. Tính đến nay tôi toàn theo học các trường ở Genève; nhưng cha nghĩ rằng tôi cần phải làm quen với các phong tục khác ngoài những phong tục ở quê hương để việc học của mình được hoàn thiện. Do đó, việc lên đường của tôi đã được định sẵn từ sớm, nhưng trước khi ngày ấn định kịp đến, điều bất hạnh đầu tiên trong cuộc đời tôi xảy ra - một điềm báo cho sự khốn khổ trong tương lai của tôi.

Elizabeth mắc ban đỏ; bệnh tình của nàng rất nghiêm trọng, và nàng lâm vào tình cảnh thập tử nhất sinh. Trong lúc nàng đổ bệnh, chúng tôi đưa ra đủ mọi lí lẽ để thuyết phục mẹ tôi đừng tự tay chăm sóc nàng. Mới đầu bà nhượng bộ trước những lời khẩn nài của chúng tôi, nhưng khi nghe bảo mạng sống đứa con cưng của mình đang bị đe doạ, bà không còn có thể kiểm soát sự lo lắng của mình nữa. Bà chăm sóc nàng bên giường bệnh; sự chăm chút chu đáo của bà đã chiến thắng chứng bệnh hiểm ác

---

(1) Một trường đại học của Đức được thành lập năm 1472, nổi tiếng với khoa Y.

- Elizabeth tai qua bệnh khỏi, nhưng sự bất cẩn này đã để lại hậu quả tàn độc cho người chăm sóc nàng. Ba ngày sau, mẹ tôi đổ bệnh; cơn sốt của bà đi kèm với các triệu chứng hết sức đáng báo động, và vẻ mặt những y sĩ điều trị cho bà báo hiệu rằng trường hợp tồi tệ nhất sẽ xảy ra. Ngay cả lúc đang hấp hối, nghị lực và lòng nhân hậu của người phụ nữ tuyệt vời nhất trần đời này vẫn không mất đi. Bà nắm tay Elizabeth và tôi, lồng chúng vào nhau, rồi bảo: "Các con của mẹ, hi vọng vững chắc nhất của mẹ về hạnh phúc trong tương lai được đặt cả vào cuộc hôn phối sau này giữa hai con. Kì vọng này giờ sẽ là niềm an ủi cho cha các con. Elizabeth, con yêu, con phải thay thế vị trí của mẹ đối với mấy đứa em nhỏ. Hỡi ôi! Mẹ rất đau buồn khi bị số phận tước đoạt khỏi các con; mẹ đã được sống trong hạnh phúc và thương yêu suốt bao lâu nay, từ bỏ tất cả các con chẳng lẽ lại không phải là chuyện khó khăn ư? Nhưng những dòng tâm tư ấy không phù hợp với mẹ; mẹ sẽ cố gắng vui vẻ chấp nhận cái chết và ấp ủ hi vọng được tái ngộ các con ở một cõi khác."

Bà qua đời trong thanh thản, và ngay cả khi chết, nét mặt của bà vẫn đầy vẻ yêu thương. Tôi chẳng việc gì phải tả lại xúc cảm của những ai từng bị cái tai ương vô phương cứu chữa kia chia lìa khỏi những người thân thiết nhất, cái sự trống rỗng xuất hiện trong tâm hồn, và vẻ tuyệt vọng thể hiện ra trên diện mạo. Phải rất lâu sau thì tâm trí mới có thể thuyết phục được bản thân rằng người chúng tôi nhìn thấy hằng ngày, người mà ngay bản thân sự tồn tại thôi cũng đã như một phần của chính chúng tôi, đã mãi mãi đi xa - rằng ánh sáng của một cặp mắt yêu dấu có thể bị dập tắt và âm thanh của một giọng nói vô cùng quen thuộc và thân thương có thể bị bóp nghẹt, không bao giờ còn được nghe nữa. Đấy là những suy ngẫm trong mấy ngày đầu tiên; nhưng theo dòng thời gian, khi thực tại của cái tai ương ấy đã được chứng minh, thì vị cay đắng thực sự của nỗi đau mới bắt đầu dâng lên. Ấy nhưng nào có ai chưa từng bị bàn tay man rợ đó tước đi một người thân? Và tại sao tôi lại phải mô tả một nỗi buồn mà tất cả đều từng cảm nhận, và sẽ phải cảm nhận? Rồi cũng sẽ đến lúc nỗi đau buồn trở thành một hành động buông thả hơn là một điều cần thiết; và nụ cười trên môi vẫn không biến mất, mặc dù nó có thể bị coi là một sự báng bổ. Mẹ tôi đã mất, nhưng chúng tôi vẫn có những nhiệm vụ cần phải thực hiện; chúng tôi phải tiếp tục sống với những người còn lại và học cách nghĩ rằng chừng nào vẫn còn một người chưa bị tử thần bắt đi, chúng ta hãy còn rất may mắn.

Chuyến đi Ingolstadt của tôi, vốn bị trì hoãn bởi những sự kiện này, giờ đã được tái xác định. Tôi đã xin được cha cho mình nghỉ mấy tuần. Tôi cảm thấy sẽ thật bất kính nếu rời bỏ ngôi nhà tang tóc đang trong giai đoạn trầm lắng, hệt như đã chết hẳn, và xộc vào giữa cuộc đời xô bồ. Tôi lần đầu được biết mùi buồn khổ, nhưng nó vẫn khiến tôi lấy làm hoang mang. Tôi không muốn rời bỏ những người thân còn lại của mình, và quan trọng nhất, tôi muốn đảm bảo Elizabeth ngọt ngào của mình đã được an ủi phần nào.

Nàng quả thật đã che giấu nỗi đau của bản thân và cố gắng đóng vai người an ủi tất cả chúng tôi. Nàng nhìn nhận cuộc sống với con mắt điềm tĩnh và đảm đương các nghĩa vụ một cách đầy can đảm và nhiệt huyết. Nàng tận tâm chăm sóc những người mình đã được dạy hãy gọi là chú và anh em họ. Nàng chưa bao giờ quyến rũ như lúc ấy, khi tái triệu hồi được nụ cười như ánh dương của mình và ban tặng chúng cho chúng tôi. Nàng thậm chí còn đã quên cả sự hối tiếc của chính mình trong quá trình cố gắng giúp chúng tôi quên đi.

Một thời gian sau, ngày khởi hành của tôi đến. Clerval đã dành buổi tối cuối cùng với chúng tôi. Anh đã nỗ lực thuyết phục cha mình cho phép anh đi cùng tôi và trở thành bạn học của tôi, nhưng vô ích. Cha anh là một thương nhân đầu óc thiển cận và nghĩ rằng ý nguyện cùng tham vọng của con trai mình sẽ chỉ tổ khiến anh ăn không ngồi rồi và hư hỏng. Henry cảm thấy hết sức bất hạnh trước việc bị cấm theo đuổi một nền giáo dục tự do. Anh chẳng nói năng gì nhiều, nhưng mỗi khi anh cất lời, tôi đọc thấy trong con mắt ngời sáng cũng như ánh mắt sôi nổi của anh một lòng quyết tâm dằn nín song vẫn vững như bàn thạch, ấy là không bị trói buộc vào với các tiểu tiết vụn vặt khốn khổ của công việc thương buôn.

Chúng tôi ngồi nói chuyện đến tối muộn. Cả hai không thể rời được khỏi nhau, hay thuyết phục được bản thân thốt lên câu "Vĩnh biệt!" Cuối cùng từ ngữ cũng được nói ra, và chúng tôi lấy cớ đi ngủ để lui về phòng, ai cũng nghĩ rằng người kia đã bị lừa dối; nhưng khi trời sáng, lúc tôi xuống chỗ cỗ xe ngựa sẽ đưa mình đi, tất cả mọi người đều có mặt ở đó - cha để chúc phúc lại cho tôi, Clerval để siết bàn tay tôi thêm một lần nữa, Elizabeth của tôi để lại khẩn khoản nài tôi hãy thường xuyên viết thư cũng như ban tặng những lời quan tâm ân cần đầy nữ tính cuối cùng cho người chơi cùng kiêm bạn tâm tư của nàng.

Tôi lao vào trong cỗ xe đưa mình đi và đắm chìm trong những suy tư u sầu tột độ. Tôi, người vốn từ trước đến nay toàn được bao quanh bởi những người thân yêu đáng mến, liên tục tìm cách mang lại niềm vui cho nhau - bây giờ chỉ có một mình. Ở trường đại học nơi tôi đang đến, tôi sẽ phải tự kiếm bạn và đóng vai người bảo vệ của chính mình. Cuộc sống của tôi tính đến nay biệt lập vô cùng và chỉ quanh quẩn ở trong nhà, điều đó đã khiến tôi rất lấy làm ái ngại các gương mặt mới. Tôi yêu các em của mình, Elizabeth, và Clerval; đó là "những khuôn mặt thân quen cũ"[1], nhưng tôi tin rằng mình hoàn toàn không hợp đánh bạn với người lạ. Đó là những suy tư tôi mang trong tâm trí khi bắt đầu hành trình của mình; nhưng trên đường đi, tinh thần của tôi trở nên phấn chấn hơn và hi vọng bắt đầu trỗi dậy. Tôi cực kì thèm khát tiếp thu kiến thức. Hồi ở nhà, tôi đã thường xuyên nghĩ rằng thật khó có thể chôn chân ở mãi một nơi trong suốt tuổi trẻ và đã khao khát được bước ra ngoài thế giới, khẳng định địa vị của mình giữa những con người khác. Bây giờ những ham muốn của tôi đã trở thành hiện thực, và nếu hối hận thì quả đúng là ngu xuẩn quá.

Tôi có đủ thời gian suy ngẫm về những điều này cùng nhiều suy tư khác trong suốt hành trình đến Ingolstadt dông dài và mệt mỏi. Một thời gian sau, gác chuông cao trắng của thị trấn lọt vào tầm mắt tôi. Tôi xuống xe và được đưa đến căn hộ cô quạnh của mình để tuỳ ý tiêu khiển nốt buổi tối.

---

(1) *The Old Familiar Faces*: Một bài thơ của thi sĩ người Anh Charles Lamb (1775 - 1834).

Sáng hôm sau, tôi gửi thư giới thiệu và đến thăm một số giáo sư chính. Duyên số - hay đúng hơn là cái thế lực tà ác, Thiên thần Huỷ diệt, kẻ vốn đã nắm toàn quyền đưa đẩy vận mệnh tôi kể từ khoảnh khắc tôi bất đắc dĩ quay bước rời khỏi cửa nhà cha mình - dẫn tôi đầu tiên đến gặp thầy Krempe, giáo sư triết học tự nhiên. Lão là một người thô lỗ, nhưng lại am hiểu rất sâu những bí mật trong lĩnh vực khoa học của mình. Lão hỏi tôi mấy câu về tiến trình của mình trong một số ngành khoa học khác nhau liên quan đến triết học tự nhiên. Tôi bất cẩn trả lời, và đã nêu tên các nhà giả kim như những tác giả chính yếu mình từng nghiên cứu với giọng điệu phần nào khinh miệt. Lão giáo sư nhìn tôi chằm chằm và bảo: "Cậu thực sự đã dành thời gian nghiên cứu mấy thứ vô nghĩa như thế sao?"

Tôi xác nhận điều ấy. "Mọi phút," thầy Krempe tiếp tục nói với giọng nồng ấm, "mọi khoảnh khắc cậu lãng phí vào những cuốn sách đó đều đổ xuống sông xuống bể hoàn toàn. Cậu đã nhồi nhét vào kí ức mình các hệ thống đã bị bác bỏ và những cái tên vô dụng. Lạy Chúa! Cậu đã sống ở vùng hoang mạc nào mà lại không có ai đủ tử tế để cho cậu biết rằng những ảo tưởng cậu hau háu hấp thụ đã có từ cả ngàn năm trước và cổ lỗ sĩ chẳng kém gì tuổi đời của chúng thế? Tôi chẳng ngờ nổi trong kỉ nguyên khai sáng và khoa học này mà vẫn có một môn đệ của Albertus Magnus và Paracelsus. Anh bạn thân mến à, cậu phải bắt đầu lại hoàn toàn sự học của mình thôi."

Dứt lời, lão bước sang bên, lập ra một danh sách vài cuốn sách về triết học tự nhiên mà lão muốn tôi mua, và mời tôi ra về sau khi để cập rằng vào đầu tuần sau, lão dự định khai giảng một khoá về các khía cạnh chung của triết học tự nhiên, và rằng thầy Waldman, một giáo sư đồng nghiệp, sẽ giảng về hoá học vào những ngày lão không đứng lớp.

Tôi trở về nhà, không hề thấy thất vọng, vì như tôi đã nói đấy, những tác giả mà lão giáo sư chê bai đã bị tôi coi là vô dụng từ lâu rồi; nhưng khi quay trở lại, tôi vẫn không hề muốn mó đến những nghiên cứu này dưới bất kì hình thức nào. Thầy Krempe là một người vóc dáng lùn bè với giọng nói cộc cằn và vẻ mặt đáng ghét; bởi vậy, lão thầy ấy không làm tôi có cảm tình với lĩnh vực lão theo đuổi.

Với một phong thái có lẽ mang tính triết lí và mạch lạc hơi quá đà, tôi đã thuật lại những kết luận mình rút ra được về chúng trong giai đoạn đầu đời. Hồi còn nhỏ, tôi không bằng lòng với kết quả mà các giáo sư khoa học tự nhiên hiện đại đã hứa hẹn sẽ mang lại. Với một nùi những ý tưởng rối rắm mà chỉ có thể nảy sinh từ tuổi đời nhỏ dại của tôi, cũng như việc tôi không được ai dẫn dắt trong những đề tài ấy, tôi đã lội ngược dòng thời gian, bước giật lùi trên con đường tri thức và vứt bỏ những khám phá của các nhà nghiên cứu cận đại nhằm đổi lấy những mộng tưởng của các nhà giả kim đã bị lãng quên. Hơn nữa, tôi cảm thấy khinh miệt các ứng dụng của triết học tự nhiên hiện đại. Hồi các bậc thầy của ngành khoa học đó còn tìm kiếm sự bất tử và quyền lực thì mọi sự rất khác; mặc dù chỉ dã tràng xe cát, những quan điểm như vậy vẫn rất lớn lao; nhưng bây giờ thì sự tình đã thay đổi. Tham vọng của người nghiên cứu dường như chỉ tự giới hạn trong việc huỷ diệt những viễn cảnh đã tạo nền móng hình thành nên mối quan tâm của tôi đối với khoa học. Tôi bị ép phải tráo đổi những mơ tưởng huy hoàng vô biên để lấy các thực tại chẳng mấy giá trị.

Đó là những suy tư của tôi trong hai, ba ngày đầu tiên cư trú tại Ingolstadt, quãng thời gian này chủ yếu được dùng để làm quen với các địa điểm quanh đó và những nhân vật chủ chốt tại nơi ở mới của tôi. Nhưng sang tuần tiếp theo, tôi nghĩ tới thông tin về các bài giảng mà thầy Krempe đã cung cấp cho mình. Và mặc dù không thể chấp nhận được việc đi nghe cái lão nhỏ con tự cao tự đại ấy lải nhải trên bục giảng, tôi nhớ lại những gì lão đã nói về thầy Waldman, người tôi chưa gặp bao giờ, bởi vì ông không có trong thành phố từ hôm tôi tới đến nay.

Một phần vì tò mò và một phần vì nhàn rỗi, tôi đi vào giảng đường, và chẳng bao lâu sau thì thầy Waldman cũng bước vào. Vị giáo sư này khác hẳn đồng nghiệp của mình. Ông trông khoảng năm mươi tuổi, nhưng mang diện mạo nhân đức vô cùng; vài sợi tóc bạc phủ bên thái dương, nhưng phần tóc sau gáy thì gần như đen tuyền. Vóc người ông thấp nhưng lại thẳng thớm phi thường, và ông sở hữu chất giọng ngọt ngào nhất tôi từng nghe. Ông bắt đầu bài giảng của mình bằng cách tóm tắt lại lịch sử hoá học và điểm qua nhiều tiến bộ khác nhau do những con người uyên bác thực hiện, sôi nổi nêu tên những nhà khám phá nổi bật nhất. Sau đó, ông điểm qua thực trạng hiện tại của ngành khoa học này và giải thích nhiều thuật ngữ cơ bản của nó. Sau khi thực hiện vài thí nghiệm sơ bộ, ông chốt lại bằng một bài tán dương hoá học hiện đại, với những lời lẽ mà tôi sẽ không bao giờ quên:

"Những người thầy cổ xưa của ngành khoa học này hứa hẹn những điều bất khả thi và chẳng cho ra được kết quả gì hết. Các bậc thầy hiện đại thì hứa rất ít; họ biết rằng kim loại không thể được chuyển hoá và thuốc trường sinh bất lão chỉ là một điều hão huyền. Nhưng những triết gia này, những con người với đôi bàn tay dường như chỉ ra đời để thọc vào đất, và mắt thì chỉ để nhìn qua kính hiển vi hoặc canh chừng nồi nung, thực sự đã làm nên những điều kì diệu. Họ đâm sâu vào trong các ngóc ngách của tự nhiên và phơi bày cách tự nhiên hoạt động trong những nơi ẩn náu của nàng. Họ lên tận trên thiên đàng; họ khám phá ra cách máu lưu thông, và cả bản chất của bầu không khí chúng ta hít thở. Họ thu được những sức mạnh mới mẻ và gần như vô hạn; họ có thể điều khiển được cả những tiếng sấm sét trên trời, bắt chước các trận động đất, và thậm chí chế giễu thế giới vô hình bằng những cái bóng của chính nó."

Những lời lẽ ấy của vị giáo sư - hay đúng hơn phải nói là lời lẽ của định mệnh - được cất lên như thế, và chúng đã huỷ hoại tôi. Trong khi ông nói, tôi cảm thấy như thể tâm hồn mình đang vật lộn với một kẻ thù hữu hình; những phím đàn hình thành kết cấu con người tôi lần lượt được nhấn vào; hết hợp âm này đến hợp âm khác vang lên, và chẳng mấy chốc sau, tâm trí tôi tràn ngập một ý nghĩ, một quan niệm, một mục đích. Hàng bao điều đã được thực hiện, linh hồn của Frankenstein thốt lên - và tôi sẽ còn thực hiện được nhiều hơn nữa, nhiều hơn gấp bội; bằng cách tiến bước trên những nấc thang đã được đánh dấu, tôi sẽ tiên phong mở ra một con đường mới, khám phá những quyền năng chưa một ai biết đến, và trình ra trước thế giới những bí ẩn thẳm sâu nhất của tạo hoá.

Cả đêm đó tôi không chợp mắt được tí nào. Nội tâm của tôi rơi vào trạng thái đầy náo động và hỗn loạn; tôi cảm thấy rằng trật tự rồi sẽ nảy sinh ra từ đó, nhưng tôi không có khả năng tạo ra nó. Dần dần, sau khi bình minh lên, giấc ngủ mới kéo đến. Tôi thức dậy, và những suy nghĩ ngày hôm qua của tôi cứ tựa một giấc mơ. Thứ duy nhất còn sót lại là một quyết tâm quay trở về với những nghiên cứu xưa cũ của tôi và cống hiến hết mình cho cả ngành khoa học mà tôi tin rằng mình sở hữu một tài năng thiên bẩm. Cùng ngày hôm ấy, tôi ghé thăm thầy Waldman. Phong thái ứng xử của ông tại chốn riêng tư thậm chí còn nhẹ nhàng và hấp dẫn hơn khi ở nơi công cộng, bởi vì khí sắc nghiêm trang lúc giảng giải của ông được thay thế bằng nét hoà nhã và lòng thân ái tột cùng khi ông ở trong nhà riêng. Tôi thuật lại cho ông nghe về những nghiên cứu trước đây của mình theo cách gần như y hệt những gì tôi đã kể cho lão giáo sư đồng nghiệp của ông. Ông chăm chú lắng nghe bài tường trình nho nhỏ về việc nghiên cứu của tôi và mỉm cười trước tên của Cornelius Agrippa và Paracelsus, nhưng không có sự khinh miệt mà thầy Krempe đã thể hiện. Ông bảo rằng: "Chính lòng nhiệt thành không biết mỏi mệt của những con người này đã trở thành nền tảng cho phần lớn kiến thức của các nhà triết học hiện đại. Họ để lại cho chúng ta một công việc dễ dàng hơn, ấy là đặt tên mới cho các thông tin chủ yếu do họ tìm ra, đồng thời phân chúng vào các hạng mục có liên quan. Hiếm có thành quả lao động nào của những con người thiên tài mà lại không trở thành lợi thế vững chắc của nhân loại sau này, bất kể định hướng có sai lầm đến đâu." Tôi lắng nghe lời tuyên bố không chút tự phụ hay màu mè gì của ông, và sau đó nói thêm rằng bài giảng của ông đã xoá bỏ định kiến của tôi đối với các nhà hoá học hiện đại; tôi diễn đạt bằng câu từ đã được lường trước nghĩ sau cẩn thận, với vẻ khiêm nhường và tôn kính đúng mực mà một thanh niên trẻ tuổi cần thể hiện với thầy dạy của mình, không để lộ ra chút gì (sự non nớt về cuộc đời khiến tôi thấy xấu hổ) về cái sự nhiệt tình đã kích thích tôi dấn thân vào công việc định làm. Tôi hỏi xin lời khuyên của ông về những cuốn sách mình nên mua.

"Tôi rất vui," thầy Waldman nói, "khi có thêm một học trò; và nếu lòng cần cù của cậu cũng tương ứng với khả năng của cậu, tôi tin chắc rằng cậu sẽ thành công. Hoá học là nhánh triết học tự nhiên đã và sẽ có những bước tiến lớn nhất; chính bởi lẽ đó mà tôi chọn nó làm chuyên ngành nghiên cứu đặc biệt của mình; nhưng đồng thời, tôi cũng không hề bỏ bê các ngành khoa học khác. Con người ta sẽ trở thành một nhà hoá học rất tồi nếu chỉ chuyên tâm vào mỗi mảng kiến thức ấy của nhân loại. Nếu cậu muốn trở thành một nhà khoa học thực thụ chứ không phải chỉ là một nhà thực nghiệm tầm thường, tôi khuyên cậu nên dành thời gian cho mọi ngành triết học tự nhiên, bao gồm cả toán học."

Sau đó ông đưa tôi vào phòng thí nghiệm của mình và giải thích cho tôi về công dụng các thứ máy móc khác nhau của ông, hướng dẫn tôi nên mua những gì và hứa rằng tôi sẽ được sử dụng chỗ máy của chính ông khi tôi đã đủ tiến bộ trong ngành khoa học này để không làm hỏng chúng. Ông cũng cung cấp cho tôi danh sách những cuốn sách mà tôi đã yêu cầu, và tôi ra về.

Vậy là kết thúc cái ngày đáng nhớ đã quyết định vận mệnh tương lai của tôi.

CHƯƠNG IV

KỂ TỪ NGÀY ĐÓ TRỞ ĐI, TRIẾT HỌC TỰ NHIÊN, VÀ ĐẶC BIỆT LÀ HOÁ HỌC, THEO NGHĨA TOÀN DIỆN NHẤT CỦA THUẬT NGỮ ẤY, ĐÃ TRỞ THÀNH CÔNG VIỆC GẦN NHƯ DUY NHẤT CỦA TÔI. Tôi hăng say đọc những công trình mà các nhà nghiên cứu hiện đại đã viết về các chủ đề này, những tác phẩm đầy tài năng và thông tuệ. Tôi đã tham dự các buổi giảng và đánh bạn với những nhà khoa học của trường, và tôi thậm chí còn thấy đến cả thầy Krempe cũng sở hữu rất nhiều thông tin nghĩa lí và thật sự hữu ích. Mặc dù không thể phủ nhận được rằng đi kèm với các thông tin ấy là một diện mạo và cách cư xử đầy phản cảm, nhưng không phải vì thế mà chúng giảm mất giá trị. Thầy Waldman trở thành một người bạn thật sự của tôi. Sự hiền dịu của ông không bao giờ lẫn sắc giáo điều, những chỉ dẫn của ông được đưa ra một cách thẳng thắn và tử tế đến nỗi không ai có thể quy ông thành nhà thông thái rởm được cả. Ông giúp con đường tri thức của tôi trở nên đỡ gập ghềnh hơn theo cả ngàn cách khác nhau và khiến ngay cả những câu hỏi khó hiểu nhất cũng trở thành rõ ràng và dễ hiểu đối với khả năng lãnh hội của tôi. Sự chuyên chú của tôi mới đầu hãy còn dao động và thiếu kiên định; càng làm thì nó càng mạnh mẽ hơn và chẳng bao lâu sau tôi đã trở nên hăng hái và hăm hở đến nỗi thường xuyên vẫn còn mê mải trong phòng thí nghiệm của mình khi những ngôi sao đã biến mất trong ánh dương buổi sáng rồi.

Bởi vì chăm chỉ nhường ấy, lẽ đương nhiên tôi tiến bộ rất nhanh. Lòng nhiệt tình của tôi là cả một sự ngạc nhiên lớn trong giới sinh viên, và sự thành thạo của tôi thì khiến thầy cô phải sửng sốt. Giáo sư Krempe thường xuyên hỏi tôi với một nụ cười ranh mãnh xem tình hình Cornelius Agrippa thế nào rồi, trong khi thầy Waldman thì tỏ vẻ hết sức phấn khích trong những sự tiến bộ của tôi. Hai năm trôi qua như thế, và trong thời gian đó tôi không về thăm Genève, chỉ dồn toàn bộ tâm huyết theo đuổi những khám phá mà tôi hi vọng sẽ tìm ra. Chỉ những người đã trải nghiệm sức cám dỗ của khoa học mới có thể hình dung ra được. Trong các ngành nghiên cứu khác, ta chỉ tiến được đến ngang hàng những bậc tiền nhân, và không còn gì để biết nữa; nhưng trong một cuộc nghiên cứu khoa học thì liên tục có thứ mới để khám phá và trầm trồ. Khi một khối óc với trí lực vừa phải tập trung theo đuổi bất kì ngành học nào, kiểu gì nó cũng sẽ trở nên hết sức thành thạo lĩnh vực đó; và vì luôn cố gắng đạt được mục tiêu theo đuổi của mình cũng như chỉ vùi đầu vào nó đến quên trời quên đất, tôi tấn tới nhanh đến nỗi sau giai đoạn hai năm ấy, tôi đã khám phá được vài điều giúp cải thiện một số dụng cụ hoá học, nhờ đó mà tôi rất được quý trọng và ngưỡng mộ tại trường đại học. Đến lúc này, tôi đã nắm rõ mọi phạm trù của triết học tự nhiên mà các giáo sư tại

Ingolstadt có thể truyền đạt qua bài giảng của mình, cả về lí thuyết lẫn thực tiễn. Ở lại đây sẽ không còn giúp tôi tiếp tục phát triển được nữa, và tôi tính tới chuyện trở về với những người thân yêu cùng thị trấn quê hương của mình. Đúng lúc ấy, một vụ việc xảy ra, khiến tôi phải lưu lại nơi này thêm một thời gian nữa.

Một trong những hiện tượng khiến tôi đặc biệt chú ý là cấu trúc của cơ thể người, và cả của bất kì loài động vật nào được ban tặng sự sống. Tôi thường xuyên tự hỏi bản thân rằng sự sống khởi nguồn từ đâu? Đó là một câu hỏi táo bạo, đồng thời còn là một câu hỏi từ trước đến nay vốn luôn bị coi là một bí ẩn; ấy nhưng trên đời đã có hàng bao điều chúng ta sắp sửa biết được, nhưng rồi vì hèn nhát hoặc bất cẩn mà nghiên cứu của chúng ta bị kìm nén. Tôi lật đi lật lại những trường hợp ấy trong tâm trí và quyết định rằng từ nay, mình sẽ đặc biệt chuyên chú vào những nhánh triết học tự nhiên liên quan đến sinh lí học. Nếu không nhờ một sự nhiệt tình gần như siêu nhiên truyền lửa, quá trình tập trung vào ngành học này của tôi hẳn là đã đầy khó chịu và gần như ngoài sức chịu đựng. Để soi xét được về các nguyên căn của sự sống, trước tiên chúng ta sẽ phải nhìn vào cái chết. Tôi đã làm quen với khoa học giải phẫu, nhưng thế vẫn không đủ; tôi cũng phải quan sát quá trình thối rữa và phân huỷ tự nhiên của cơ thể con người. Trong lúc dạy dỗ tôi, cha đã làm đủ cách để đảm bảo rằng chẳng nỗi kinh hoàng siêu nhiên nào có thể tác động đến tâm trí của tôi. Tôi nhớ mình chưa bao giờ run rẩy trước một câu chuyện mê tín hoặc hãi sợ sự xuất hiện của bất kì linh hồn nào. Bóng tối không tác động đến óc tưởng tượng của tôi; và một nghĩa trang đối với tôi chỉ đơn thuần là nơi chứa những cơ thể đã mất đi sự sống, thứ đã bị biến từ đỉnh cao của vẻ đẹp và sức mạnh thành thức ăn cho giun. Tôi giờ đây phải điều tra nguyên nhân và tiến trình của sự phân huỷ này và buộc phải dành hàng bao ngày đêm trong các hầm mộ và nhà để hài cốt. Đầu óc tôi dồn đổ cả vào đủ những thứ không xúc cảm tinh tế nào của con người có thể chịu đựng được. Tôi thấy cách thân hình đẹp đẽ của con người bị phân rã và huỷ hoại; tôi chứng kiến sự mục rữa của cái chết thế chỗ sắc hồng của sự sống trên má; tôi thấy cách lũ sâu thừa hưởng cặp mắt và bộ não kì diệu. Tôi dừng lại, kiểm tra và phân tích nguyên căn một cách hết sức chi li, thể hiện qua sự thay đổi từ sự sống sang cái chết, và từ cái chết về lại sự sống, cho đến khi giữa cái miền đen đặc ấy, một luồng sáng chợt chiếu rọi lên tôi - một luồng sáng vô cùng rực rỡ và kì diệu, ấy nhưng lại vô cùng đơn giản, khiến cho mặc dù đầy choáng váng trước sự lớn lao của viễn cảnh mà nó tô vẽ ra, tôi vẫn lấy làm ngạc nhiên là trong số hàng bao người với khối óc thiên tài từng cùng bỏ công nghiên cứu ngành khoa học này, chỉ mình tôi mới được hưởng đặc ân khám phá một bí mật đáng kinh ngạc nhường ấy.

Hãy nhớ rằng không phải là tôi đang ghi lại ảo tưởng của một người điên đầu. Những gì tôi hiện đang khẳng định là sự thật chắc chắn, hệt như mặt trời toả sáng trên thiên đàng vậy. Có thể nó đã ra đời nhờ một phép lạ nào đấy, ấy nhưng mọi giai đoạn của tiến trình khám phá đều rất rạch ròi và khả dĩ. Sau nhiều ngày đêm lao lực và mệt mỏi phi thường, tôi đã xoay xở phát hiện ra được căn nguyên của sự ra đời cũng như sự sống; không, hơn cả thế nữa, tôi đã có thể tự tay ban phát sinh lực cho các vật chất vô hồn.

Nỗi sững sốt mà tôi cảm thấy lúc ban đầu trước khám phá này sớm nhường chỗ cho niềm vui và sự sung sướng. Sau một thời gian lao động cực nhọc, đột ngột chạm đến đỉnh cao ham muốn của mình là cái kết thoả mãn nhất cho mọi công lao của tôi. Nhưng khám phá này khổng lồ và choáng ngợp đến nỗi tất cả các bước mà tôi đã sử dụng để dần dần thu được nó đều đã bị xoá bay xoá biến, và tôi chỉ nhìn thấy mình kết quả. Thứ vốn đã được những người khôn ngoan nhất trần đời nghiên cứu và thèm khát kể từ khi thế giới ra đời giờ nằm trong tay tôi. Không phải là mọi thứ đều đồng loạt mở ra trước mắt tôi như một khung cảnh ma thuật: bản chất của thông tin tôi thu được sẽ giúp điều hướng các nỗ lực của tôi ngay khi tôi tập trung vào mục tiêu tìm kiếm của mình, thay vì trưng ra mục tiêu đã hoàn thiện sẵn. Tôi giống như cái tay người A Rập đã bị chôn vùi cùng người chết và tìm thấy đường dẫn về cõi dương, với công cụ hỗ trợ duy nhất chỉ là một tia sáng le lói tưởng chừng như vô dụng[1].

Anh bạn à, căn cứ vào sự háo hức của anh cũng như niềm ngạc nhiên và hi vọng mà đôi mắt anh thể hiện, tôi có thể thấy rằng anh đang mong đợi sẽ được tôi tiết lộ cho biết về bí mật mà mình đã tìm ra; không thể được đâu; hãy kiên nhẫn lắng nghe cho đến khi câu chuyện của tôi kết thúc, và anh sẽ dễ dàng nhận ra tại sao tôi lại giấu giếm chủ đề đó. Vì anh cũng khinh suất và nhiệt huyết như tôi

---

(1) Frankenstein muốn nhắc đến chàng thuỷ thủ Sinbad trong truyện *Ngàn lẻ một đêm* của A Rập.

hồi đó, tôi sẽ không dẫn dắt anh đến nước đường bị huỷ hoại và đau khổ không tránh khỏi. Hãy học hỏi từ tôi, nếu không phải qua giới luật của tôi thì ít nhất cũng là qua tấm gương của tôi, rằng tiếp thu kiến thức là một công việc hết sức nguy hiểm và người tin rằng thị trấn quê hương của mình là cả thế giới sẽ hạnh phúc gấp bội kẻ khao khát trở nên vĩ đại hơn những gì bản chất của mình cho phép.

Khi thấy mình nắm trong tay một sức mạnh đáng kinh ngạc nhường ấy, tôi đã do dự suốt một thời gian dài về việc nên sử dụng nó theo cách nào. Mặc dù tôi sở hữu khả năng ban phát sức sống, ấy nhưng chuẩn bị một tấm thân để tiếp nhận nó, với tất cả những thớ sợi, cơ, và tĩnh mạch phức tạp, vẫn là một công việc khó khăn và nhọc nhằn ngoài sức tưởng tượng. Lúc đầu tôi không rõ liệu mình có nên thử tạo ra một sinh vật giống với bản thân không, hay là một tạo vật đơn giản hơn; nhưng trí tưởng tượng của tôi đã bị thành công đầu tiên của mình bốc lên tận mây xanh, thế nên tôi chẳng thể nghi ngờ về khả năng truyền sức sống cho một loài động vật phức tạp và tuyệt vời như con người. Các vật liệu tôi hiện đang sở hữu xem chừng chẳng đủ để thực hiện một công việc khó khăn như vậy, nhưng tôi tin chắc rằng rốt cuộc mình cũng sẽ thành công. Tôi sẵn sàng tinh thần đương đầu với đủ kiểu thất bại; hoạt động của tôi có thể sẽ bị cản trở liên tục, và cuối cùng thành phẩm của tôi sẽ không hoàn hảo, ấy nhưng khi nghĩ đến những bước tiến được thực hiện hằng ngày trong khoa học và máy móc, tôi được khích lệ để hi vọng rằng những nỗ lực hiện tại của mình ít nhất sẽ đặt nền móng cho thành công trong tương lai. Tôi cũng không thể coi quy mô và độ phức tạp của kế hoạch đó như minh chứng về độ thiếu khả thi của nó. Với những cảm xúc này, tôi bắt tay vào chế tạo một con người. Các bộ phận cơ thể nhỏ bé là trở ngại lớn cho tốc độ của tôi, nên tôi quyết định sẽ làm trái với ý định ban đầu của mình, chế ra một sinh vật có vóc dáng khổng lồ, với chiều cao khoảng hai mét tư, và bề ngang lớn tương ứng. Sau khi hạ quyết tâm như thế và dành vài tháng để thu thập và sắp xếp xong xuôi nguyên vật liệu của mình, tôi bắt tay vào thực hiện.

Chẳng ai có thể mường tượng nổi những xúc cảm khác nhau đã thúc tôi xông xáo tới trước như một trận bão trong cơn háo hức ban đầu về thành công đâu. Sự sống và cái chết trong mắt tôi là những ranh giới lí tưởng mà tôi cần phải vượt qua trước nhất, và chiếu rọi một luồng ánh sáng vào thế giới tăm tối của chúng ta. Một giống loài mới sẽ tôn sùng tôi như Đấng Sáng Tạo và cội nguồn của nó; bao tạo vật hạnh phúc và ưu tú sẽ nợ ơn sinh thành của tôi. Không người cha nào có thể đòi hỏi con mình phải biết ơn bản thân một cách tuyệt đối như tôi, và tôi rất xứng đáng được như thế. Trong lúc theo đuổi những suy tư này, tôi nghĩ rằng nếu có thể ban tặng sức sống cho vật chất vô tri, về sau tôi sẽ có thể (mặc dù bây giờ thì tôi thấy điều đó là bất khả thi) phục hồi sự sống cho những sinh vật chừng như đã để cái chết dâng hiến thân mình cho sự thối rữa.

Những suy nghĩ này đã hỗ trợ tinh thần của tôi, trong khi tôi hùng hục theo đuổi công việc của mình. Má tôi nhợt nhạt vì mê mải nghiên cứu, và cơ thể tôi hốc hác vì ru rú mãi trong nhà. Đôi khi, lúc gần như đã cảm thấy

chắc như đinh đóng cột, tôi lại thất bại; ấy nhưng tôi vẫn
bám lấy cái hi vọng có thể sẽ trở thành sự thật vào ngày
hôm sau hoặc giờ tiếp theo. Cái hi vọng đã được tôi hiến
dâng hết mình cho là một bí mật mà chỉ mình tôi sở hữu;
và mặt trăng theo dõi những nỗ lực nhọc nhằn giữa đêm
hôm khuya khoắt của tôi, trong quá trình tôi lần theo
dấu thiên nhiên đến tận những chốn ẩn náu của nàng với
niềm hăm hở đầy căng thẳng và ngộp thở. Nào ai thấu
hiểu những nỗi khủng khiếp của công việc nhọc nhằn tôi
bí mật thực hiện khi tôi miệt mài đào xới giữa những ngôi
mộ ẩm tội lỗi hay hành hạ động vật sống để truyền sinh
lực cho đất sét vô hồn? Bây giờ thì tay chân tôi run rẩy,
và đôi mắt tôi nhoè đi khi hồi tưởng lại; nhưng hồi ấy
thì một thôi thúc vô phương kháng cự và gần như điên
cuồng đã kích tôi tiến tới trước; tôi như thể đã mất sạch
cả linh hồn lẫn cảm giác, chẳng còn lại gì ngoài công
việc nghiên cứu mình đang theo đuổi. Đó thực sự chỉ
là một cơn mê thoáng qua, chỉ khiến tôi cảm thấy nhạy
bén hơn ngay khi cơn kích thích quái đản đó ngừng lại,
và tôi quay trở về với các lề thói cũ. Tôi thu thập xương
từ các nhà để hài cốt và thọc ngoáy vào những bí mật
ghê gớm của cơ thể con người với những ngón tay tục
tĩu của mình. Xưởng chế tạo tởm lợm của tôi được đặt
trong một căn buồng riêng vắng vẻ, hay đúng hơn là gian
phòng bé tí, tại tầng trên cùng của ngôi nhà, và tách biệt
với tất cả các phòng khác bởi một hành lang và cây cầu
thang; nhãn cầu của tôi đã bắt đầu lồi ra khỏi hốc mắt
vì phải săm soi các tiểu tiết trong lúc làm việc. Phần lớn
nguyên liệu của tôi đến từ phòng giải phẫu và lò mổ;
phần nhân tính trong tôi thường xuyên quặn lại vì ghê tởm

trước công việc của mình, mặc dù tôi vẫn tiếp tục bị thôi thúc bởi một niềm hăm hở không ngừng tăng lên và cứ dần hoàn tất công việc của mình.

Những tháng mùa hè trôi qua trong khi tôi cứ dồn hết tâm huyết cho một mình công cuộc nghiên cứu kia. Mùa ấy đẹp vô cùng; các cánh đồng mang lại vụ thu hoạch bội thu chưa từng thấy, và đồng nho cũng sum sê hơn bao giờ hết, nhưng mắt tôi vô cảm trước sự quyến rũ của thiên nhiên. Và những xúc cảm làm tôi không chút đoái hoài đến cảnh quan xung quanh cũng đã khiến tôi quên đi những người thân yêu xa cách hàng bao dặm, những người mà tôi đã lâu lắm rồi chưa gặp. Tôi biết sự im lặng của mình làm họ buồn phiền; và tôi cũng nhớ rất rõ những lời của cha tôi: "Ta biết rằng dù có thoả mãn với cuộc sống của mình, con sẽ vẫn trìu mến nghĩ về gia đình nhà ta, và chúng ta sẽ thường xuyên nhận được tin từ con. Chớ trách cứ gì ta nếu ta coi mọi sự gián đoạn nào trong việc trao đổi thư từ của con như bằng chứng cho thấy con cũng đang sao nhãng các nhiệm vụ khác của mình."

Do đó, tôi biết rõ cha mình đang cảm thấy như thế nào, nhưng tôi không thể dứt bỏ các suy nghĩ của bản thân ra khỏi công việc của mình. Mặc dù mang bản chất ghê tởm, nó vẫn đã thâu tóm tâm trí tôi theo cái cách không thể cưỡng lại được. Tôi chỉ muốn gác lại tất cả những gì liên quan đến xúc cảm yêu thương của mình cho đến khi mục tiêu lớn, thứ đã nuốt chửng mọi thói quen cố hữu của tôi, đã được hoàn tất.

Hồi đó, tôi cứ nghĩ rằng cha tôi quả sẽ rất bất công nếu nghĩ sở dĩ tôi lơ là như vậy là bởi quá mải mê với các thói hư tật xấu hoặc mắc lỗi gì đó, nhưng bây giờ tôi tin chắc rằng ông nghĩ tôi cũng phần nào có lỗi như thế là đúng. Một con người hoàn hảo phải luôn giữ cho tâm trí được bình tĩnh và lặng yên, không bao giờ cho phép đam mê hoặc ham muốn nhất thời làm xáo trộn sự tĩnh tâm của mình. Tôi không nghĩ rằng theo đuổi kiến thức là một trường hợp ngoại lệ của quy luật này. Nếu ngành học mà ta chuyên tâm nghiên cứu làm suy yếu tình cảm của ta cũng như huỷ hoại niềm yêu thích của ta đối với những thú vui đơn giản không pha tạp bất kì thứ gì, thì nghiên cứu đó chắc chắn là bất chính. Nói vậy tức là nó không phù hợp với tâm trí con người. Nếu quy tắc này luôn được tuân thủ; nếu không ai cho phép bất kì theo đuổi nào can thiệp vào sự tĩnh tại của các cảm xúc nội tâm, thì Hy Lạp đã không bị nô lệ hoá, Caesar đã cứu được đất nước của mình, châu Mỹ đã được phát hiện một cách từ tốn hơn, các đế chế tại Mexico và Peru đã không bị huỷ diệt.

Nhưng tôi đã quên mất rằng mình đang rao giảng đạo đức giữa phần thú vị nhất trong câu chuyện của mình, và vẻ mặt của anh nhắc nhở tôi hãy kể tiếp.

Cha tôi không quở trách gì trong những lá thư của ông, và chỉ đả động đến sự im lặng của tôi bằng cách hỏi han kĩ lưỡng về công việc của tôi hơn trước. Đông tới, xuân lại, và hạ trôi qua trong lúc tôi miệt mài lao động; nhưng tôi chẳng ngắm nhìn hoa nở rộ hay lá xoè bung - những cảnh tượng trước đây khiến tôi hân hoan vô cùng - bởi lẽ tôi quá chìm đắm trong công việc của mình. Phải đến khi lá cây năm đó đã úa tàn cả thì công việc của tôi mới gần đi đến hồi kết, và bây giờ thì ngày nào tôi cũng có thể thấy rất rõ mình đã thành công như thế nào. Nhưng bầu nhiệt huyết của tôi bị lo lắng kìm kẹp, và tôi trông chẳng khác nào một kẻ buộc phải làm việc quần quật như nô lệ trong hầm mỏ hay bất kì ngành nghề lam lũ nào, hơn là một người nghệ sĩ mê mải với công việc yêu thích của mình. Đêm nào tôi cũng bị một cơn sốt dai dẳng hành hạ, và tôi trở nên căng thẳng tột độ; một chiếc lá rơi cũng làm tôi giật mình, và tôi xa lánh đồng loại của mình như thể bản thân đã phạm phải tội ác nào đó. Đôi khi tôi hoảng hốt trước cái tình trạng thê thảm mà tôi nhận thấy rằng mình đã rơi vào; thứ duy nhất duy trì sinh lực cho tôi là năng lượng đến từ quyết tâm của mình: các lao lực của tôi sẽ sớm kết thúc, và tôi tin rằng vận động thể dục cũng như vui chơi giải trí về sau sẽ đẩy lùi căn bệnh đang khởi phát; và tôi tự hứa với bản thân là sẽ làm cả hai điều này ngay khi tạo vật của mình hoàn tất.

CHƯƠNG V

VÀO MỘT ĐÊM THÁNG MƯỜI MỘT THÊ LƯƠNG, TÔI CHỨNG KIẾN CÁC VẤT VẢ CỦA MÌNH ĐƯỢC BÙ ĐẮP. Với nỗi lo lắng gần như đau đớn, tôi tụ các món dụng cụ khởi tạo sức sống vào khắp xung quanh mình để có thể truyền tia lửa sinh lực vào trong cái thứ vô hồn nằm dưới chân mình. Bấy giờ là một giờ sáng; mưa ảm đạm trút xuống các ô cửa kính, và ngọn nến của tôi đã cháy gần tàn. Đúng lúc ấy, nhờ ánh sáng leo lét của ngọn nến đã tắt phân nửa, tôi thấy con mắt màu vàng đục của sinh vật ấy mở ra; hắn thở khó nhọc, và một chuyển động co giật kích động tứ chi.

Làm thế nào tôi có thể mô tả nổi cảm xúc của mình trước thảm hoạ này, hay phác hoạ nổi cái tạo vật xấu xa mà tôi đã hết sức cần mẫn và cẩn thận nhào nặn ra? Tay chân của hắn cân xứng, và tôi đã lựa chọn những nét mặt của hắn sao cho thật đẹp đẽ. Đẹp đẽ! Ôi lạy Chúa! Làn da vàng của hắn che không kín nổi các thớ cơ và động mạch bên dưới; mái tóc của hắn mang một sắc đen óng ả, và rất suôn mượt; răng hắn trắng như ngọc trai; nhưng những nét hoa mĩ này chỉ tổ tạo ra một sự tương phản kinh khủng hơn với đôi mắt ngấn nước của hắn, trông gần như y hệt màu sắc của cái hốc trắng xỉn nơi chúng được chứa đựng, cùng nước da nhăn nheo và đôi môi đen thẳng của hắn.

Ngay cả những biến động muôn màu của cuộc sống cũng không biến đổi thất thường được như cảm xúc trong lòng con người. Tôi đã làm việc hùng hục suốt gần hai năm, với mục đích duy nhất là truyền sự sống vào một cơ thể vô tri. Để phục vụ mục đích ấy, tôi đã không ngơi nghỉ và hi sinh cả sức khoẻ của mình. Tôi đã thèm khát nó với một ngọn lửa nhiệt tình không chút điều độ; nhưng giờ đây, khi tôi hoàn thành được nó, vẻ đẹp của giấc mơ tan biến, và một nỗi kinh hoàng và ghê tởm nghẹt thở tràn ngập trái tim tôi. Vì không thể chịu đựng được diện mạo của tạo vật mình đã cho ra đời, tôi xộc ra khỏi căn phòng và cứ thế đi đi lại lại một lúc lâu trong phòng ngủ của mình, không thể xoa dịu được tâm trí để còn đi nghỉ. Một lúc sau, sự mệt mỏi thế chỗ cơn bồn chồn trước đó, và tôi quăng mình xuống giường, vẫn mặc nguyên quần áo, cố gắng tìm kiếm một vài khoảnh khắc quên lãng. Nhưng làm thế chỉ vô ích; đúng là tôi đã ngủ, nhưng tôi lại bị những giấc mơ hết sức hoang dại quấy nhiễu. Tôi có cảm tưởng mình nhìn thấy Elizabeth, khoẻ mạnh như đoá hoa bung nở, đi bộ trên đường phố Ingolstadt. Vui mừng và ngạc nhiên, tôi ôm lấy nàng, nhưng khi tôi đặt nụ hôn đầu tiên lên môi nàng, chúng tái nhợt đi như nhiễm màu cái chết; các đường nét trên gương mặt nàng dường như thay đổi, và tôi nghĩ rằng mình đang ôm xác người mẹ quá cố trong tay; một tấm vải liệm bao kín người bà, và tôi thấy lũ giun nghĩa địa bò lổm ngổm trong các nếp gấp của tấm vải. Tôi kinh hoàng giật mình thức tỉnh; mồ hôi lạnh phủ trên trán tôi, răng tôi gõ lập cập, và mọi chi đều co giật đùng đùng; đúng lúc ấy, nhờ ánh trăng vàng nhập nhoạng lách qua cửa chớp, tôi nhìn thấy cái tạo vật xấu xa kia - con quái vật khốn khổ mà tôi đã tạo ra. Hắn nâng tấm rèm che giường lên; và đôi mắt hắn, nếu đó có thể được gọi là mắt, dán chặt vào tôi. Hàm hắn há ra, và hắn lẩm bẩm mấy tiếng không rõ ràng gì đó, trong khi một nụ cười làm má hắn nhăn lại. Có thể hắn đã nói, nhưng tôi không nghe thấy; một bàn tay chìa ra, như thể muốn giữ tôi lại, nhưng tôi trốn thoát và lao xuống cầu thang. Tôi lánh trong cái sân của ngôi nhà mình trọ, và ở lại đó nốt đêm ấy, đi tới đi lui trong tình trạng kích động tột độ, dỏng tai lên lắng nghe, bắt lấy và hãi sợ từng âm thanh như thể nó thông báo rằng cái xác chết quỷ quái, kẻ mà khốn nạn thay, tôi đã ban tặng sự sống, đang lại gần.

Hỡi ôi! Không một phàm nhân nào có thể chịu đựng nổi sự kinh hoàng của gương mặt đó. Ngay cả một xác ướp được tái sinh cũng không thể ghê tởm đến như cái tạo vật xấu xa kia. Tôi đã nhìn hắn hồi hắn còn dang dở; khi đó trông hắn xấu xí sẵn rồi, nhưng lúc những cơ và khớp đó có khả năng chuyển động, nó đã trở thành một thứ mà ngay cả Dante[1] cũng không thể mường tượng ra nổi.

Tôi có cả một đêm đầy khốn khổ. Đôi khi mạch của tôi nhanh và mạnh đến nỗi tôi cảm nhận được cả nhịp đập của mọi động mạch; có lúc thì tôi lại gần như sụp người xuống đất vì bạc nhược và yếu đuối tột cùng. Tôi còn cảm thấy trộn lẫn với nỗi kinh hoàng này là sự cay đắng vì thất vọng;

---

(1) Dante Alighieri (1265 - 1321): Nhà thơ người Ý, tác giả của bộ trường ca *Thần khúc*, được coi là bài thơ quan trọng nhất thời Trung Cổ và là tác phẩm văn học vĩ đại nhất trong ngôn ngữ Ý.

những giấc mơ từng là thức ăn và ngơi nghỉ thơi thả của tôi trong suốt một thời gian dài giờ trở thành địa ngục đối với tôi; và sự thay đổi còn diễn ra quá nhanh, sự sụp đổ diễn ra quá toàn diện nữa chứ!

Rồi buổi sáng ảm đạm và ẩm ướt bừng lên, đôi mắt đói ngủ cùng nhức nhối của tôi nhìn thấy nhà thờ Ingolstadt, gác chuông và đồng hồ màu trắng hiện đang báo sáu giờ. Người gác mở cổng sân, nơi vốn là chốn tị nạn của tôi đêm hôm đó, và tôi ra ngoài đường, hối hả rảo bước, như thể tìm cách tránh né cái tạo vật xấu xa mà mình cứ hãi sợ rằng sẽ lọt vào trong tầm mắt sau mọi góc phố. Tôi không dám quay trở lại căn hộ mình ở mà cứ bị thôi thúc phải tiếp tục guồng chân bước, mặc dù đang bị ướt đẫm bởi cơn mưa trút xuống từ bầu trời đen đặc và nghiệt ngã.

Tôi tiếp tục đi như thế một hồi, ráng sức sử dụng hoạt động thể chất để giảm tải gánh nặng đang đè nén tâm trí mình. Tôi cứ thế băng qua các con phố, không có bất kì ý niệm rõ ràng nào về việc mình đang ở đâu hay đang làm gì. Cơn sợ hãi như một chứng bệnh, khiến trái tim tôi đập thình thịch như trống trận, và tôi loạng choạng phăm phăm đưa chân, không dám nhìn ngó xung quanh mình:

Hệt như kẻ, trên con đường cô đơn,
Bước đi trong hãi hùng và khiếp sợ,
Chỉ quay lại nhìn một lần, rồi tiếp tục bước,
Và không quay đầu lại nữa;
Bởi anh ta biết một con quái vật đáng sợ
Đang theo sát sau bước chân mình. [1]

---

(1) Trích trong tác phẩm *The Rime of the Ancient Mariner* (tạm dịch: *Bài ca của lão thủy thủ già*) của Coleridge. [chú thích của Mary Shelley trong nguyên bản]

Sau một hồi cứ đi như thế, tôi đến đối diện nhà trọ, nơi đủ loại xe khách và xe hàng khác nhau vẫn thường đỗ lại. Tôi dừng chân tại đây, không biết vì sao; nhưng tôi ở yên đó vài phút với đôi mắt dán chặt vào một chiếc xe ngựa đang tiến về phía mình từ phía bên kia đường. Khi nó đến gần hơn, tôi thấy rằng đó là một chiếc xe Thụy Sĩ; nó dừng lại ngay nơi tôi đang đứng; và khi cánh cửa mở, tôi trông thấy Henry Clerval. Nhìn thấy tôi, anh ngay lập tức nhảy ra. "Frankenstein thân mến ơi," anh thốt lên, "gặp anh tôi vui quá! Thật may mắn làm sao khi có anh ở đây ngay lúc tôi xuống xe!"

Không gì có thể sánh bằng niềm vui của tôi khi trông thấy Clerval; sự hiện diện của anh gợi tôi nhớ đến cha, Elizabeth, và tất cả những khung cảnh của quê nhà đầy nhớ thương. Tôi nắm lấy bàn tay anh, và trong một khoảnh khắc quên đi nỗi kinh hoàng và sự bất hạnh của mình; lần đầu tiên trong suốt nhiều tháng, tôi bất chợt cảm thấy một niềm vui đầy lặng yên và thanh thản. Bởi vậy, tôi chào đón anh bạn của mình một cách cực kì thân mật, và chúng tôi đi về phía trường đại học của tôi. Clerval tiếp tục nói chuyện một hồi về những người bạn chung của chúng tôi và việc bản thân anh đã may mắn đến thế nào khi được phép tới Ingolstadt. "Hẳn chẳng khó gì để anh tin rằng thuyết phục cha tôi cái nghệ thuật kế toán sổ sách cao quý không phải tất cả những kiến thức cần thiết là công việc chông gai vô cùng; thật tình mà nói, tôi tin ông ấy đến tận phút chót vẫn còn hoài nghi, vì câu trả lời ông ấy liên tục đưa ra trước những lời van xin không mệt mỏi của tôi cũng giống như câu trả lời của ông giáo người Hà Lan trong *Cha xứ miền Wakefield*[1]: 'Không cần tiếng Hy Lạp mà tôi kiếm được mười ngàn florin mỗi năm, không có tiếng Hy Lạp mà tôi vẫn ăn uống ngon lành.' Nhưng dần dần, tình cảm của ông ấy đối với tôi cũng đã lấn át được sự chán ghét học hành, và ông ấy đã cho phép tôi thực hiện một chuyến hành trình khám phá đến vùng đất tri thức."

"Được gặp anh là tôi vui lắm đấy; nhưng xin hãy cho tôi biết lúc anh rời đi, tình hình cha tôi, các em tôi, và Elizabeth của tôi thế nào."

"Rất khoẻ, và rất hạnh phúc, chỉ có hơi chút bất an vì họ quá hiếm khi thấy anh gửi thư từ về. Nhân tiện, bản thân tôi cũng muốn thay mặt họ khiển trách anh đôi lời. Nhưng mà, Frankenstein thân mến ơi," anh dừng lại và nhìn thẳng vào mặt tôi, "nãy giờ tôi chưa để ý thấy anh trông ốm yếu nhường nào; còm cõi và xanh xao lắm; nhìn anh như thể đã thức mấy đêm liền rồi."

"Anh đã đoán đúng rồi đấy; dạo gần đây tôi cứ vùi đầu vào một công việc, mê mải đến nỗi không để bản thân được nghỉ ngơi đầy đủ nữa, như anh đã thấy đấy; nhưng tôi hi vọng, tôi thực sự hi vọng, rằng tất cả mọi việc đều đã kết thúc, và rằng cuối cùng tôi cũng đã được tự do."

Tôi run lẩy bẩy; chỉ nghĩ đến những sự kiện diễn ra đêm hôm trước thôi là tôi đã không thể chịu đựng được rồi, đừng nói là đả động đến nó. Tôi rảo bước với tốc độ thật nhanh, và chẳng bao lâu sau chúng tôi đã đặt chân đến trường đại học của tôi. Đúng lúc ấy, tôi nghĩ đến

---

(1) *The Vicar of Wakefield*: Tiểu thuyết của nhà văn người Ireland Oliver Goldsmith. Đây là một trong những cuốn tiểu thuyết thế kỉ 18 phổ biến và được dân thời Victoria đọc nhiều nhất.

chuyện tạo vật mà tôi đã bỏ lại trong căn hộ của mình có thể vẫn còn ở đó, còn sống và đi lại khắp nơi, ý nghĩ đấy khiến tôi rùng mình. Tôi khiếp hãi cảnh phải nhìn thấy con quái vật này; nhưng tôi còn hãi cảnh Henry trông thấy hắn hơn. Bởi vậy, sau khi khẩn nài anh hãy lưu lại dưới chân cầu thang vài phút, tôi phóng lên phòng riêng của mình. Trước khi kịp trấn tĩnh lại thì bàn tay tôi đã đặt trên khoá cửa rồi. Đến đây tôi dừng lại; và một cơn rét run lẩy bẩy lan toả khắp người tôi. Tôi mở tung cửa ra, hệt như những gì bọn trẻ con vẫn hay làm mỗi khi chúng ngỡ rằng một bóng ma đang đứng đợi mình ở phía bên kia; nhưng không có gì xuất hiện cả. Tôi sợ hãi bước vào trong: căn hộ trống rỗng; và phòng ngủ của tôi cũng đã không còn bóng vị khách gớm ghiếc của nó. Tôi khó lòng tin nổi một vận may lớn đến thế có thể xảy ra với mình, nhưng khi chắc chắn rằng kẻ thù của mình đã thực sự bỏ chạy, tôi sung sướng vỗ tay và chạy xuống chỗ Clerval.

Chúng tôi lên phòng của tôi, và chẳng bao lâu sau người hầu mang bữa sáng đến; nhưng tôi không thể kiềm chế nổi bản thân. Thứ xâm chiếm lấy tôi không chỉ là niềm vui; tôi cảm thấy da thịt mình trở nên râm ran vì quá nhạy, và mạch của tôi đập rộn ràng. Tôi không thể ngồi im một chỗ dù chỉ trong tích tắc; tôi nhảy qua ghế, vỗ tay bôm bốp, và cười phá lên ha hả. Lúc đầu, Clerval ngỡ tưởng tâm trạng bất thường của tôi là do vui sướng trước sự xuất hiện của anh, nhưng khi quan sát tôi kĩ hơn, anh thấy trong mắt tôi có một sự hoang dã mà anh không thể giải thích được, và tiếng cười ồn ã, không chút kiềm chế, vô hồn của tôi làm anh vừa sợ hãi, vừa kinh ngạc.

"Victor thân mến ơi," anh thốt lên, "vì Chúa, có chuyện gì thế? Đừng cười theo cái kiểu đó. Anh ốm nặng quá rồi! Nguyên cớ của tất cả những điều này là gì vậy?"

"Đừng hỏi tôi," tôi kêu lên, đưa hai tay ra trước mắt, vì tôi cứ ngỡ mình thấy cái bóng ma đáng sợ kia lướt vào trong phòng; "*hắn* trả lời được đấy. Ôi, cứu tôi với! Cứu tôi với!" Tôi tưởng tượng cảnh con quái vật túm lấy mình; tôi điên cuồng vùng vẫy và ngã lăn xuống ngất xỉu.

Tội nghiệp Clerval! Không biết anh lúc ấy cảm thấy ra sao nhỉ? Một cuộc gặp gỡ mà anh đã vui vẻ ngóng trông, bị biến thành cay đắng một cách đầy lạ lùng. Nhưng tôi không được chứng kiến nỗi đau buồn của anh, bởi lẽ tôi bấy giờ đang mê man bất tỉnh và phải rất, rất lâu sau mới hồi tỉnh.

Đấy là sự khởi đầu của một cơn sốt thần kinh, khiến tôi phải ở lì một chỗ nhiều tháng. Trong suốt quãng thời gian đó, Henry là người duy nhất chăm sóc cho tôi. Sau đó tôi mới hay rằng, vì biết cha tôi tuổi tác đã cao và không đủ sức khoẻ để thực hiện một hành trình dài như vậy, chứng bệnh của tôi sẽ khiến Elizabeth đau khổ như thế nào, anh đã tránh để họ phải buồn rầu bằng cách che giấu căn bệnh của tôi. Anh biết rằng tôi không thể có được một người chăm sóc tốt bụng và chu đáo hơn anh; và tin chắc tôi sẽ hồi phục, anh đinh ninh rằng mình đã làm việc tử tế nhất có thể thay vì gây tổn hại gì cho họ.

Nhưng tôi thực chất ốm rất nặng, và thứ duy nhất giúp tôi lấy lại được sinh lực chắc chắn chính là những nỗ lực chăm sóc không chút quản ngại và không ngơi nghỉ của bạn tôi. Hình hài của con quái vật mà tôi đã khai sinh cứ hiện mãi trước mắt tôi, và tôi mê sảng nhắc đến hắn suốt. Chắc chắn những lời lẽ của tôi đã làm Henry ngạc nhiên; mới đầu anh tin rằng chúng chỉ là những suy tư vơ vẩn trong khối óc cuồng loạn của tôi, nhưng việc tôi cứ dai dẳng nhắc đi nhắc lại cùng một chủ đề đã thuyết phục anh rằng chứng bệnh của tôi quả thực khởi nguồn từ một sự kiện bất thường và khủng khiếp nào đó.

Với một tốc độ rất chậm, kèm theo những cơn tái phát thường xuyên khiến anh bạn tôi không khỏi hoang mang và buồn khổ, tôi bình phục. Tôi nhớ rằng vào lần đầu tiên mình có thể cảm thấy chút vui vẻ khi nhìn ngắm các sự vật bên ngoài, tôi nhận thấy những chiếc lá rụng đã biến mất và chồi non đang nhú ra từ đám cây phủ bóng che cửa sổ của tôi. Đó là một mùa xuân tuyệt diệu, và nó đã góp công rất lớn cho quá trình hồi sức của tôi. Tôi cũng cảm thấy những xúc cảm hân hoan và yêu thương hồi sinh trong tâm hồn mình; sự u sầu của tôi biến mất, và chỉ thời gian ngắn sau, tôi đã trở nên vui vẻ như hồi trước khi niềm đam mê chết người kia ập đến.

"Clerval thân mến ơi," tôi thốt lên, "anh đã rất tốt bụng, rất tử tế với tôi. Thay vì dành thời gian học tập như từng tự hứa với bản thân, anh đã hao phí cả mùa đông trong phòng bệnh của tôi. Sao mà tôi có thể đền đáp cho anh được đây? Tôi cảm thấy hối hận vô cùng trước nỗi thất vọng mà mình đã gây ra, nhưng anh hẳn sẽ tha thứ cho tôi."

"Anh sẽ đền đáp được trọn vẹn cho tôi bằng cách chớ làm bản thân bị xáo động, mà hãy gắng khoẻ lại nhanh nhất có thể; và vì xem chừng anh đang trong tâm trạng vui vẻ như thế, tôi có thể nói với anh về một chuyện được không?"

Tôi run rẩy. Một chuyện! Có thể là gì được đây? Có khi nào anh đang ám chỉ đến cái đề tài mà tôi thậm chí còn không dám nghĩ đến không?

"Bình tĩnh đi," Clerval nói, quan sát thấy cách tôi biến sắc, "tôi sẽ không đề cập đến chuyện đó nếu nó làm anh thấy phiền; nhưng cha và em họ của anh sẽ rất lấy làm vui mừng nếu nhận được một lá thư từ anh do chính tay anh viết. Họ chẳng biết anh bị ốm nặng đến thế nào và cảm thấy lo lắng khi thấy anh biệt vô âm tín lâu như vậy."

"Chỉ có vậy thôi à, Henry thân mến? Sao anh lại có thể nghĩ rằng suy tư đầu tiên của tôi sẽ không hướng về phía những người hết sức, hết sức thân thương mà tôi hằng yêu quý và rất xứng đáng với tình cảm của tôi?"

"Anh bạn à, nếu mà đang cảm thấy như thế, có lẽ anh sẽ rất mừng khi thấy một lá thư gửi anh đã nằm sẵn đây vài ngày rồi; tôi tin đó là thư từ em họ anh đấy."

CHƯƠNG VI

C<small>LERVAL</small> ĐẶT LÁ THƯ SAU VÀO TRONG ĐÔI BÀN TAY TÔI. N<small>Ó DO CHÍNH</small> E<small>LIZABETH CỦA TÔI GỬI</small>:

Anh họ thân mến của em,

Anh đã bị ốm, ốm rất nặng, và ngay cả những lá thư do anh Henry tốt bụng thường xuyên gửi về cũng không đủ để trấn an em về tình hình của anh. Anh bị cấm viết - cấm cầm bút; ấy nhưng Victor thân mến ơi, chỉ một lời từ anh là đủ để xoa dịu mọi e sợ của chúng em. Suốt một thời gian dài, em cứ nghĩ rằng chuyến thư nào cũng có thể sẽ mang những dòng chữ ấy đến, và nhờ có em thuyết phục mà chú mới không đi một chuyến đến Ingolstadt. Em đã ngăn cho chú khỏi phải đối mặt với những bất tiện và chưa biết chừng còn cả những nguy hiểm của một hành trình dài như thế, ấy nhưng em liên tục cảm thấy hối tiếc vì không thể tự mình lên đường! Em cứ mường tượng trong đầu cảnh nhiệm vụ chăm sóc bệnh tình của anh đã bị trao cho một y tá già nào đó đi thuê về, một người không đời nào có thể đoán được những mong muốn của anh hay đáp ứng chúng một cách chu đáo và tình cảm như người em họ tội nghiệp của anh. Tuy nhiên, điều đó giờ đã kết thúc: anh Clerval viết thư báo rằng anh thực sự đang khoẻ hơn. Em háo hức hi vọng rằng anh sẽ sớm tự tay viết thư để xác nhận thông tin này.

Hãy khoẻ lại nhé - và trở về với chúng em. Anh sẽ được gặp một gia đình hạnh phúc, vui tươi và những người thân yêu quý anh hết mực. Cha anh vẫn rất tráng kiện, chú chỉ muốn gặp anh để được yên tâm rằng anh vẫn khoẻ; và khuôn mặt nhân từ của chú sẽ chẳng bao giờ bị nét âu lo nào làm vẩn đục. Anh chắc hẳn sẽ vui mừng khôn xiết khi được biết về tiến triển của Ernest nhà ta! Cậu ấy bây giờ đã mười sáu tuổi và hết sức năng động cũng như nhiệt huyết. Ernest muốn trở thành một người Thụy Sĩ thực thụ và xung phong vào quân ngũ, phục vụ ở nước ngoài, nhưng chúng em không thể chia tay với cậu ấy, ít nhất là cho đến khi anh trai cậu ấy trở về với chúng em. Chú không ưng ý tưởng theo đuổi sự nghiệp quân sự ở một đất nước xa xôi, nhưng Ernest chưa bao giờ sở hữu khả năng chuyên tâm của anh. Cậu ấy coi học tập như một thứ gông cùm đáng ghét; dành thời gian ngoài trời, leo trèo đồi núi hoặc chèo thuyền trên hồ. Em sợ rằng Ernest sẽ trở thành một kẻ làm biếng trừ khi chúng em nhượng bộ và cho phép cậu ấy dấn thân vào cái nghề mà mình đã chọn.

Ngoại trừ việc đám trẻ con yêu dấu nhà ta lớn lên thì kể từ khi anh rời chúng em đến nay, chẳng có gì thay đổi mấy. Hồ nước trong xanh và những ngọn núi phủ tuyết - không bao giờ thay đổi; và em nghĩ

mái nhà yên lặng cũng như con tim mãn nguyện của
chúng em cũng tuân theo chính những luật lệ bất biến
ấy. Em dành thời gian thực hiện những công việc lặt
vặt, và chúng giúp em được khuây khoả, và mọi mệt
nhọc của em đều được tưởng thưởng nhờ được thấy
toàn những khuôn mặt vui vẻ, tốt bụng xung quanh
mình. Kể từ hồi anh rời xa chúng em, chỉ có đúng một
sự thay đổi đã diễn ra trong gia đình nhỏ của chúng
ta. Anh có nhớ Justine Moritz gia nhập gia đình ta vào
dịp nào không? Chắc anh không nhớ đâu; vậy nên em
sẽ kể vắn tắt về lịch sử của chị ấy. Bà Moritz, mẹ chị,
là một goá phụ có bốn đứa con, trong đó Justine là
con thứ ba. Cô gái đó luôn là con cưng của cha mình,
nhưng bởi một sự trái khoáy kì lạ, bà mẹ không thể
chịu đựng nổi chị, và sau khi ông Moritz qua đời, chị
đã bị đối xử rất tệ bạc. Dì đã nhận thấy điều này, và khi
Justine mười hai tuổi, dì đã thuyết phục mẹ chị cho
phép Justine sống ở nhà chúng ta. Các thể chế cộng
hoà của nước ta đã giúp hình thành những lễ thói ứng
xử đơn giản và hạnh phúc hơn so với những tập tục
chủ đạo tại các chế độ quân chủ lớn xung quanh. Do
đó, có ít sự phân biệt giữa các giai cấp cư dân hơn; và
những người ở giai cấp thấp, do không quá nghèo và
cũng không quá bị coi thường, có tác phong tinh tế và
đạo đức hơn. Một người hầu ở Genève không giống
với một người hầu ở Pháp và Anh. Sau khi được đón
nhận vào trong gia đình nhà ta như vậy, Justine học
làm người hầu. Ở đất nước may mắn của chúng ta,
cảnh sống ấy không đi kèm với sự thiếu hiểu biết và hi
sinh phẩm giá con người.

Có thể anh vẫn nhớ, Justine rất được anh quý mến; và em nhớ anh đã từng nhận xét rằng nếu anh mà có cảm thấy buồn bực, chỉ cần một cái liếc mắt từ Justine là tâm trạng ấy sẽ tiêu tan ngay, với một lí do hệt như những gì Ariosto[1] đã đưa ra khi nói về vẻ đẹp của Angelica[2] - chị trông rất chân thực và hạnh phúc. Dì rất quý chị, và chính bởi vậy mà dì đã cho chị được học hành tới nơi tới chốn hơn hẳn so với dự định ban đầu. Ơn đức ấy đã được hoàn trả đầy đủ; Justine cảm kích tột độ: ý em không phải là chị thổ lộ ra như vậy đâu, em chưa bao giờ nghe chị hé môi một lời nào về chuyện này, nhưng nhìn vào ánh mắt chị, anh có thể thấy rằng chị gần như ngưỡng mộ người bảo hộ của mình. Mặc dù chị tính tình vui tươi và thiếu chu đáo về nhiều mặt, nhưng chị vẫn rất chú tâm quan sát mọi cử chỉ của dì. Chị coi dì như hình mẫu ưu tú nhất trần đời và nỗ lực bắt chước lời ăn tiếng nói cũng như phong thái ứng xử của dì, vì vậy mà ngay cả bây giờ, chị vẫn thường xuyên gợi cho em nhớ đến dì.

Khi người dì thân yêu của em qua đời, tất cả mọi người đều quá mải chìm đắm trong nỗi đau buồn cá nhân, không ai để ý đến Justine tội nghiệp, chị đã chăm sóc dì trong suốt thời gian bị bệnh hết sức tận tình. Justine đáng thương đổ bệnh nặng; nhưng vẫn còn nhiều nỗi gian nan khác đợi chờ chị.

Các anh chị em của Justine lần lượt qua đời; và mẹ chị chẳng còn lại mụn con nào, ngoại trừ cô con gái đã

---

(1) Ludovico Ariosto (1474 - 1533): Nhà thơ người Ý, nổi tiếng với bài thơ *Orlando Furioso* (tạm dịch: *Sự điên cuồng của Orlando*).
(2) Một nhân vật trong *Orlando Furioso*.

bị chính bà hắt hủi. Lương tâm người phụ nữ ấy bị
cắn rứt; bà ta bắt đầu nghĩ rằng cái chết của những
đứa con cưng của mình là hình phạt trời giáng xuống
để trừng phạt bà ta vì tội đã thiên vị tình cảm. Bà
ta là một tín đồ Công giáo; và em tin rằng linh mục
giải tội của bà ta đã giúp củng cố thêm cho ý tưởng
mà người phụ nữ đó đã ấp ủ trong đầu. Chính bởi
vậy, vài tháng sau khi anh lên đường đến Ingolstadt,
Justine được người mẹ hối lỗi của mình gọi về nhà.
Thật tội nghiệp! Chị khóc sướt mướt khi rời khỏi
nhà chúng ta; chị đã thay đổi rất nhiều kể từ cái chết
của dì; sự đau buồn đã mang lại cho phong thái vốn
trước nay trứ danh hoạt bát của chị nét dịu dàng và
hoà nhã đầy hấp dẫn. Quãng thời gian chị lưu lại ở
nhà mẹ mình cũng chẳng giúp chị khôi phục lại sự
vui tươi. Sự ăn năn của người phụ nữ đáng thương
kia cứ dao động suốt. Bà ta đôi khi cầu xin Justine
tha thứ cho sự vô tâm của mình, nhưng chủ yếu toàn
buộc tội chị đã gây ra cái chết cho anh chị em của
mình. Vì cứ phiền muộn không ngừng, bà Moritz
dần suy yếu, và mới đầu thì nó chỉ khiến cho bà ta
thêm phần cáu kỉnh, nhưng giờ thì bà ta đã được yên
nghỉ vĩnh viễn. Bà ta qua đời ngay khi tiết trời chớm
lạnh, vào đầu mùa đông năm ngoái. Justine vừa mới
trở về với chúng em; và em cam đoan với anh rằng em
yêu thương chị vô cùng. Chị rất thông minh và dịu
dàng, vô cùng xinh đẹp nữa; như em đã để cập ban
nãy, khí sắc và biểu cảm của chị liên tục gợi cho em
nhớ đến người dì thân yêu của mình.

Em cũng phải kể với anh vài lời về William yêu dấu, anh họ thân yêu à. Giá mà anh có thể nhìn thấy thằng bé; em ấy rất cao so với tuổi của mình, với đôi mắt xanh tươi cười đầy ngọt ngào, cặp lông mi đen, và mái tóc xoăn. Khi William mỉm cười, hai má lúm đồng tiền xuất hiện trên mỗi gò má, hồng hào khoẻ mạnh. William đã kiếm được một, hai *cô vợ* nhí rồi, nhưng Louisa Biron là người em ấy quý nhất, một cô bé năm tuổi xinh xắn.

Bây giờ, Victor thân mến ơi, em tin rằng anh sẽ muốn được nghe đôi chút chuyện phiếm về những con người tử tế của Genève. Cô Mansfield xinh đẹp đã được thiên hạ ghé thăm chúc mừng về cuộc hôn nhân sắp tới với một anh chàng trẻ tuổi người Anh tên John Melbourne. Bà chị Manon xấu xí của cô ấy đã kết hôn với ông Duvillard, vị chủ ngân hàng giàu có, vào mùa thu năm ngoái. Người bạn học Louis Manoir yêu quý của anh đã gặp phải một số vận rủi kể từ khi Clerval rời khỏi Genève. Nhưng anh ta hiện đã vực lại được tinh thần, và nghe bảo là sắp sửa kết hôn với một người phụ nữ Pháp xinh đẹp rất vui tươi tên Tavernier. Cô này là một goá phụ, và lớn tuổi hơn Manoir nhiều, nhưng rất được mọi người khâm phục và yêu mến.

Nhờ viết ra những dòng này, em đã tự giúp bản thân phấn chấn hơn, anh họ thân mến à; nhưng nỗi lo lắng của em lại tái xuất khi em kết thư. Hãy viết đi, Victor yêu dấu ơi, - chỉ một dòng - chỉ một từ thôi cũng sẽ là một phước lành đối với chúng em rồi. Ngàn lần cảm ơn Henry vì lòng tốt của anh ấy, tình thương yêu của anh ấy, và hàng bao lá thư của anh ấy; chúng em đều chân thành biết ơn. Tạm biệt nhé! Anh họ của em; hãy bảo trọng; và nhớ hãy viết thư nhé, em khẩn nài anh đấy!

ELIZABETH LAVENZA

Genève, ngày 18 tháng Ba, 17-

"Ôi, Elizabeth dấu yêu!" Tôi thốt lên sau khi đã đọc xong bức thư của nàng. "Tôi sẽ ngay lập tức viết thư và giải toả nỗi lo mà họ hẳn phải đang cảm thấy." Tôi viết, và nỗ lực này làm tôi mệt lử người; nhưng tôi đã bắt đầu bước vào thời kì lại sức, và cứ thế tiến hành viết thường xuyên. Trong hai tuần sau tôi đã có thể rời khỏi buồng của mình.

Một trong những nhiệm vụ đầu tiên của tôi sau khi bình phục là giới thiệu Clerval với các giáo sư của trường đại học. Khi làm điều này, tôi phải chịu đựng một sự hành hạ ghê gớm, không hợp với những vết thương mà tâm trí tôi đã lãnh phải chút nào. Kể từ cái đêm định mệnh ấy, khi mọi khổ nhọc của tôi chấm dứt và những bất hạnh của tôi khởi đầu, tôi đã hình thành một ác cảm dữ dội với ngay cả cái tên ngành triết học tự nhiên. Kể cả khi sức khoẻ tôi đã phục hồi phần nhiều về mọi mặt, chỉ trông thấy một dụng cụ hoá học thôi cũng sẽ khơi dậy lại tất cả các triệu chứng đau đớn của chứng bệnh thần kinh tôi từng mắc phải. Henry nhận ra điều này, và đã dẹp bỏ tất cả các dụng cụ của tôi đi khuất mắt. Anh cũng đã thay đổi căn hộ của tôi; bởi lẽ anh nhận thấy rằng tôi đã trở nên khó chịu với căn phòng mà trước đây từng là phòng thí nghiệm của tôi. Nhưng những chu đáo ấy của Clerval chỉ vô dụng khi tôi đến thăm các giáo sư. Thầy Waldman tra tấn tôi khi ông tử tế và niềm nở ca ngợi những bước tiến đáng kinh ngạc mà tôi đã đạt được trong các ngành khoa học. Ông sớm nhận ra rằng tôi không thích đề tài này; nhưng vì không đoán được nguyên nhân thực sự, ông quy xúc cảm của tôi cho sự khiêm tốn, và thay đổi chủ đề từ sự tiến bộ của tôi sang chính bản thân cái ngành khoa học ấy, tôi thấy rõ là ông đang muốn dụ tôi cất tiếng. Tôi có thể làm gì được đây? Ông muốn làm tôi vui, nhưng ông lại hành hạ tôi. Tôi cảm thấy như thể ông đã cẩn thận đặt từng món dụng cụ một vào trong tầm mắt của tôi, chúng sau đó sẽ được dùng để giết tôi một cách chậm rãi và tàn nhẫn. Tôi quằn quại dưới những lời lẽ của ông, song không dám biểu lộ nỗi đau mà mình cảm thấy. Vì vốn sở hữu cặp mắt cũng như xúc cảm đầy nhanh nhạy trong việc phán đoán tình cảm của người khác, Clerval đã từ chối bàn về chủ đề đó, đưa lí do là mình hoàn toàn không hiểu biết gì; và cuộc trò chuyện trở nên chung chung hơn. Tôi cảm ơn bạn mình từ tận sâu thẳm trong tim, nhưng tôi không nói gì cả. Tôi thấy rõ rằng anh cảm thấy ngạc nhiên, nhưng anh không bao giờ tìm cách moi móc bí mật của tôi; và mặc dù tôi yêu quý anh với một tình cảm thương mến hoà lẫn với lòng kính trọng vô bờ bến, ấy nhưng tôi không đời nào thuyết phục nổi bản thân hãy tiết lộ với anh cái sự kiện thường xuyên xuất hiện trong hồi ức của tôi. Tôi e rằng nếu thuật lại sự tình cho người khác, nó sẽ chỉ hằn in một cách đậm sâu hơn trong đầu.

Thầy Krempe thì không dễ sai khiến như vậy; và trong tình trạng nhạy cảm đến gần như không thể chịu đựng nổi lúc bấy giờ của tôi, những lời tán dương lỗ mãng và bộc trực của lão mang đến cho tôi nhiều đau đớn hơn cả những lời khen ngợi nhân từ của thầy Waldman. "Bố tổ cái cậu này!" Lão thốt lên. "Ôi, cậu Clerval, tôi đảm bảo với cậu rằng cậu ta đã vượt xa tất cả chúng tôi. Vâng, cứ tròn mắt đi nếu cậu muốn; nhưng điều đó vẫn cứ là sự thật. Tay thanh niên mới chỉ vài năm trước còn tin vào Cornelius Agrippa một cách chắc chắn như sách Phúc Âm, bây giờ đã vươn lên vị trí đứng đầu trường đại học; và nếu cậu ta mà không được kéo xuống sớm, tất cả chúng tôi sẽ đều mất mặt hết cả. Vâng, vâng," lão nói tiếp, nhận thấy khuôn mặt của tôi biểu lộ sự đau khổ, "cậu Frankenstein chỉ khiêm tốn thôi; một phẩm chất tuyệt vời ở một chàng trai trẻ. Cậu biết đấy, cậu Clerval, giới trẻ nên biết khiêm tốn về bản thân mình: hồi còn trẻ tôi cũng thế; nhưng chỉ một thời gian rất ngắn thôi là bản tính đó bị bào mòn ngay."

Thầy Krempe giờ đây đã bắt đầu một bài tán dương bản thân lão, và may mắn thay, điều ấy đã hướng cuộc trò chuyện ra khỏi cái chủ đề gây khó chịu cho tôi.

Clerval chưa bao giờ tán đồng niềm ham thích khoa học tự nhiên của tôi; và công việc nghiên cứu văn học của anh khác hoàn toàn với những gì tôi đã lao đầu vào. Anh đến trường đại học nhằm mục đích trở thành bậc thầy về ngôn ngữ phương Đông, và từ đó mở rộng đường để anh triển khai kế hoạch cuộc đời đã vạch ra cho bản thân. Quyết tâm sẽ không theo đuổi một sự nghiệp không có tiếng tăm, anh hướng mắt về phương Đông, coi đó như một chốn đủ tầm vóc đối với tinh thần táo bạo của mình. Các ngôn ngữ Ba Tư, A Rập và tiếng Phạn thu hút sự chú ý của anh, và tôi dễ dàng được dẫn dụ tham gia vào các ngành học tương tự. Sự nhàn rỗi từ trước đến nay luôn gây khó chịu cho tôi, và vì giờ đang muốn không phải suy ngẫm, đồng thời còn ghét những ngành học trước đây của mình, tôi cảm thấy nhẹ nhõm vô cùng khi được trở thành bạn học cùng với anh bạn mình, và nhận thấy các tác phẩm của người phương Đông không chỉ truyền cho mình kiến thức mà còn mang lại sự an ủi nữa. Khác với anh, tôi không cố gắng thu thập một vốn kiến thức sâu sắc về các kiểu phương ngữ của những ngôn ngữ đó, vì tôi không dự định sẽ sử dụng chúng làm gì ngoài giải trí tạm thời. Tôi đọc chỉ để hiểu ý nghĩa, và công sức của tôi đã được tưởng thưởng một cách rất xứng đáng. Sự u sầu của chúng thật êm dịu, và niềm hân hoan chúng chứa đựng thật chếnh choáng, đến một mức độ mà tôi chưa bao giờ trải nghiệm khi nghiên cứu các tác giả của bất kì quốc gia nào khác. Khi đọc các tác phẩm của họ, ta có cảm tưởng cuộc sống như cấu thành từ mặt trời ấm áp và vườn hồng, từ những nụ cười và cái cau mày của một kẻ thù đẹp đẽ, và từ ngọn lửa hừng hực thiêu đốt trái tim ta. Thật khác biệt bao với thơ ca nam tính và anh hùng của Hy Lạp và La Mã!

Mùa hè trôi qua trong khi tôi chúi mũi vào những việc nghiên cứu ấy, và chuyến trở về Genève của tôi đã được ấn định vào cuối mùa thu; nhưng do bị một số chuyện gây cản trở, mùa đông và tuyết ập đến, đường sá không thể sử dụng được nữa, và hành trình của tôi bị trì hoãn cho đến mùa xuân năm sau. Tôi cảm thấy rất cay đắng trước sự trì trệ này; bởi lẽ tôi chỉ thèm được nhìn thấy thị trấn quê hương cũng như những người bạn yêu quý của mình.

Chuyến hồi hương của tôi bị trì hoãn lâu như thế chỉ bởi vì tôi không muốn bỏ mặc Clerval ở một nơi xa lạ, trước khi anh làm quen được với bất kì cư dân nào ở đó. Tuy nhiên, tôi đã có một mùa đông vui vẻ; và mặc dù mùa xuân đến muộn một cách lạ thường, khi xuất hiện, vẻ đẹp của nó vẫn bù đắp được cho sự trễ nải của mình.

Bấy giờ đã sang tháng Năm, và trong khi tôi đang ngày ngày mong đợi bức thư ấn định hôm khởi hành của mình, Henry đề xuất thực hiện một chuyến dạo bộ thăm thú các vùng xung quanh Ingolstadt, để tôi có thể chào tạm biệt vùng đất nơi mình đã sinh sống bấy lâu. Tôi vui vẻ chấp nhận đề xuất này: tôi rất thích tập thể dục, và Clerval luôn là người bạn đồng hành yêu thích của tôi trong những cuộc ngao du tương tự tôi từng thực hiện giữa những miền cảnh ở quê hương.

Chúng tôi dành ra hai tuần thực hiện những chuyến đi dạo như thế: sức khoẻ và tinh thần của tôi đã được phục hồi từ lâu, và càng thêm tráng kiện nhờ bầu không khí trong lành mà tôi hít thở, những thắng cảnh tự nhiên trên đường chúng tôi đi, và cuộc trò chuyện của bạn tôi. Trước đây, công cuộc học tập đã không cho phép tôi giao thiệp với thiên hạ, và khiến tôi trở thành kẻ không giao du với ai; nhưng Clerval đã khơi dậy những cảm xúc tốt đẹp trong tim tôi; anh dạy lại cho tôi cách yêu diện mạo của thiên nhiên, và những khuôn mặt vui vẻ của trẻ con. Quả là người một bạn tuyệt vời! Anh yêu mến tôi hết sức chân thành, và cố gắng giúp tâm trí tôi phấn khởi lên cho đến khi nó ngang tầm với tâm trí bản thân anh. Một công trình nghiên cứu ích kỉ đã khiến tôi trở nên gò bó và nhỏ hẹp, cho đến khi sự dịu dàng và tình yêu thương của anh sưởi ấm và khơi mở các giác quan của tôi; tôi trở thành con người hạnh phúc như cũ, cái thời một vài năm trước, hồi còn yêu quý tất cả cũng như được tất cả yêu quý, không chút buồn phiền hay lo toan nào. Khi tôi hạnh phúc, thiên nhiên vô tri vô giác có thể ban tặng cho tôi những xúc cảm mê mẩn nhất. Một bầu trời thanh bình và những cánh đồng xanh tươi làm tôi ngây ngất. Cái mùa hiện tại quả thực là diệu kì; những đoá hoa xuân nở rộ trên các hàng giậu, trong khi những bông hoa hè đã chúm chím nụ. Tôi không thấy ưu phiền trước những suy nghĩ từng đặt lên mình một gánh nặng ngoài sức tưởng tượng hồi năm ngoái, bất chấp mọi nỗ lực rũ bỏ chúng của tôi.

Henry lấy làm vui sướng trước sự hân hoan của tôi, và chân thành đồng cảm với tôi: anh cố gắng mua vui cho tôi, đồng thời bày tỏ những cảm xúc đang tràn ngập trong tâm hồn mình. Các nguồn lực tâm trí anh sở hữu trong dịp này thực sự rất đáng kinh ngạc: cuộc trò chuyện của anh đầy ắp tính sáng tạo; anh thường xuyên bắt chước các nhà văn Ba Tư và A Rập chế ra những câu chuyện huyền ảo và hấp dẫn tuyệt vời. Có những lần anh ngâm lại những bài thơ yêu thích của tôi, hoặc lôi kéo tôi tham gia tranh luận, với những lí lẽ đưa ra hết sức khéo léo.

Chúng tôi trở lại trường đại học vào một chiều Chủ Nhật: những người nông dân đang nhảy múa, và mọi người chúng tôi gặp đều trông có vẻ vui tươi và hạnh phúc. Bản thân tôi cũng rất cao hứng, và tôi nhảy chân sáo bước đi với những xúc cảm vui tươi không chút kiềm chế.

CHƯƠNG VII

KHI TRỞ VỀ, TÔI THẤY BỨC THƯ SAU TỪ CHA MÌNH:

Victor con yêu,

Con bấy lâu nay chắc đã nôn nóng chờ đợi một lá thư để ấn định ngày về với chúng ta; và mới đầu ta cũng chỉ muốn viết vài dòng, đơn thuần để cập đến ngày mà ta trông đợi con sẽ về. Nhưng đó sẽ là một sự tử tế tàn nhẫn, và ta không nỡ làm như vậy. Hỡi con trai, con sẽ ngạc nhiên nhường nào nếu mong chờ một màn chào đón hạnh phúc và vui mừng, nhưng rồi trái lại, chỉ được chứng kiến toàn nước mắt và khốn khổ? Và Victor ơi, sao ta có thể thuật lại sự bất hạnh của mình được đây? Không thể có chuyện quãng thời gian vắng mặt đã khiến con trở nên nhẫn tâm trước những niềm vui và nỗi buồn của chúng ta; và ta sẽ gây đau đớn cho đứa con trai vắng mặt đã lâu của mình kiểu gì đây? Ta muốn con chuẩn bị tinh thần đón nhận tin buồn, nhưng ta biết điều đó là không thể; ngay cả bây giờ đây, mắt con đang lướt qua trang giấy để tìm kiếm những câu từ thông báo cho mình tin dữ.

William qua đời rồi! Đứa trẻ ngọt ngào ấy, với nụ cười khơi dậy mừng vui và sưởi ấm trái tim ta, đứa trẻ rất dịu dàng, ấy nhưng lại rất vui tươi! Victor ơi, nó đã bị sát hại!

Ta sẽ không cố gắng an ủi con; mà sẽ chỉ đơn thuần thuật lại sự tình vụ việc.

Thứ Năm tuần trước (ngày mùng 7 tháng Năm), ta, cháu gái, và hai em trai của con đi dạo ở Plainpalais. Chiều hôm ấy tiết trời ấm áp và tĩnh lặng, chúng ta kéo dài chuyến dạo bộ lâu hơn thường lệ. Phải đến tối thì chúng ta mới tính đến việc trở về; và rồi chúng ta phát hiện ra rằng William và Ernest, khi ấy đã chạy trước, đang biệt tăm. Thế là chúng ta nghỉ chân trên ghế cho đến khi chúng quay trở lại. Chẳng bao lâu sau, Ernest xuất hiện, và hỏi có ai thấy em trai mình không; thằng bé nói rằng chúng chơi với nhau, rằng William đã chạy đi trốn, và thằng bé tìm nó mãi mà chẳng thấy đâu, sau đó Ernest đã đợi William suốt một hồi lâu, nhưng nó không quay trở lại.

Câu chuyện đấy làm tất cả lo lắng, và chúng ta tiếp tục tìm kiếm William cho đến khi đêm buông, Elizabeth phỏng đoán rằng nó có thể đã trở về nhà. Em con không có ở đó. Bọn ta quay trở lại, mang theo đuốc; bởi lẽ ta không thể ngơi nghỉ khi nghĩ đến cảnh đứa bé ngọt ngào của mình đang bị lạc, và phải phơi mình giữa cái ẩm ướt và sương giá của màn đêm; Elizabeth cũng đau khổ tột cùng. Khoảng năm giờ sáng, ta phát hiện ra đứa bé đáng yêu của mình, mới đêm trước ta còn thấy tươi tắn và khoẻ mạnh, nay đã nằm sống soài trên bãi cỏ, tái nhợt và bất động; vết ngón tay của kẻ sát nhân hằn in trên cổ nó.

William được đưa về nhà, và nỗi thống khổ hiển hiện trên khuôn mặt ta đã làm lộ chuyện cho Elizabeth. Con bé khăng khăng đòi xem xác. Mới đầu ta đã cố gắng ngăn nó, nhưng con bé vẫn cứ ngoan cố, và sau khi bước vào căn phòng nơi thằng bé nằm, con bé vội vàng kiểm tra cổ William, thế rồi chắp tay lại và thốt lên: "Ôi lạy Chúa! Con đã giết chết đứa em yêu dấu của mình!"

Con bé lăn ra ngất xỉu, và phải khó khăn lắm mới hồi tỉnh được. Sau khi tỉnh, nó cũng chỉ biết khóc và thở dài. Con bé nói với ta rằng chiều hôm đó, William đã mè nheo đòi mình cho nó đeo một dây chuyền giữ ảnh mẹ con rất quý giá. Sợi dây chuyền này đã biến mất, và chắc chắn đó chính là thứ đã cám dỗ kẻ sát nhân ra tay. Hiện tại chúng ta không biết gì về tung tích hắn, mặc dù đã không ngừng nỗ lực tìm kiếm; nhưng những nỗ lực ấy sẽ không khiến William yêu dấu của ta sống lại được!

Hãy về đi, Victor yêu dấu; chỉ một mình con mới có thể an ủi Elizabeth. Con bé khóc liên miên, và cứ bất công cáo buộc bản thân là nguyên nhân cái chết của thằng bé; những lời lẽ của nó như đâm xuyên tim ta. Tất cả chúng ta đều buồn khổ; nhưng hỡi con trai, chẳng phải điều đó sẽ càng thêm lí do để con quay trở về và an ủi chúng ta sao? Người mẹ thân yêu của con! Hỡi ôi, Victor! Bây giờ ta phải cảm tạ Chúa rằng bà ấy không còn sống để chứng kiến cái chết tàn khốc, đau khổ của đứa con út yêu quý của mình!

Hãy về đi, Victor; chớ ấp ủ những suy nghĩ báo thù kẻ sát nhân, mà hãy mang theo những xúc cảm bình yên và dịu dàng để chữa lành, thay vì khiến cho những vết thương trong tâm trí chúng ta thêm mưng mủ. Hãy bước vào ngôi nhà tang tóc đi, con à, nhưng với sự tử tế và tình yêu thương cho những người quý mến con, chứ không phải nỗi căm hận dành cho kẻ thù của con.

Người cha trìu mến và đau khổ của con,

ALPHONSE FRANKENSTEIN

Genève, ngày 12 tháng Năm, 17-

Clerval nãy giờ theo dõi vẻ mặt của tôi khi tôi đọc bức thư này, đã rất sửng sốt khi thấy sự tuyệt vọng lấn át niềm vui mà tôi mới đầu đã thể hiện khi nhận được tin tức từ nhà. Tôi ném lá thư lên bàn, và lấy tay che mặt.

"Frankenstein," Henry thốt lên, khi anh nhận thấy tôi đang khóc đầy cay đắng, "chẳng lẽ số anh là phải luôn bất hạnh ư? Bạn thân mến của tôi, đã xảy ra chuyện gì vậy?"

Tôi ra hiệu cho anh cầm bức thư lên, trong khi tôi đi qua đi lại trong căn phòng vì kích động tột độ. Lệ cũng tuôn ra từ đôi mắt của Clerval khi anh đọc về sự bất hạnh của tôi.

"Tôi không thể an ủi được gì anh, anh bạn à," anh bảo, "không cách nào vãn hồi tai ương anh phải gánh chịu cả. Anh định sẽ làm gì?"

"Về Genève ngay lập tức: hãy cùng tôi gọi xe ngựa đi, Henry."

Trên đường đi, Clerval cố gắng nói một vài lời an ủi; anh chỉ có thể bày tỏ sự cảm thông chân thành của mình.

"William tội nghiệp! Giờ đứa trẻ đáng yêu thân thương ấy đã yên ngủ với người mẹ thiên thần của mình! Những ai từng chứng kiến sự rạng rỡ và vui tươi trong vẻ đẹp trẻ thơ của nó sẽ phải khóc than trước sự ra đi khi hãy còn mơn mởn ấy! Phải chết một cách đau khổ; phải cảm nhận nắm tay của kẻ giết người! Chỉ một kẻ sát nhân ác độc tột cùng mới có thể hủy hoại một sự ngây thơ rạng ngời như vậy! Tội nghiệp thằng bé! Chúng ta chỉ có độc một niềm an ủi; người thân yêu thằng bé tiếc thương và khóc lóc, nhưng nó đã được yên nghỉ rồi. Cơn đau đớn đã kết thúc, những đau khổ của nó đã vĩnh viễn chấm dứt. Một lớp cỏ xanh phủ trên tấm thân dịu dàng của nó, và nó không còn biết mùi đau đớn nữa. Nó không còn có thể trở thành một người để ta thương hại; chúng ta phải dành điều đó cho những thân nhân khốn khổ còn trên cõi thế của nó."

Clerval đã nói vậy trong lúc chúng tôi vội vã băng qua đường phố; những lời lẽ đó hẳn in vào trong tâm trí tôi, và sau này, lúc chỉ có một mình, tôi vẫn nhớ lại chúng. Nhưng bây giờ, ngay khi đám ngựa đến, tôi vội vã leo lên một cỗ xe và tạm biệt bạn mình.

Hành trình của tôi rất u sầu. Mới đầu tôi chỉ muốn đi thật nhanh, bởi vì tôi thèm khát được an ủi và thông cảm với những người thân đang chìm trong đau khổ mà mình hằng yêu thương; nhưng khi đến gần thành phố quê hương, tôi chững lại. Tôi khó lòng chịu đựng nổi hàng bao cảm xúc dồn nén trong tâm trí mình. Tôi băng qua những khung cảnh quen thuộc trong thời nhỏ của mình, nhưng đã gần sáu năm rồi tôi chưa thấy lại. Mọi sự có thể thay đổi đến phi thường trong quãng thời gian đó! Đã có một sự thay đổi đột ngột và phiền muộn xảy ra; nhưng cả ngàn sự kiện nho nhỏ có thể đã dần tạo ra các thay đổi khác, và mặc dù diễn ra một cách lặng lẽ hơn, chưa biết chừng chúng cũng chẳng kém phần mạnh mẽ. Nỗi sợ hãi xâm chiếm lấy tôi; tôi không dám tiến tới trước, hãi sợ hàng ngàn điều xấu xa vô danh khiến mình run rẩy, mặc dù tôi không thể định nghĩa được chúng.

Tôi lưu lại Lausanne hai ngày trong tâm trạng đau đớn này. Tôi lặng ngắm hồ nước: mặt nước êm đềm; toàn bộ cảnh vật xung quanh đều lặng yên; và những ngọn núi tuyết, "các cung điện của thiên nhiên"[1], không đổi thay gì. Dần dần, khung cảnh bình yên và tuyệt đẹp đã giúp tôi bình tâm, và tôi tiếp tục hành trình tới Genève.

Con đường chạy men theo bờ hồ, ngày càng hẹp lại khi tôi đến gần thị trấn quê hương của mình. Tôi thấy rõ ràng hơn những bên sườn tăm tối của dãy Jura, và cái đỉnh tươi sáng của Mont Blanc. Tôi khóc như một đứa trẻ. "Hỡi những ngọn núi thân yêu! Hỡi hồ đẹp của ta! Các ngươi chào đón kẻ lãng khách của mình như thế nào đây? Đỉnh của các ngươi hiện rõ mồn một; bầu trời và hồ nước vừa trong xanh, vừa êm đềm. Phải chăng các ngươi muốn tiên đoán sự bình an, hay là muốn chế giễu sự bất hạnh của ta vậy?"

Anh bạn à, tôi e rằng mình sẽ khiến câu chuyện bản thân trở nên tẻ nhạt khi cứ nhẩn nha mãi về những cảnh quan mở đầu này; nhưng chúng đại diện cho những tháng ngày tôi hãy còn hạnh phúc hơn, và nghĩ về chúng mà tôi không khỏi vui sướng. Đất nước của tôi, đất nước yêu dấu

---

(1) Cụm từ mô tả dãy Alps trong tác phẩm *Childe Harold's Pilgrimage* (tạm dịch: *Chuyến hành hương của Childe Harold*) của Nam tước Byron.

của tôi! Nào có ai ngoài một người dân bản địa mới có thể nói lên niềm sung sướng tôi cảm thấy khi được một lần nữa nhìn ngắm những dòng suối, ngọn núi, và hơn tất cả, mặt hồ đáng yêu của quê hương!

Tuy nhiên, khi tôi đến gần nhà hơn, đau buồn và sợ hãi lại xâm chiếm lấy tôi. Đêm cũng dần buông xuống khắp xung quanh; và khi gần như không thể nhìn thấy những ngọn núi tối thẫm nữa, tôi cảm thấy u uẩn hơn bội phần. Trông mọi thứ như thể một khung cảnh tà ác mênh mông và mờ mịt, và tôi mơ hồ tiên liệu được rằng số mình rồi sẽ trở thành kẻ khốn khổ nhất nhân gian. Hỡi ôi! Tôi đã tiên đoán đúng, và chỉ sai lệch ở một tình tiết duy nhất, ấy là tất cả những khốn khổ mà tôi đã mường tượng và hãi sợ cũng chẳng bằng nổi một phần trăm nỗi thống khổ mà trời đã định cho tôi phải chịu đựng.

Khi tôi đến vùng lân cận Genève thì trời đã tối mịt; các cổng của thành phố đã đóng; và tôi phải qua đêm tại Sechcron, một ngôi làng cách Genève hơn hai cây số. Bầu trời quang quẻ; và bởi không thể nghỉ ngơi, tôi quyết định đến thăm nơi mà William tội nghiệp của tôi đã bị sát hại. Do không đi qua thành phố được, tôi buộc phải băng qua hồ bằng thuyền để đến Plainpalais. Trong chuyến đi ngắn này, tôi trông thấy sét phóng loang loáng trên đỉnh Mont Blanc theo những dạng hình đẹp đẽ vô cùng. Cơn bão dường như đang nhanh chóng đến gần, và, khi cập bến, tôi leo lên một ngọn đồi thấp để có thể quan sát tiến trình của nó. Cơn bão tiến tới; bầu trời bị mây che kín, và chẳng bao lâu sau, tôi cảm thấy trận mưa chậm rãi đổ xuống theo từng giọt lớn, nhưng độ hung hãn của nó mau chóng tăng lên.

Tôi rời khỏi chỗ ngồi của mình, và tiếp tục bước đi, mặc dù bóng tối và cơn bão cứ mỗi phút một thêm nặng, và sấm nổ rền vang một tiếng kinh thiên động địa trên đầu tôi. Hưởng ứng theo, có thêm tiếng sấm vọng lại từ Salêve, dãy Jura, và mạn Savoy của dãy Alps; những tia sét chói loà làm loá mắt tôi, chiếu sáng mặt hồ, khiến nó trông như một phiến lửa lớn; sau đó thì, trong một khoảnh khắc, vạn vật dường như chìm trong một miền tối đen như mực, cho đến khi mắt hồi lại sau ánh sét trước đó. Như vẫn hay gặp ở Thụy Sĩ, cơn bão xuất hiện cùng một lúc ở nhiều nơi trên bầu trời. Chỗ bão hoành hành dữ dội nhất là ở đúng phía Bắc thị trấn, trên một phần hồ nằm giữa mũi đất Belrive và ngôi làng Copêt. Một cơn bão khác soi tỏ Jura với những loáng chớp yếu; và một trận khác đôi khi phủ thẫm, đôi khi phơi bày Môle, một ngọn núi nằm ở phía Đông của hồ.

Trong khi nhìn ngắm cơn bão, rất đẹp nhưng lại đầy khủng khiếp, tôi tiếp tục vội vàng đưa chân. Cuộc chiến huy hoàng trên bầu trời này đã khiến tinh thần tôi thêm cao hứng; tôi chắp tay lại và lớn tiếng thốt lên: "Hỡi William, thiên thần thân yêu! Đây là đám tang của em, đây là bài ca truy điệu của em!" Khi nói ra những lời này, tôi nhận thấy một bóng người đã lén lút lẻn đến từ phía sau một chùm cây gần chỗ tôi trong cảnh nhập nhoạng; tôi đứng như trời trồng, chăm chú nhìn: không thể nhầm được. Một tia sét soi sáng bóng dáng ấy, và khiến hình dạng kia hiện ra rõ mồn một trước mắt tôi; vóc người khổng lồ, và diện mạo dị dạng gớm guốc hơn hẳn mặt người ấy, ngay lập tức thông báo cho tôi rằng đó chính là tạo vật xấu xa, con ác quỷ bẩn thỉu đã được tôi ban tặng sự sống. Hắn làm gì ở đó? Có khi nào hắn chính là (tôi rùng mình trước ý nghĩ ấy) kẻ đã giết hại em trai tôi không? Ý tưởng đó vừa mới xuất hiện trong tâm trí tôi thì tôi đã lập tức đinh ninh đấy chính là sự thật; răng tôi gõ lập cập, và tôi buộc phải dựa người vào một cái cây để đứng cho vững. Hình bóng kia nhanh chóng lướt qua chỗ tôi, và tôi mất dấu nó trong cảnh tù mù. Không có ai mang nhân dạng lại có thể huỷ hoại đứa trẻ đẹp đẽ đó. *Hắn* chính là kẻ sát nhân! Tôi không thể nghi ngờ được điều ấy. Chỉ riêng sự hiện diện của cái ý tưởng đó thôi đã là một bằng chứng không thể chối bỏ rằng đấy là sự thực. Tôi nghĩ đến việc truy đuổi tên hung thần kia; nhưng làm vậy sẽ chỉ tổ phí công vô ích, vì một chớp sáng khác đã cho tôi thấy hắn đang treo mình giữa những tảng đá gần như dựng đứng của núi Salêve nằm phía Nam Plainpalais. Chẳng bao lâu sau hắn leo lên đến đỉnh, và biến mất.

Tôi vẫn bất động. Sấm sét đã ngưng; nhưng cơn mưa vẫn tiếp tục trút xuống, và cảnh vật bị bao trùm trong một bóng tối dày đặc. Tôi lật đi lật lại trong tâm trí những sự kiện mà cho đến giờ mình đã tìm cách quên đi: toàn bộ quá trình dẫn đến sự ra đời cái thành phẩm của tôi; sự xuất hiện của tạo vật do chính tay tôi nhào nặn ra bên giường của mình; sự ra đi của hắn. Đã gần hai năm trôi qua kể từ đêm đầu tiên hắn được ban tặng sự sống; và đây có phải là tội ác đầu tiên của hắn không? Hỡi ôi! Tôi đã để một kẻ khốn nạn đồi bại chuyên lấy sinh sát và nỗi khốn khổ làm niềm vui sống ra ngoài thế giới; chẳng phải hắn đã giết em tôi ư?

Không ai có thể hình dung nổi thống khổ mà tôi phải chịu đựng trong suốt phần còn lại của đêm ấy. Nguyên quãng thời gian đó, tôi ở ngoài trời, chịu cảnh lạnh lẽo và ướt át. Nhưng tôi vô cảm trước những khó chịu thời tiết gây ra; trí tưởng tượng của tôi còn đang bận rộn đắm chìm trong những khung cảnh xấu xa và tuyệt vọng. Tôi nghĩ về tạo vật mà mình đã thả vào giữa nhân gian, sở hữu ý chí và sức mạnh để thực hiện các hành động kinh hoàng, chẳng hạn như cái chuyện hắn nay đã gây ra, gần như một con ma cà rồng của bản thân tôi, linh hồn của chính tôi trỗi dậy từ nấm mồ, và buộc phải huỷ hoại tất cả những gì tôi yêu thương.

Ngày mới bừng lên; và tôi quay bước về phía thành phố. Cánh cổng đã mở ra, và tôi vội vã đến nhà cha mình. Suy nghĩ đầu tiên của tôi là tiết lộ những gì mình biết về kẻ giết người, và cho tiến hành truy đuổi ngay lập tức. Nhưng tôi dừng lại khi suy nghĩ về câu chuyện mà mình sẽ phải kể. Một tạo vật do chính tay tôi chế tác thành, và truyền sinh lực cho, đã gặp tôi vào lúc nửa đêm giữa những vách đá dựng đứng của một ngọn núi vô phương tiếp cận. Tôi cũng nhớ cơn sốt thần kinh mà bản thân đã mắc phải vào đúng quãng thời gian tôi đã bảo là mình chế ra tạo vật ấy, và điều đó sẽ khiến một câu chuyện vốn dĩ đã khó tin tột cùng nghe như lời mê sảng. Tôi biết rất rõ rằng nếu có ai khác kể lại một câu chuyện như vậy cho tôi nghe, tôi sẽ coi đấy như lời xằng bậy của kẻ điên. Hơn nữa, bản chất kì lạ của sinh vật kia sẽ giúp nó trốn thoát được khỏi mọi cuộc truy đuổi, ngay cả nếu tôi có đủ tin cậy để thuyết phục được người thân của mình triển khai săn đuổi. Và rồi thì việc truy đuổi sẽ có ích gì đây? Nào ai bắt giữ nổi một sinh vật có thể leo được những sườn nhô ra của núi Salêve?

Những suy tư này giúp tôi hạ quyết tâm, và tôi chốt lại rằng mình sẽ giữ im lặng.

Tôi đặt chân tới nhà cha mình vào khoảng năm giờ sáng. Tôi nói với những người hầu đừng làm phiền cả nhà, và đi vào trong thư viện để chờ giờ thức giấc lệ thường của họ.

Sáu năm đã trôi qua, chẳng khác nào một giấc mộng, nhưng lại là một giấc mộng không thể xoá nhoà, và tôi đang đứng ở chính nơi mình từng ôm cha lần cuối trước khi lên đường đi Ingolstadt. Người cha yêu thương và đáng kính! Ông vẫn ở bên tôi. Tôi nhìn vào bức tranh mẹ mình, được đặt trên kệ lò sưởi. Đó là một vật kỉ niệm có tính lịch sử, được vẽ theo ý nguyện của cha tôi, hoạ cô Caroline Beaufort trong nỗi đau đớn tuyệt vọng, quỳ bên quan tài của người cha đã khuất. Bà mặc trang phục mộc mạc, má bà trông nhợt nhạt; nhưng bà mang một phong thái đầy phẩm giá và đẹp đẽ, khiến cho gần như không ai có thể cảm thấy thương hại được. Bên dưới bức tranh này là bức tiểu hoạ của William; và nước mắt tôi tuôn rơi khi nhìn vào nó. Trong lúc tôi đang đắm chìm như vậy, Ernest bước vào: em đã nghe thấy tôi đến, và vội vã ra chào đón tôi: "Chào anh, Victor yêu dấu. Ôi! Giá mà anh về vào ba tháng trước. Khi ấy anh sẽ thấy tất cả mọi người đều trong tâm trạng vui mừng và hoan hỉ. Bây giờ thì anh về với cả nhà chỉ để chia sẻ một nỗi khổ mà không gì có thể giúp thuyên giảm; ấy nhưng em hi vọng sự hiện diện của anh sẽ giúp hồi sinh cha chúng ta, giờ chừng như đang chìm đắm trong bất hạnh; và anh có thể thuyết phục chị Elizabeth tội nghiệp chấm dứt hành động tự trách móc bản thân đầy vô nghĩa và giày vò của mình. William tội nghiệp!

Thằng bé từng được cả nhà ta yêu thương, niềm tự hào của chúng ta!"

Những giọt lệ không kiềm chế được ứa ra từ đôi mắt của em tôi; một cảm giác đau đớn tột cùng ngấm ngầm lan toả khắp cơ thể tôi. Trước đây, tôi mới chỉ mường tượng đến cảnh khốn khổ trong ngôi nhà đau buồn của mình thôi; thực tế ập đến với tôi như một thảm hoạ mới, và không kém phần khủng khiếp. Tôi cố gắng trấn tĩnh Ernest; tôi hỏi thăm cặn kẽ hơn về cha, và đến đây, tôi nhắc tới em họ mình.

"Chị ấy là người cần được an ủi nhất;" Ernest kể, "chị ấy tự cáo buộc mình tội đã gây ra cái chết cho em trai chúng ta, và điều đó khiến chị ấy rất đau khổ. Nhưng bởi vì đã tìm ra kẻ sát nhân..."

"Kẻ sát nhân đã được tìm ra! Lạy Chúa! Làm sao có thể như vậy chứ? Ai có thể truy đuổi hắn được? Không thể nào; thế chẳng khác gì tìm cách chạy vượt qua những cơn gió, hay ngăn giữ một dòng suối trên núi bằng một cọng rơm. Anh cũng đã thấy hắn; đêm qua hắn còn được tự do mà!"

"Em không biết ý anh là gì," em trai tôi đáp với giọng ngạc nhiên, "nhưng riêng với bọn em, việc tìm ra ấy còn khiến bọn em rơi vào cảnh khốn khổ tột cùng. Mới đầu không ai chịu tin điều đó; và ngay cả bây giờ chị Elizabeth cũng dứt khoát không tin, bất chấp tất cả các bằng chứng. Thật vậy, ai đời lại có thể tin được rằng Justine Moritz hoà nhã và yêu quý tất cả mọi thành viên trong gia đình ta đến thế, lại bỗng dưng có thể đang tay gây ra một tội ác ghê rợn, kinh khủng nhường ấy?"

"Justine Moritz! Cô gái đáng thương, tội nghiệp ấy là người bị buộc tội ư? Nhưng làm vậy là sai rồi; tất cả mọi người đều biết điều đó; chắc chắn là không ai tin điều đó đâu, đúng không Ernest?"

"Mới đầu không ai tin cả; nhưng đã có một số tình tiết lộ ra, và chúng gần như buộc bọn em phải tin; mà bản thân hành vi của cô ta cũng rất khó hiểu, khiến cho bằng chứng càng có thêm sức nặng, và em e là không còn hi vọng nghi ngờ được gì nữa đâu. Nhưng hôm nay cô ta sẽ bị đưa ra toà, và khi ấy anh sẽ được nghe hết đầu đuôi sự tình."

Thế rồi em kể lại, rằng vào buổi sáng hôm họ phát hiện ra vụ sát hại William tội nghiệp, Justine đã đổ bệnh và nằm liệt giường suốt nhiều ngày liền. Trong khoảng thời gian này, khi tình cờ kiểm tra trang phục cô ta mặc trong đêm án mạng xảy ra, một trong những người hầu đã phát hiện thấy trong túi của cô ta có bức hình của mẹ tôi, thứ vốn được coi là lí do cám dỗ hung thủ ra tay. Người hầu kia ngay lập tức đưa nó cho một người hầu khác, và người này đã không nói lời nào với bất kì ai trong gia đình, lẳng lặng đến gặp một thẩm phán; và sau khi họ cung khai, Justine bị bắt giữ. Khi bị cáo buộc chuyện này, cô gái tội nghiệp ấy đã có thái độ hết sức khó hiểu, khiến cho mối nghi ngờ được xác nhận hẳn.

Đây là một câu chuyện kì lạ, nhưng nó không làm lung lay niềm tin của tôi; và tôi đầy nghiêm túc trả lời: "Tất cả mọi người đều nhầm rồi; anh biết kẻ sát nhân là ai. Justine, Justine tội nghiệp, tốt bụng, là người vô tội."

Đúng lúc đó, cha tôi bước vào. Tôi thấy vẻ bất hạnh hằn in rất sâu đậm trên sắc mặt của ông, nhưng ông cố gắng chào đón tôi một cách vui vẻ; và đáng lẽ chúng tôi đã bàn đến một chủ đề nào đó khác ngoài cái thảm hoạ của nhà mình sau khi trao nhau những lời chào hỏi đầy thê lương, nhưng Ernest đã thốt lên: "Lạy Chúa, cha! Victor nói anh ấy biết ai là kẻ đã giết William tội nghiệp."

"Thật không may là chúng ta cũng vậy," cha tôi trả lời, "bởi thực sự thì ta thà vĩnh viễn không biết gì còn hơn phát hiện ra một người mình từng đánh giá rất cao lại sa đoạ và vô ơn bạc nghĩa đến nhường ấy."

"Cha thân yêu ơi, cha nhầm mất rồi; Justine vô tội."

"Nếu đúng là như vậy, thì Chúa sẽ không để cô ta bị trở thành kẻ có tội. Hôm nay cô ta sẽ bị xét xử, và ta hi vọng, ta thực sự hi vọng, rằng cô ta sẽ được tha bổng."

Những lời lẽ này làm tôi bình tĩnh lại. Trong tâm trí của mình, tôi tin chắc như đinh đóng cột rằng Justine, và thật tình mà nói là tất cả mọi con người trên đời, không dính dáng gì đến vụ giết người này. Do đó, tôi không hề lo sợ rằng sẽ có bất kì bằng chứng gián tiếp nào đủ mạnh được đưa ra để kết tội cô ta. Câu chuyện của tôi không nên đem ra kể công khai; bản chất kinh hoàng đến sững sờ của nó sẽ bị thiên hạ coi là điên rồ. Nếu không kể đến tôi, Đấng Sáng Tạo của hắn, thì liệu trên cõi đời này có ai chịu tin vào sự tồn tại của cái tượng đài sống đại diện cho tính tự phụ và sự dốt nát đầy khinh suất mà tôi đã thả sống ra cõi thế, trừ khi được chính các giác quan của bản thân thuyết phục?

Chẳng bao lâu sau, Elizabeth đến tham gia cùng chúng tôi. Thời gian đã thay đổi nàng kể từ lần cuối tôi nhìn ngắm nàng; nàng đã được ban tặng vẻ đáng yêu vượt ngoài nét đẹp của những năm tháng trẻ con. Vẻ bộc trực, hoạt bát vẫn còn nguyên, nhưng đi kèm với chúng lại là nét nhạy cảm và tài trí hơn. Nàng chào đón tôi trìu mến vô cùng. "Anh họ yêu dấu của em, sự xuất hiện của anh làm em tràn đầy hi vọng. Có thể anh sẽ tìm ra cách để biện bạch cho Justine vô tội đáng thương. Hỡi ôi! Nếu chị bị kết án đã gây ra tội ác kia thì còn ai trên cõi đời này tử tế nữa đây? Em tin vào sự vô tội của chị một cách chắc chắn chẳng kém gì sự vô tội của chính mình. Nỗi bất hạnh của nhà ta làm chúng ta trở nên đau khổ gấp đôi; chúng ta không chỉ mất đi đứa bé đáng yêu đó, mà cả cô gái đáng thương này, một người em thật lòng yêu quý, sẽ bị một số phận thậm chí còn tồi tệ hơn tước đoạt đi. Nếu chị mà bị kết án, em sẽ không bao giờ biết đến niềm vui nữa. Nhưng chị sẽ không bị vậy, em tin chắc rằng chị sẽ không bị vậy; và rồi em sẽ lại được hạnh phúc, ngay cả sau cái chết đau buồn của William bé bỏng."

"Cô ta vô tội, Elizabeth thân mến à," tôi bảo nàng, "và điều đó sẽ được chứng minh; chớ lo sợ gì cả, mà hãy để tinh thần em được nâng dậy bởi niềm tin rằng cô ta sẽ được tha bổng."

"Anh thật tốt bụng và rộng lượng quá! Tất cả mọi người khác đều tin rằng chị có tội, và điều đó khiến em cảm thấy khốn khổ vô cùng, vì em biết rằng điều đó là bất khả thi: và trông cảnh tất cả những người khác mang định kiến trí mạng đến vậy mà em thấy vô vọng và chán nản quá." Nàng khóc.

"Cháu gái thân yêu ơi," cha tôi nói, "hãy lau khô nước mắt đi. Nếu cô ta vô tội như những gì cháu nghĩ, hãy tin tưởng vào sự công tâm của luật pháp nước ta, và những gì ta sẽ làm để đảm bảo không chút thiên vị nào tồn tại được."

CHƯƠNG VIII

CHÚNG TÔI TRẢI QUA VÀI TIẾNG BUỒN BÃ CHO ĐẾN MƯỜI MỘT GIỜ, KHI PHIÊN TOÀ BẮT ĐẦU. Cha tôi và những thành viên khác trong gia đình có nghĩa vụ tham dự với tư cách nhân chứng, và tôi đi cùng họ đến toà. Trong toàn bộ cái tấn tuồng nhạo báng công lí đầy khốn khổ này, tôi như phải chịu tra tấn. Phiên toà sẽ quyết định liệu có phải chính thành quả sự tò mò cũng như những hành động gian ác của tôi đã dẫn đến cái chết của hai người đồng loại của mình hay không: một đứa bé tươi cười đầy ngây thơ và hân hoan, còn người kia thì bị giết hại theo cách khủng khiếp hơn hẳn, với đủ mọi tình tiết ô nhục có thể khiến vụ giết người càng thêm phần đáng nhớ, bởi lẽ nó quá kinh hoàng. Justine cũng là một cô gái có điểm tốt, sở hữu những phẩm chất hứa hẹn sẽ giúp cô ta có một cuộc đời hạnh phúc; bây giờ thì tất cả những điều ấy đang trên đà bị diệt vong hoàn toàn trong một nấm mồ nhục nhã, và tôi chính là nguyên nhân! Tôi muốn thú nhận cả ngàn lần rằng mình là thủ phạm đằng sau cái tội ác được quy cho Justine, nhưng khi chuyện xảy ra thì tôi lại không có ở đấy, và một tuyên bố như vậy sẽ bị coi là những lời lải nhải của một kẻ điên và sẽ không bào chữa được cho người phụ nữ đã vướng vào vòng khổ đau vì tôi.

Justine có vẻ ngoài rất điềm tĩnh. Cô ta mặc đồ tang, và nét mặt vốn duyên dáng giờ được sự trang nghiêm trong tình cảm khiến cho trở nên xinh đẹp tuyệt trần. Tuy nhiên, cô ta lại có vẻ tự tin vào sự vô tội của mình và không chút run sợ, mặc dù bị hàng ngàn người nhìn vào và chửi rủa, do trong tâm trí của người tham dự, mọi sự tử tế mà vẻ đẹp của cô ta đáng lẽ đã có thể khơi dậy đều đã bị triệt tiêu bởi những mường tượng về độ khủng khiếp của tội ác mà cô ta được cho là đã phạm phải. Justine tỏ vẻ bình thản, ấy nhưng sự bình thản đó trông rõ ràng là đang bị kìm nén; và vì trước đây, sự bối rối của cô ta đã bị viện dẫn như một minh chứng cho tội lỗi của bản thân, cô ta đã cố gắng tỏ vẻ dũng cảm. Khi bước vào trong toà án, Justine lia mắt liếc khắp xung quanh và nhanh chóng nhìn thấy nơi chúng tôi đang ngồi. Mắt cô ta dường như mờ lệ khi nhìn thấy chúng tôi, nhưng cô ta nhanh chóng trấn tĩnh lại, và một vẻ trìu mến ưu sầu dường như chứng thực sự vô tội của cô ta.

Phiên toà bắt đầu, và sau khi công tố viên trình bày cáo buộc, một số nhân chứng được gọi lên. Có mấy dữ kiện kì lạ cùng hợp lại gây bất lợi cho Justine, và chúng có thể khiến bất kì ai không sở hữu bằng chứng về sự vô tội của người phụ nữ này như tôi phải lung lay. Cô ta ở ngoài trong cả cái đêm xảy ra vụ giết người và đến sáng thì bị một bà bán hàng trông thấy ở cách không xa nơi về sau phát hiện ra thi thể của đứa trẻ bị giết. Người đàn bà ấy đã hỏi cô ta làm gì ở đó, nhưng cô ta trông rất lạ lùng và chỉ đưa ra một câu trả lời rối rắm, khó hiểu. Cô ta trở về nhà khoảng tám giờ, và khi bị hỏi đã qua đêm ở đâu, cô ta đáp rằng mình mải bận đi tìm đứa trẻ, đồng thời tha thiết hỏi liệu đã có bất cứ tin tức gì về thằng bé chưa. Khi được cho thấy thi thể, cô ta lên cơn kích động dữ dội và nằm liệt giường suốt mấy ngày liền. Sau đó, bức hình người hầu đã tìm thấy trong túi của cô ta được đưa ra; và khi Elizabeth, với giọng nói ấp úng, khai rằng đó chính là bức hình nàng đã đeo quanh cổ đứa trẻ, một giờ trước khi nó bị mất tích, cả tràng những tiếng rì rầm kinh hoàng và phẫn nộ tràn ngập toà án.

Justine được gọi lên để biện hộ cho bản thân. Trong quá trình phiên toà diễn ra, vẻ mặt của cô ta đã thay đổi. Bất ngờ, kinh hãi, và đau khổ hẳn in rõ nét. Đôi khi cô ta phải vật lộn kìm lại những giọt nước mắt, nhưng khi được yêu cầu bào chữa, cô ta dồn sức nói với một giọng dõng dạc, mặc dù run run.

"Chúa biết," cô ta nói, "tôi hoàn toàn vô tội. Nhưng tôi sẽ không giả bộ như những lời cam đoan của mình sẽ giúp tôi thoát tội; tôi giao phó sự vô tội của bản thân cho một lời giải thích bình dị và đơn giản về những dữ kiện đã được viện dẫn làm chứng chống lại tôi, và tôi hi vọng rằng bản tính vốn dĩ của tôi sẽ khiến các thẩm phán diễn giải bất kì tình huống nào trông có vẻ khả nghi hay đáng ngờ theo một chiều hướng tích cực."

Thế rồi cô ta kể rằng vào đêm vụ giết người xảy ra, với sự cho phép của Elizabeth, cô ta đã nghỉ lại nhà của một người dì ở Chêne, tại một ngôi làng nằm cách Genève gần năm cây số. Khi trở về, vào khoảng chín giờ, cô ta gặp một người đàn ông, và nhân vật đó đã hỏi cô ta có thấy tăm tích gì của đứa trẻ biến mất không. Chuyện này làm cô ta thấy lo lắng và thế là đã dành ra mấy tiếng tìm kiếm đứa trẻ, nhưng rồi cổng vào Genève bị đóng hết cả, và cô ta buộc phải trải qua nốt mấy tiếng ban đêm trong nhà kho của một gia đình nông dân bởi lẽ không muốn quấy rầy gia chủ, những người vốn biết rất rõ cô ta. Gần như suốt cả đêm, Justine ở đấy thức giấc thao láo; đến gần sáng, cô ta tin rằng mình chợp mắt được vài phút; có tiếng bước chân khiến cô ta tỉnh giấc, và cô ta choàng dậy. Bấy giờ bình minh đã lên, và cô ta rời khỏi nơi trú ẩn của mình để lại có thể đi tìm em trai tôi. Nếu Justine mà có lại gần chỗ thi thể thì cô ta cũng không biết. Việc cô ta tỏ vẻ hoang mang khi bị bà bán hàng hỏi han không có gì đáng ngạc nhiên cả, bởi vì cô ta vừa có một đêm không ngủ và số phận của William tội nghiệp vẫn còn đang mập mờ. Về phần bức hình thì cô ta không thể lí giải được.

"Tôi biết," nạn nhân bất hạnh nói tiếp, "tình tiết này gây bất lợi cho mình nghiêm trọng và tai hại đến mức nào, nhưng tôi không thể giải thích được nó; và sau khi đã nói mình hoàn toàn chẳng biết gì, tôi chỉ còn nước phỏng đoán về khả năng nó đã bị nhét vào trong túi của mình. Nhưng ngay cả trong trường hợp này tôi cũng bị rối trí. Tôi tin rằng trên cõi đời này, tôi không có kẻ thù nào, và chắc chắn là chẳng có ai độc ác đến mức tìm cách huỷ hoại tôi một cách vô cớ đến thế. Có phải chính kẻ sát nhân đã nhét nó vào đấy không? Tôi chẳng thấy hắn có cơ hội nào để làm điều đó cả; kể cả nếu có, tại sao hắn lại ăn cắp món nữ trang chỉ để từ bỏ nó sớm đến vậy?

"Tôi xin được phó thác vụ việc của mình cho sự công tâm của các thẩm phán, ấy nhưng tôi không thấy mình có nhiều hi vọng. Tôi xin phép các vị hãy cho gọi một vài nhân chứng lên đối chất về bản tính của tôi, và nếu lời khai của họ không lấn át được tội lỗi tôi được quy cho, tôi phải bị kết án, mặc dù tôi sẵn sàng cam đoan sự vô tội của tôi sẽ cứu rỗi bản thân mình."

Một số nhân chứng đã biết cô ta suốt nhiều năm được gọi lên, và họ đều từng nói tốt về cô ta; nhưng nỗi sợ hãi cũng như lòng căm ghét cái tội ác mà họ tin cô ta đã phạm phải khiến họ trở nên rụt rè và không muốn làm chứng. Elizabeth nhận thấy rằng ngay cả phương sách cuối cùng này, ấy là tâm tính tuyệt vời và tư cách đạo đức không thể chê trách được của bị cáo, sắp sửa thất bại. Thế là, bất chấp đang xúc động mạnh, nàng xin phép được phát biểu trước toà.

"Tôi là người thân của đứa trẻ xấu số bị sát hại," nàng nói, "hay đúng hơn là chị gái đứa trẻ, bởi vì tôi đã được cha mẹ em nuôi dạy và sống cùng với họ kể từ khi em ra đời và thậm chí còn từ rất lâu trước đó. Bởi vậy, mọi người có thể đánh giá hành động lên tiếng của tôi trong trường hợp này là khiếm nhã, nhưng khi chứng kiến cảnh một người đồng loại sắp phải chết vì sự hèn nhát của những người bạn giả dối của mình, tôi muốn được phép cất lời, để tôi có thể tiết lộ những gì mình biết về tính cách của chị. Tôi biết rất rõ bị cáo. Tôi đã sống cùng nhà với chị, một đợt kéo dài năm năm và một đợt khác gần hai năm. Trong tất cả các quãng thời gian đó, tôi thấy chị là con người hoà nhã và nhân hậu nhất trần đời. Chị đã chăm sóc phu nhân Frankenstein, dì của tôi, trong lúc bà lâm bệnh vào cuối đời, đầy yêu thương và chu đáo, rồi sau đó đã chăm sóc cho mẹ của chính mình lúc bà ta mắc một chứng bệnh triền miên, với cung cách khiến cho tất cả những ai biết chị đều không khỏi ngưỡng mộ, sau đó thì chị trở lại sống trong nhà chú tôi, nơi chị được cả gia đình yêu quý. Chị chân thành gắn bó với đứa trẻ nay đã mất và đối xử với em như một người mẹ đầy trìu mến. Về phần mình, tôi không ngần ngại nói rằng, bất chấp tất cả các bằng chứng đã được đưa ra để chống lại chị, tôi tin chắc chị hoàn toàn vô tội. Không có gì cám dỗ chị thực hiện một hành động như vậy; về phần món trang sức được dùng làm bằng chứng chính, nếu chị mà tha thiết muốn nó, tôi sẽ sẵn sàng đưa nó cho chị, bởi lẽ tôi kính mến và coi trọng người phụ nữ này đến nhường ấy."

Một tràng những tiếng xì xào đồng tình rộ lên sau khi Elizabeth đưa ra lời bào chữa đơn giản và mạnh mẽ của mình, nhưng nó được khơi dậy bởi sự can thiệp hào phóng của nàng, chứ không phải là vì ủng hộ Justine đáng thương. Công chúng lại tiếp tục hết sức phẫn nộ, coi cô ta như kẻ vô ơn bạc nghĩa đến táng tận lương tâm. Bản thân cô ta đã khóc trong khi Elizabeth phát biểu, nhưng không đáp gì cả. Trong lúc toàn bộ phiên toà diễn ra, tôi cảm thấy kích động và thống khổ tột cùng. Tôi tin vào sự vô tội của cô ta; tôi biết điều đó. Có khi nào con ác quỷ (tôi không chút nghi ngờ điều ấy dù chỉ trong một phút) giết em trai tôi cũng đã đẩy một người vô tội vào chỗ chết và vòng ô nhục để thoả cái thú vui ghê tởm của mình không? Tôi không thể chịu đựng nổi tình cảnh kinh hoàng của bản thân, và khi nhận thấy giọng điệu công chúng cũng như sắc mặt của các thẩm phán đã kết án nạn nhân bất hạnh của mình, tôi vội vã xộc ra khỏi toà án trong đau đớn. Sự tra tấn mà bị cáo phải gánh chịu không nặng nề bằng tôi; cô ta được sự vô tội giúp trụ vững, nhưng những nanh vuốt hối hận cào xé lòng tôi và dứt khoát không chịu buông bỏ.

Tôi trải qua một đêm với tâm trạng chẳng có gì ngoài khốn khổ. Đến buổi sáng, tôi ra toà; môi và cổ họng tôi khô không khốc. Tôi không dám hỏi cái câu tai ác kia, nhưng người ta biết mặt tôi, và viên chức đoán được nguyên nhân chuyến thăm của tôi. Cuộc bỏ phiếu được tổ chức[1]; tất cả đều đen, và Justine đã bị kết án.

Tôi sẽ không giả vờ mô tả những gì mình cảm thấy lúc bấy giờ. Hồi trước tôi từng trải nghiệm cảm giác hãi hùng rồi, và tôi đã cố gắng tìm cách biểu đạt chúng sao cho phù hợp, nhưng lời lẽ không thể truyền tải nổi bản chất của sự tuyệt vọng đến đau lòng mà tôi khi ấy phải chịu đựng. Người mà tôi đang nói chuyện cùng để thêm rằng Justine đã thú nhận tội lỗi của mình. "Trong một vụ án rõ rành đến nhường này," anh ta nhận định, "thì chẳng cần cái bằng chứng đó làm gì, nhưng tôi lấy làm mừng khi có nó, và thật tình mà nói, không thẩm phán nào muốn kết án một kẻ tội phạm dựa trên bằng chứng suy diễn hết, cho dù nó chắc chắn chưa từng thấy."

Thông tin này thật kì lạ và bất ngờ; ý nghĩa của nó có thể là gì được đây? Phải chăng mắt tôi đã lừa dối tôi? Và phải chăng tôi thực sự điên rồ như những gì cả thế giới hẳn sẽ nghĩ nếu tôi tiết lộ đối tượng bị mình nghi ngờ là

---

(1) Hệ thống bỏ phiếu kín được sử dụng rộng rãi trong việc phán quyết án tử hình. Các phiếu thường được làm từ ngà hoặc gỗ, và các phiếu đen mang ý nghĩa phán quyết tiêu cực.

thủ phạm? Tôi vội vã trở về nhà, và Elizabeth nằng nặc đòi biết kết quả.

"Em họ yêu quý à," tôi đáp, "vụ việc đã được quyết định theo đúng như những gì ta có thể kì vọng; tất cả các thẩm phán thà để mười người vô tội phải chịu khổ hơn là để một kẻ có tội lọt lưới. Nhưng cô ta đã thú nhận."

Đây là một đòn đánh chí tử với Elizabeth tội nghiệp, vốn từ trước đến nay luôn tin chắc như đinh đóng cột vào sự vô tội của Justine. "Hỡi ôi!" Nàng thốt lên. "Làm thế nào em còn có thể tin vào sự tử tế của con người nữa đây? Em yêu thương và quý trọng Justine như chị gái mình, sao mà chị có thể mang trên mặt những nụ cười ngây thơ như thế chỉ để phản bội chúng ta? Đôi mắt dịu dàng của chị trông như thể sẽ chẳng tài nào gây ra được chuyện gì nghiêm trọng hay gian xảo cả, ấy nhưng chị đã phạm tội giết người."

Không bao lâu sau, chúng tôi hay tin rằng nạn nhân tội nghiệp đã bày tỏ mong muốn được gặp em họ tôi. Cha tôi không muốn nàng đi, nhưng nói rằng ông sẽ để nàng tự quyết định dựa trên phán đoán và tình cảm của bản thân mình. "Vâng," Elizabeth đáp, "con sẽ đi, mặc dù chị có tội; và anh, Victor à, sẽ đi cùng em; em không thể đi một mình." Nghĩ đến chuyến thăm này mà tôi cảm thấy như bị tra tấn, nhưng tôi không thể từ chối.

Chúng tôi bước vào phòng giam ảm đạm và thấy Justine đang ngồi trên một đống rơm ở đầu bên kia; đôi bàn tay cô ta bị cùm, và đầu cô ta tựa vào đầu gối. Cô ta đứng dậy khi thấy chúng tôi bước vào, và khi chúng tôi được để lại một mình với cô ta, cô ta quăng mình xuống dưới chân Elizabeth, khóc lóc thảm thiết. Em họ tôi cũng khóc.

"Ôi, Justine!" Nàng nói. "Tại sao chị lại cướp mất sự an ủi cuối cùng của em như thế? Em đã tin vào sự vô tội của chị, và mặc dù lúc đó đau khổ cùng cực, em vẫn không đến nỗi khốn khổ như bây giờ."

"Và có phải cô cũng tin rằng tôi rất, rất xấu xa không? Có phải cô cũng hiệp lực với kẻ thù của tôi để nghiền nát tôi, để kết án tôi là một kẻ giết người không?" Giọng cô ta nghẹn ngào vì nức nở.

"Hãy đứng dậy đi, người chị đáng thương của em," Elizabeth bảo; "tại sao chị lại quỳ xuống, nếu chị là người vô tội? Em không phải là một trong những kẻ thù của chị, em tin chị vô tội, bất chấp mọi bằng chứng, cho đến khi em nghe nói rằng chị đã tự tuyên bố mình có tội. Chị nói rằng điều ấy là dối trá; và Justine thân mến à, rằng không có gì có thể lay chuyển niềm tin em dành cho chị dù chỉ trong giây lát, ngoại trừ lời thú nhận của chính chị."

"Đúng là tôi đã thú nhận, nhưng tôi thú nhận một lời nói dối. Tôi thú nhận để được xá tội; nhưng bây giờ thì sự dối trá đó lại nặng đề lên trái tim tôi hơn tất cả những tội lỗi khác. Chúa trên thiên đàng tha thứ cho tôi! Kể từ khi tôi bị kết án, linh mục giải tội cứ chất vấn tôi dồn dập; ông ấy đe doạ và uy hiếp, cho đến khi tôi gần bắt đầu nghĩ rằng mình đúng là con quái vật như ông ấy nói. Ông ấy đe doạ vạ tuyệt thông tôi và tôi sẽ bị đày đoạ trong lửa địa ngục sau khi chết nếu tôi vẫn cứ cứng đầu cứng cổ. Cô chủ thân mến à, tôi chẳng được ai ủng hộ cả; tất cả đều coi tôi như một kẻ đê tiện, không thể tránh khỏi sự ô nhục và kiếp trầm luân. Tôi có thể làm gì được đây? Trong một thời khắc tuyệt vọng, tôi đã nói dối; và chỉ đến bây giờ tôi mới cảm thấy thực sự đau khổ."

Cô ta dừng lại, khóc rưng rức, rồi tiếp tục nói: "Cô chủ ngọt ngào của tôi ơi, tôi hãi hùng khi nghĩ đến cảnh cô tin rằng Justine của cô, người vốn từng được người dì thánh thiện của cô hết sức đề cao, đồng thời còn được bản thân cô yêu quý, là kẻ có thể phạm phải một tội ác mà chỉ ác quỷ mới gây ra nổi. Cậu William yêu dấu! Đứa trẻ thánh thiện yêu dấu! Tôi sẽ sớm gặp lại cậu trên thiên đàng, nơi tất cả chúng ta đều sẽ được hạnh phúc; và điều đó sẽ an ủi tôi, mặc dù tôi sắp sửa phải chịu cảnh ô nhục thanh danh và bị xử tử."

"Ôi, Justine! Hãy tha thứ cho em vì đã có một khoảnh khắc không tin tưởng chị. Tại sao chị lại thú nhận? Nhưng đừng buồn khổ, chị thân mến à. Đừng sợ. Em sẽ tuyên bố, em sẽ chứng minh sự vô tội của chị. Em sẽ làm tan chảy trái tim sắt đá các kẻ thù của chị với nước mắt và lời cầu nguyện của mình. Chị sẽ không chết! Chị, người bạn chơi của em, bạn đồng hành của em, chị gái của em, chết trên đoạn đầu đài! Không! Không! Em sẽ chẳng đời nào có thể tiếp tục sống sau một nỗi bất hạnh khủng khiếp đến như vậy."

Justine sầu não lắc đầu. "Tôi không sợ chết, nỗi đau đó đã qua rồi. Chúa giúp tôi bớt yếu đuối và cho tôi can đảm để chịu đựng những điều tồi tệ nhất. Tôi sẽ rời bỏ một thế giới buồn và cay đắng; và nếu cô nhớ đến tôi cũng như nghĩ về tôi như một người bị kết tội một cách bất công, tôi sẵn sàng cam chịu số phận đang chờ đợi mình. Cô chủ thân mến à, hãy học từ tôi cách kiên nhẫn tuân theo ý muốn của Thượng Đế!"

Trong lúc cuộc trò chuyện này diễn ra, tôi lui về một góc của phòng giam, nơi tôi có thể che giấu nỗi thống khổ kinh hoàng đang xâm chiếm lấy mình. Nỗi tuyệt vọng! Ai dám nói về điều đó cơ chứ? Nạn nhân đáng thương ấy, người sẽ phải vượt qua ranh giới khủng khiếp giữa sự sống và cái chết vào ngày hôm sau, không cảm thấy đau đớn một cách sâu sắc và cay đắng đến như tôi. Tôi nghiến răng, cạ chúng với nhau, thốt lên một tiếng rên rỉ từ trong sâu thẳm tâm hồn. Justine giật mình. Khi nhìn ra đó là ai, cô ta lại gần tôi và nói: "Thưa cậu, cậu thật tốt bụng khi đến thăm tôi; tôi hi vọng cậu không tin rằng tôi có tội chứ?"

Tôi không thể trả lời. "Không, Justine à," Elizabeth bảo: "Anh ấy thậm chí còn vững tin vào sự vô tội của chị hơn em, vì ngay cả khi anh ấy hay biết rằng chị đã thú nhận, anh ấy vẫn không tin."

"Tôi thực sự cảm ơn cậu. Trong những giây phút cuối đời này, tôi hết sức chân thành biết ơn những người nghĩ tốt về mình. Tình cảm những người khác dành cho một kẻ khốn khổ như tôi mới ngọt ngào làm sao! Nó xoá đi hơn nửa nỗi bất hạnh của tôi, và tôi cảm thấy mình như có thể thanh thản chết, bởi lẽ sự vô tội của tôi đã được cô thừa nhận, cô chủ thân mến à, và cả anh họ của cô nữa."

Kẻ gặp nạn khổ sở kia cố gắng an ủi người khác và chính mình như thế đấy. Cô ta quả đã đạt được sự cam chịu mà mình mong muốn. Nhưng còn tôi, kẻ sát nhân thực sự, thì lại cảm thấy con sâu bất tử vẫn cứ sống nhăn trong lồng ngực mình, không cho phép một niềm hi vọng hay sự an ủi nào tồn tại cả. Elizabeth cũng khóc và cảm thấy khốn khổ, nhưng cái khổ của nàng cũng chỉ là nỗi khốn khổ vô tội, giống như một đám mây lướt qua vầng trăng xinh đẹp, tạm che khuất sự sáng chói của vầng trăng một thời gian nhưng không thể làm nó lu mờ đi được. Nỗi thống khổ và tuyệt vọng đã thấm sâu vào tận trong cốt lõi trái tim tôi; tôi mang trong mình một địa ngục không gì có thể dập tắt nổi. Chúng tôi ở lại với Justine mấy tiếng, và phải khó khăn lắm Elizabeth mới rời đi được. "Giá mà em được chết cùng với chị," nàng thốt lên, "em không thể sống trong thế giới đau khổ này nữa đâu."

Justine giả vờ vui vẻ, trong khi cô ta chật vật kìm nén những giọt nước mắt cay đắng của mình. Cô ta ôm lấy Elizabeth và nói với nỗi xúc động phần nào dằn lại: "Vĩnh biệt nhé, cô chủ ngọt ngào, Elizabeth thương mến, người bạn yêu dấu và duy nhất của tôi; mong rằng Thượng Đế hào phóng sẽ phù hộ độ trì và bảo vệ cô; mong rằng đây sẽ là điều bất hạnh cuối cùng mà cô phải chịu đựng trong đời! Hãy sống, hãy hạnh phúc, và hãy khiến người khác cũng trở nên như vậy."

Và vào ngày hôm sau, Justine chết. Những lời lẽ xé ruột xé gan của Elizabeth đã không thuyết phục được các thẩm phán từ bỏ niềm tin chắc chắn của họ về tội lỗi của kẻ chịu khổ thánh thiện kia. Những lời thỉnh cầu đầy tha thiết và phẫn nộ của tôi chỉ như nước đổ lá khoai. Và khi tôi nhận được câu trả lời lạnh lùng của họ, nghe các lí lẽ hà khắc, vô cảm của những con người này, lời thú nhận quả quyết của tôi đã tắt lịm trên môi. Tôi có thể tự xưng là một kẻ điên, nhưng điều đó sẽ không giúp huỷ bỏ bản án đã được tuyên cho nạn nhân khốn khổ của tôi. Cô ta đã chết trên đoạn đầu đài như một kẻ sát nhân!

Từ những cực hình trong chính trái tim bản thân, tôi quay sang quan sát nỗi đau buồn sâu thẳm và vô thanh của Elizabeth. Đây cũng là do tôi gây ra! Và sự khốn khổ của cha tôi, cũng như nỗi u sầu của mái nhà mới gần đây hãy còn tươi cười rạng rỡ đều là do chính bàn tay đáng nguyền rủa tôi gây ra! Hỡi những kẻ bất hạnh, mọi người hãy cứ khóc, nhưng đây không phải là những giọt nước mắt cuối cùng của mọi người! Rồi mọi người sẽ lại một lần nữa phải cất tiếng khóc than tang tóc, và những lời ai oán của mọi người sẽ còn được nghe thấy hết lần này đến lần khác! Frankenstein, con trai của mọi người, bà con thân thích của mọi người, người bạn thuở thiếu thời rất được yêu mến của mọi người; kẻ sẵn sàng hiến mọi giọt máu cốt tử vì mọi người, kẻ không nghĩ đến hay cảm thấy bất kì niềm vui sướng nào trừ khi nó cũng xuất hiện trên gương mặt yêu dấu của mọi người, kẻ sẵn sàng để không gian tràn ngập những lời chúc phúc và dành cả cuộc đời mình phục vụ mọi người - kẻ khiến mọi người phải khóc, phải đổ vô số giọt lệ; kẻ đó sẽ hạnh phúc ngoài sức tưởng tượng nếu số mệnh nhẫn tâm có thể hài lòng với điều ấy, và nếu sự tàn phá có thể ngưng lại trước khi sự bình yên do nấm mồ mang đến thế chỗ những nỗi dằn vặt đau buồn của mọi người!

Linh hồn tiên tri của tôi đã cất lên những lời như thế, trong khi, với tâm trạng giằng xé bởi sự hối hận, kinh hoàng, và tuyệt vọng, tôi chứng kiến cảnh những người mình yêu thương buồn khổ trong vô ích bên nấm mộ của William và Justine, những nạn nhân xấu số đầu tiên của cái ngón nghề tà độc của tôi.

CUỐN
2

CHƯƠNG I

ĐỐI VỚI TÂM TRÍ CON NGƯỜI, KHÔNG CÓ GÌ ĐAU ĐỚN HƠN SỰ LẶNG YÊN ĐẦY CHẾT CHÓC CỦA VIỆC VÔ DỤNG NGỒI KHÔNG VÀ SỰ CHẮC CHẮN CHẲNG GÌ LAY CHUYỂN NỔI XUẤT HIỆN LIỀN SAU KHI XÚC CẢM ĐÃ BỊ KHUẤY ĐỘNG BỞI MỘT CHUỖI SỰ KIỆN ÀO ÀO XẢY RA, VÀ CƯỚP ĐI TỪ TÂM HỒN CẢ HI VỌNG LẪN NỖI SỢ HÃI. Justine đã chết, cô ta đã yên nghỉ, và tôi vẫn còn sống. Máu vẫn tự do tuôn chảy trong huyết quản của tôi, nhưng đè nặng lên trái tim tôi là nỗi tuyệt vọng và hối hận không gì có thể loại bỏ được. Giấc ngủ cứ xa rời đôi mắt tôi; tôi vơ vẩn như một ác linh, bởi vì tôi đã thực hiện những hành động nguy hại khủng khiếp không bút nào tả được, và còn nhiều, rất nhiều hành động như thế nữa mà tôi tự thuyết phục bản thân rằng mình rồi sẽ gây ra thêm. Dẫu vậy, tim tôi vẫn tràn ngập sự tử tế cũng như tình yêu đối với đức hạnh. Tôi đã bước vào đời với những dự định bác ái và khao khát khoảnh khắc mình biến được chúng thành hiện thực, làm cho bản thân trở thành người hữu ích với đồng loại. Bây giờ thì tất cả đều đã bị huỷ hoại; thay vì sự thanh thản của lương tâm, cho phép tôi ngẫm lại quá khứ và cảm thấy hài lòng, rồi thu thập từ đó lời hứa hẹn về những hi vọng mới, tôi lại bị sự hối hận và cảm giác tội lỗi xâm chiếm, mau chóng tống tôi vào một địa ngục đầy những cực hình tàn khốc, không ngôn ngữ nào có thể diễn tả được.

Trạng thái tâm trí này làm ảnh hưởng đến sức khoẻ của tôi, mà có lẽ tôi cũng chưa bao giờ hồi phục được toàn vẹn sau cú sốc đầu tiên mình phải hứng chịu. Tôi lánh mặt tất cả mọi người; mọi thanh âm vui vẻ hoặc thoả mãn đều chẳng khác nào tra tấn đối với tôi; sự cô độc là niềm an ủi duy nhất của tôi - sự cô độc thẳm sâu, đen tối, chết chóc.

Cha tôi đau đớn quan sát những thay đổi thấy rõ về tính cách và thói quen của tôi, với những lí lẽ rút ra từ xúc cảm của một lương tâm thanh thản cũng như kiếp đời vô tội, ông cố gắng truyền nghị lực và khơi dậy trong tôi lòng can đảm để xua tan đám mây đen đang bao trùm lên tôi. "Victor à, phải chăng con nghĩ rằng ta không đang chịu khổ như con? Không ai có thể yêu một đứa con nhiều hơn ta yêu em trai con..." Nước mắt ông ứa ra trong lúc ông nói, "... nhưng chẳng phải chúng ta có nghĩa vụ đối với những người còn sống, ấy là tránh tỏ vẻ đau khổ thái quá và làm cho nỗi bất hạnh của họ trở nên thêm nặng nề hay sao? Đó cũng là nghĩa vụ ta nợ chính bản thân mình, bởi lẽ buồn phiền quá độ sẽ ngăn ta tiến bộ hay tận hưởng vui thú, hay thậm chí hoàn thành những công việc hữu ích hằng ngày mà ai cũng cần thực hiện, nếu không thì sẽ chẳng hoà nhập được với xã hội."

Mặc dù rất hay, lời khuyên này lại hoàn toàn không thể áp dụng cho trường hợp của tôi; tôi đáng lẽ đã là người đầu tiên che giấu nỗi đau của bản thân và an ủi người thân mình, chỉ có điều sự hối hận đã pha trộn nỗi cay đắng của nó, và nỗi kinh hoàng góp kèm cảm giác lo sợ, vào với những xúc cảm khác của tôi. Bây giờ thì tôi chỉ có thể đáp lời cha mình với một cái nhìn tuyệt vọng và cố gắng giấu mình khuất mắt ông.

Vào khoảng thời gian này, chúng tôi về sống tại nhà ở Belrive. Sự thay đổi này làm tôi cảm thấy đặc biệt dễ chịu. Việc đóng cổng thường xuyên vào lúc mười giờ tối và không thể lưu lại bên hồ sau giờ đó đã khiến tôi thấy rất khó chịu với cuộc sống bên trong các bức tường của Genève. Bây giờ tôi đã được tự do. Thường xuyên, sau khi những thành viên khác trong gia đình đã đi ngủ, tôi lên thuyền và dành nhiều giờ trôi nổi trên mặt nước. Đôi khi, tôi dong buồm được gió đưa đẩy đi; và đôi khi, sau khi chèo vào giữa hồ, tôi bỏ mặc cho chiếc thuyền tuỳ ý dạt trôi và để bản thân chìm đắm trong những suy tư đau khổ của mình. Khi mọi thứ xung quanh đều tĩnh tế, và tôi là tạo vật ồn ã duy nhất lang thang trong một khung cảnh đẹp đẽ và tuyệt vời nhường ấy - nếu không tính vài con dơi hay mấy con ếch với tiếng kêu khàn khàn và ngắt ngừng, chỉ nghe thấy được khi tôi đến gần bờ - tôi thường xuyên bị cám dỗ, rất thường xuyên, muốn lao đầu xuống hồ nước lặng im, để cho làn nước có thể vĩnh viễn lấp kín mình cũng như những tai hoạ của mình. Nhưng tôi kiềm chế bản thân khi nghĩ về Elizabeth quả cảm và khổ đau, người tôi yêu thương hết mực, đồng thời còn là người đã trói buộc cuộc đời mình vào với tôi. Tôi cũng nghĩ về cha tôi và người em trai còn sống của mình; liệu tôi có nên hèn hạ bỏ trốn và mặc cho họ bị phơi bày, không người bảo vệ trước sự tà ác của con quái vật hung ác mà tôi đã thả sống vào cuộc đời họ không?

Vào những khoảnh khắc như thế, tôi cay đắng khóc và thầm ước rằng tâm trí mình sẽ lại được bình yên, chỉ để tôi có thể an ủi cũng như mang lại hạnh phúc cho họ. Nhưng điều đó là bất khả thi. Hối hận dập tắt mọi hi vọng. Tôi đã gây ra những điều tai ác vô phương đảo ngược, và ngày nào tôi cũng phải sống trong nỗi sợ hãi rằng con quái vật mình đã nhào nặn nên sẽ gây ra một điều xấu xa mới. Tôi có linh cảm mơ hồ rằng mọi sự vẫn chưa kết thúc và hắn sẽ xuống tay thực hiện một tội ác động trời nào đó, với quy mô đủ sức gần như xoá nhoà mọi hồi ức về các tội lỗi trong quá khứ. Chừng nào trên đời hãy còn bất cứ thứ gì tôi yêu thương, chừng ấy hãy luôn còn nguyên cớ để lo sợ. Không ai có thể mường tượng ra nỗi sự ghê tởm của tôi đối với tên ác nhân này. Khi tôi nghĩ về hắn, răng tôi lại nghiến ken két, mắt tôi lại cay xè, và tôi chỉ thèm khát được bóp nghẹt cái sinh mệnh mà mình đã dại dột ban tặng. Khi tôi ngẫm về các tội ác và sự tàn độc của hắn, lòng căm hận và ham muốn báo thù của tôi lại trỗi dậy, phá tung mọi giới hạn điều độ. Nếu có thể thì tôi đã lặn lội lên tận đỉnh cao nhất của dãy Andes rồi, và khi lên đến nơi thì tôi sẽ xô hắn xuống tận chân núi. Tôi muốn gặp lại hắn để còn có thể trút nỗi ghê tởm tột cùng xuống đầu hắn, trả thù cho cái chết của William và Justine.

Nhà chúng tôi là ngôi nhà tang tóc. Nỗi kinh hoàng của các sự kiện gần đây đã tác động nghiêm trọng đến sức khoẻ của cha tôi. Elizabeth rơi vào trạng thái rầu rĩ và chán nản; nàng không còn hứng thú với những công việc thông thường của mình nữa; nàng cảm thấy mọi niềm vui đều như tội báng bổ đối với người chết; lúc bấy giờ nàng tin rằng chỉ nỗi khốn khổ và những giọt lệ bất tận mới là những món cống vật xứng đáng với người phụ nữ vô tội đã bị bôi nhọ và huỷ hoại đến nhường ấy. Nàng không còn là con người hạnh phúc mà hồi nhỏ từng vơ vẩn đi dạo cùng tôi bên bờ hồ và sung sướng nói chuyện về các viễn cảnh tương lai của chúng tôi nữa. Nỗi buồn đầu tiên trong chuỗi những phiền muộn xuất hiện nhằm khiến chúng ta quay lưng lại với cõi thế đã ghé thăm nàng, và sự âm u của nó đã dập tắt đi những nụ cười dấu yêu nhất của nàng.

"Anh họ thân mến à," nàng nói, "khi em ngẫm nghĩ về cái chết khốn khổ của Justine Moritz, em không còn nhìn nhận thế giới cũng như các tạo tác của nó với con mắt như trước đây nữa. Hồi trước, em toàn coi những câu chuyện về sự đổi bại và bất công mà em từng đọc trong sách hoặc nghe những người khác kể lại như những giai thoại thời cổ đại hoặc các điều xấu xa phi thực; ít nhất thì chúng cũng xa xăm và mang tính suy diễn lí trí hơn là một điều có thể mường tượng được ra; nhưng bây giờ thì sự khốn khổ đã chường mặt đến tận nhà ta, và em cảm thấy con người như một lũ quái vật thèm khát máu nhau. Ấy nhưng em chắc chắn chỉ đang suy nghĩ một cách thiếu công tâm. Tất cả mọi người đều tin rằng cô gái đáng thương đó có tội; và nếu chị quả thật có thể gây ra tội lỗi khiến mình phải lãnh án tử thì chị đúng là con người suy đồi nhất trần gian. Chỉ vì một vài viên đá quý mà lại đang tâm giết chết con trai của ân nhân kiêm người bạn của mình, một đứa trẻ chị đã nuôi dưỡng từ khi nó chào đời, và tỏ vẻ yêu thương như thể nó là con của chính mình! Em không thể đồng ý để bất kì con người nào chết đi, nhưng chắc chắn một điều là em sẽ nghĩ rằng không thể tiếp tục cho một kẻ như thế tồn tại trong xã hội loài người. Nhưng chị vô tội. Em biết, em linh cảm được rằng chị vô tội; anh cũng có cùng quan điểm, và điều đó xác nhận cảm nhận của em. Hỡi ôi! Victor, khi sự giả dối có thể giống hệt như sự thật thì còn ai có thể đảm bảo rằng mình chắc chắn sẽ được hạnh phúc nữa? Em cảm thấy như thể mình đang đi trên rìa một vách núi, nơi hàng ngàn người đang chen chúc và tìm cách đẩy em nhào xuống vực thẳm. William và Justine đã bị sát hại, và kẻ sát nhân trốn thoát; hắn tự do tự tại ngoài thế giới, và có thể còn được trọng vọng nữa. Nhưng ngay cả nếu em bị kết án và bị xử tử đoạn đầu đài vì những tội ác tương tự, em cũng sẽ không hoán đổi địa vị với một kẻ tồi tệ như vậy đâu.”

Tôi lắng nghe bài nói ấy với sự đau đớn tột cùng. Dù không phải đã đích thân xuống tay, tôi trên thực tế lại chính là kẻ giết người thực sự. Elizabeth nhận ra nỗi thống khổ trong sắc mặt của tôi, và ân cần nắm lấy bàn tay tôi, bảo rằng: “Hỡi người bạn dấu yêu nhất của em, anh phải bình tĩnh lại đi. Chúa biết những sự kiện này đã tác động đến em sâu sắc nhường nào; nhưng em chẳng đến nỗi đau khổ như anh. Có một nét biểu cảm tuyệt vọng, và đôi khi là ham muốn trả thù, trong sắc mặt của anh, nó khiến em run rẩy. Victor thân mến ơi, hãy xua đuổi những xúc cảm đen tối này đi. Hãy nhớ tới những người thân xung quanh anh, những người dồn đổ mọi hi vọng của mình vào anh. Chẳng lẽ chúng em đã mất khả năng khiến anh hạnh phúc rồi ư? Ôi! Chừng nào chúng ta còn yêu thương, chừng nào chúng ta còn chân thành với nhau, thì ở vùng đất hoà bình và tươi đẹp này, quê hương của anh, thì chúng ta sẽ có thể thu nhận mọi phước lành bình yên - có thứ gì còn có thể quấy đảo sự yên bình của chúng ta đây?"

Và chẳng lẽ những lời từ một người mà tôi ưu ái hơn mọi món quà số mệnh ban tặng lại không đủ để xua đuổi kẻ xấu xa ẩn nấp trong tim tôi ư? Ngay khi nàng còn đang nói dở, tôi xích lại gần nàng hơn, như thể hãi sợ rằng kẻ huỷ diệt kia lúc bấy giờ đang ở ngay gần đấy để tước đoạt nàng khỏi tôi.

Và như vậy, cả sự dịu dàng của tình bạn, cả vẻ đẹp của trần gian, cả thiên đàng, đều không thể cứu rỗi linh hồn tôi khỏi sự phiền muộn; ngay cả những thanh sắc của tình yêu cũng vô dụng. Tôi bị bao trùm trong một đám mây mà không thế lực tốt đẹp nào có thể xuyên thấu. Con nai bị thương kéo lết cặp chân yếu ớt của mình đến một bụi hoang nào đó để nhìn vào mũi tên đã đâm xuyên người mình, và để chết - chính là kiểu như tôi.

Đôi khi tôi có thể đương đầu với nỗi tuyệt vọng ủ dột tràn ngập trong mình, nhưng đôi khi cơn gió lốc xúc cảm trong tâm hồn buộc tôi phải tìm kiếm sự giải toả khỏi những cảm giác ngoài sức chịu đựng của mình bằng cách tập thể dục và thay đổi cảnh quan. Chính trong một lần lên cơn như vậy, tôi đột nhiên rời khỏi nhà, và rảo bước về phía các thung lũng Alps gần đó, tìm kiếm sự tráng lệ, vĩnh cửu của những cảnh quan ấy nhằm quên đi bản thân cũng như những đau buồn phù du của mình, bởi vì tôi là con người. Chuyến đi lang thang dẫn tôi tới thung lũng Chamounix.

Tôi từng thường xuyên ghé thăm nó trong thời thơ ấu. Kể từ đó đến nay đã sáu năm trôi qua rồi: *Tôi* đã trở thành một kẻ suy nhược, nhưng những cảnh tượng hoang dã và bền bỉ đó chẳng thay đổi gì cả.

Tôi cưỡi ngựa trong chặng đầu tiên của chuyến hành trình. Sau đó tôi thuê một con la, bởi vì đi vững chân hơn và ít có khả năng bị thương trên những con đường gồ ghề này. Tiết trời rất đẹp; bấy giờ đang vào khoảng giữa tháng Tám, gần hai tháng sau cái chết của Justine, cái kỉ nguyên khốn khổ mà tôi tính là điểm khởi nguồn cho mọi sự đau khổ của mình. Khi tôi dấn thân vào sâu hơn trong khe núi của con sông Arve, cảm giác nặng nề đè nén lên tinh thần tôi vơi đi thấy rõ. Những dãy núi khổng lồ cùng các vách đá nhô ra ở mọi phía, tiếng dòng sông cuốn ào ào giữa những tảng đá, cùng với các con thác hung hăng khắp xung quanh là minh chứng cho sự hiện diện của một thế lực vĩ đại ngang hàng Đấng Toàn Năng - và tôi ngưng cảm thấy sợ hãi hay quỵ lụy trước bất cứ thứ gì không hùng cường bằng các thế lực đã tạo thành và cai trị thiên nhiên, đang phô ra lớp mã tuyệt vời nhất của mình ở ngay đây. Tuy nhiên, khi tôi lên cao hơn, thung lũng khoác lên mình một khí chất thậm chí còn tráng lệ và đáng kinh ngạc hơn nữa. Những toà lâu đài đổ nát nằm cheo leo trên các dãy núi đầy thông, con sông Arve cuồn cuộn, và những gian nhà tranh đó đây ló mình ra từ giữa những hàng cây tạo thành một cảnh tượng đẹp phi thường. Nhưng vẻ đẹp của nó lại tiếp tục được nâng tầm và thêm phần hùng vĩ hơn nhờ sự hiện diện của dãy Alps uy nghi, với những đỉnh chóp hình kim tự tháp và mái vòm màu trắng và sáng chói vươn mình lên trên tất cả, như thể thuộc về một tinh cầu khác, chốn cư ngụ của một chủng tộc riêng biệt.

Tôi băng qua cây cầu Pélissier, nơi khe núi do dòng sông hình thành mở ra trước mắt tôi, và tôi bắt đầu leo lên ngọn núi nhô ra phía trên. Chẳng bao lâu sau, tôi vào trong thung lũng Chamounix. Thung lũng này thậm chí còn tuyệt diệu và hùng vĩ hơn, nhưng lại không tươi đẹp và hữu tình như Servox tôi vừa đi qua. Những dãy núi cao và phủ đầy tuyết là ranh giới gần nhất của nó, nhưng tôi không thấy thêm lâu đài đổ nát và cánh đồng màu mỡ nào nữa. Những con sông băng mênh mông men sát đường; tôi nghe thấy tiếng tuyết lở ầm ầm như sấm động và trông thấy làn khói bốc lên, đánh dấu tuyến đường nó đi. Mont Blanc, ngọn Mont Blanc tối thượng và tráng lệ, vươn mình lên khỏi những mỏm đá nhọn xung quanh, và đỉnh vòm khổng lồ của nó quan sát thung lũng từ trên cao.

Trong suốt hành trình này, một cảm giác khoái lạc râm ran đã thất lạc từ lâu thường xuyên dấy lên trong tôi. Khi ngoặt qua một ngã rẽ trên đường, một vật thể mới sẽ tự nhiên được trông thấy và nhận ra, gợi cho tôi nhớ đến những tháng ngày xưa cũ, và gắn liền với sự vui tươi nhẹ nhàng của thời thơ ấu. Bản thân những cơn gió cũng cất giọng êm dịu thì thầm, và Mẹ Thiên Nhiên bảo tôi đừng khóc nữa. Thế rồi, một lần nữa, tác động nhân từ kia ngưng lại - tôi lại bị cùm vào với nỗi đau buồn và chìm đắm hoàn toàn trong nỗi khốn khổ của suy tư. Thế rồi tôi thúc con la, cố gắng lãng quên thế giới, nỗi sợ hãi của mình, và hơn tất cả, chính bản thân mình - hay có lúc, tôi hành động theo một cách tuyệt vọng hơn, ấy là xuống khỏi con la và quăng mình lên lớp cỏ, bị nỗi kinh hoàng và tuyệt vọng đè nén.

Sau đấy, tôi đặt chân đến làng Chamounix. Sự mệt mỏi cùng cực cả về thể xác lẫn tinh thần mà tôi đã phải chịu đựng bị thay thế bởi cơn kiệt sức. Trong một thoáng, tôi nấn ná bên cửa sổ, ngắm nhìn những tia sét nhợt nhạt loang loáng phóng ở trên đỉnh Mont Blanc và lắng nghe tiếng dòng Arve chảy ồ ạt, ồn ã lao đi bên dưới. Những âm thanh ru ngủ ấy chẳng khác nào một bài hát ru đối với những xúc cảm quá buốt nhói của tôi; khi tôi đặt đầu lên gối, giấc ngủ lén lút xâm chiếm lấy tôi; tôi cảm thấy nó đến và thầm chúc phúc kẻ ban tặng sự quên lãng ấy.

CHƯƠNG 11

NGÀY HÔM SAU, TÔI ĐI LANG THANG TRONG THUNG LŨNG. Tôi đứng bên các nhánh nguồn của sông Arveiron, vốn chảy ra từ một dòng sông băng, chậm rãi chảy xuống từ trên đỉnh các ngọn đồi để rào chắn thung lũng. Phần sườn dốc đứng của những dãy núi mênh mông nằm ngay trước mặt tôi; bức tường băng giá của dòng sông băng nhô ra trên đầu tôi; vài mảnh thông vỡ vụn nằm rải rác xung quanh; và sự im lặng trang nghiêm ngự trị trong khu điện lộng lẫy này của Thiên Nhiên dường bệ chỉ bị phá vỡ bởi những sóng nước róc rách hay tiếng rơi của một khối đá khổng lồ nào đấy, tiếng tuyết lở như sấm rền hay tiếng nứt răng rắc vang vọng dọc theo các dãy núi của lớp băng tích tụ, thỉnh thoảng lại nứt nẻ và toác ra dưới tác động thầm lặng của các định luật bất biến, như thể nó chỉ là một thứ đồ chơi trong tay chúng. Những cảnh tượng hùng vĩ và lộng lẫy này mang lại cho tôi niềm an ủi lớn nhất mà tôi có thể nhận được. Chúng nâng tôi ra khỏi mọi xúc cảm hẹp hòi, và mặc dù không loại bỏ được nỗi đau của tôi, chúng vẫn khuất phục và làm lắng nó lại. Ở một mức độ nào đó, chúng còn hưởng được tâm trí của tôi rời xa những suy tư mình cứ nghiền ngẫm mãi trong suốt cả tháng vừa rồi. Đêm đến thì tôi về nghỉ; chăm sóc và phục vụ cho giấc ngủ của tôi là tập hợp những khối hình hùng tráng mà tôi đã chiêm ngưỡng lúc ban ngày. Chúng tụ tập quanh tôi; đỉnh núi tuyết phủ không chút hoen ố, những chóp cao lấp lánh, những cánh rừng thông, và các khe núi lởm chởm trần trụi, con đại bàng bay vút lên giữa những đám mây - tất cả tập trung quanh tôi và khiến tôi thấy thanh thản.

Chúng đã trốn đi đâu khi tôi thức dậy vào sáng hôm sau? Tất cả những gì truyền sinh lực cho tâm hồn tôi đều đã bỏ chạy cùng với giấc ngủ, và u sầu tối tăm che mờ mọi suy nghĩ. Bấy giờ trời đang mưa như trút nước, và những làn sương mù dày đặc che khuất các đỉnh núi, khiến cho tôi thậm chí còn không được nhìn thấy khuôn mặt của những người bạn vĩ đại đó. Tuy nhiên, tôi sẽ vẫn đâm xuyên qua lớp mạng che mờ ảo của chúng và tìm đến chúng tại những chỗ trú đầy mây của mình. Mưa và bão thì có nhằm nhò gì đối với tôi? Con la của tôi đã được đưa đến cửa, và tôi quyết tâm lên đến đỉnh Montanvert. Tôi nhớ lại cách khung cảnh con sông băng to lớn chuyển động không ngừng đã tác động đến tâm trí mình ra sao khi tôi lần đầu tiên nhìn thấy. Hồi đó, nó khiến tôi tràn ngập trong sự ngây ngất tuyệt vời, chắp cánh cho linh hồn tôi bay ra khỏi một thế giới tối tăm để tìm đến với ánh sáng và niềm vui. Quang cảnh những sự vật uy nghi và hùng vĩ trong tự nhiên vốn luôn giúp cho tâm trí tôi trở nên trang nghiêm hơn và khiến tôi quên đi những lo toan nhất thời của cuộc sống. Tôi quyết định đi mà không có người dẫn đường, bởi lẽ tôi đã rất thuộc đường, và sự hiện diện của người khác sẽ phá hỏng nét hùng vĩ đơn độc của cảnh vật.

Đường đi lên dốc đứng, nhưng được chia thành các cung quanh co liền mạch và ngắn, cho phép ta leo được vách núi gần vuông góc. Đó là một cảnh hoang tàn khủng khiếp. Ở cả ngàn chỗ, ta có thể trông thấy dấu tích của những trận tuyết lở mùa đông, cây cối gãy nằm ngổn ngang trên mặt đất, một số đã bị tàn phá hoàn toàn, số khác thì oằn cong, dựa mình vào những tảng đá nhô ra khỏi vách núi hay vắt ngang trên những cây khác. Khi lên cao hơn, con đường bị những khe núi tuyết cắt ngang, đá liên tục lăn xuống từ trên cao; một trong số chúng đặc biệt nguy hiểm, vì ngay cả âm thanh nhỏ nhất, chẳng hạn như lớn giọng, cũng sẽ tạo ra một luồng rung động khí đủ để khiến cho tai ương ập xuống đầu người nói. Những cây thông không mọc cao hay um tùm, nhưng chúng mang sắc u sầu và khiến cho cảnh quan thêm phần khốc liệt. Tôi nhìn vào thung lũng bên dưới; những làn sương mù lớn đang dâng lên từ những dòng sông chảy ngang qua và cuộn mình như những vòng hoa dày quanh các dãy núi đối diện, với đỉnh được ẩn giấu trong những đám mây đồng nhất, trong khi mưa trút xuống từ bầu trời tối tăm và khiến cho ấn tượng tôi nhận được từ các vật thể xung quanh càng thêm phần u sầu. Hỡi ôi! Tại sao con người lại lấy làm tự kiêu về việc sở hữu những xúc cảm ưu việt hơn so với những giống loài xem chừng mọi rợ cơ chứ; nó chỉ tổ biến họ thành những sinh vật thiếu tự do hơn. Nếu những thôi thúc của chúng ta chỉ giới hạn trong đói, khát, và ham muốn, chúng ta gần như sẽ có thể được tự do; nhưng bây giờ thì chúng ta lại bị lay động bởi mọi cơn gió thổi qua và một lời lẽ tình cờ hay khung cảnh mà lời lẽ ấy có thể khơi gợi ra cho mình.

Ta ngơi nghỉ; giấc mộng có sức mạnh để đầu độc
giấc ngủ.
Ta thức dậy; suy nghĩ lang thang làm vẩn đục cả ngày.
Ta cảm nhận, quan niệm, hay suy lí; cười hoặc khóc,
Ôm lấy thống khổ thân thương, hoặc vứt bỏ đi lo toan;
Tất cả đều như nhau: bởi dù là niềm vui hay nỗi buồn,
Con đường ta đi vẫn thông thoáng.
Hôm qua của ta không bao giờ có thể giống ngày mai
của mình;
Chẳng gì tồn tại mãi ngoài sự biến đổi![1]

Tôi lên đến đỉnh dốc leo vào khoảng gần trưa. Tôi ngồi trên tảng đá nhìn ra biển băng một hồi. Màn sương bao phủ cả biển băng lẫn những dãy núi xung quanh. Chẳng bao lâu sau, một làn gió xua tan đám mây, và tôi bắt đầu leo xuống chỗ dòng sông băng. Bề mặt nó rất không bằng phẳng, trồi lên thụp xuống như những con sóng của một vùng biển động, với những khe nứt sâu hoắm đan xen bên trên. Cánh đồng băng có bề ngang cỡ bốn cây số, nhưng tôi tốn gần hai giờ để vượt qua nó. Ngọn núi đối diện là một tảng đá dựng đứng trần trụi. Từ phía tôi hiện đang đứng, Montanvert nằm ngay đối diện, tại vị trí cách hơn

---

(1) Trích trong bài thơ *Mutability* (tạm dịch: *Biến đổi*) của Percy Bysshe Shelley.

bốn cây số; và vươn mình đầy oai nghiêm, đường bệ trên nó là Mont Blanc. Tôi lưu lại trong một hốc đá, chiêm ngưỡng khung cảnh tuyệt vời và kì diệu này. Biển, hay đúng hơn là dòng sông băng rộng lớn, ngoằn ngoèo luồn lách giữa những ngọn núi xung quanh mình, với những đỉnh chóp chọc trời lơ lửng trên các hốc của nó. Các đỉnh núi băng giá và lấp lánh của chúng toả rạng dưới ánh mặt trời trên những đám mây. Trái tim trước kia đầy sầu thảm của tôi bấy giờ lâng lâng với một cảm giác gì đó hệt như niềm vui; tôi thốt lên: "Hỡi những linh hồn phiêu bạt, nếu thực sự các người đang phiêu bạt chứ không phải đang ngơi nghỉ trên những chiếc giường chật hẹp của mình, hãy cho ta được hưởng niềm hạnh phúc mong manh này, hoặc không thì hãy mang ta theo cùng các người, rời xa những niềm vui của cuộc sống."

Khi đang thốt ra điều này, tôi đột nhiên nhìn thấy hình dáng của một người đàn ông, cách đó một quãng, bấy giờ đang tiến về phía tôi với tốc độ phi thường. Hắn nhảy vọt qua các khe nứt trên lớp băng, nơi tôi từng phải thận trọng đưa bước; lúc hắn lại gần, vóc dáng của hắn trông cũng có vẻ to lớn hơn hẳn người thường. Tôi lấy làm lo lắng; màn sương che mờ mắt tôi, và tôi cảm thấy một cơn choáng váng xâm chiếm lấy mình, nhưng tôi nhanh chóng được gió lạnh của những ngọn núi giúp cho tỉnh người ra. Khi cái hình hài kia đến gần hơn (một khung cảnh thật khủng khiếp và đáng ghê tởm!), tôi nhận thấy rằng đó chính là tạo vật xấu xa mà mình đã tạo ra. Tôi run lẩy bẩy vì giận dữ và kinh hoàng, quyết tâm chờ đợi hắn lại gần và sau đó xông vào tử chiến với hắn. Hắn lại gần;

diện mạo của hắn bộc lộ một nỗi thống khổ cay đắng, kết hợp với sự khinh bỉ và thâm hiểm, trong khi sự xấu xí dị thường của bộ dạng ấy gần như kinh khủng ngoài sức chịu đựng đối với mắt người trần. Nhưng tôi gần như chẳng quan sát thấy điều này; cơn thịnh nộ và hận thù mới đầu đã khiến tôi không thể thốt nên lời, và khi tỉnh lại thì tôi sa sả quăng vào mặt hắn những lời lẽ giận dữ đầy ghê tởm và khinh miệt.

"Đồ ác quỷ," tôi thốt lên, "ngươi dám tiếp cận ta ư? Và ngươi không sợ đòn báo thù dữ dội mà cánh tay ta sẽ giáng xuống cái đầu khốn khổ của ngươi sao? Hãy cút đi, đồ côn trùng hèn hạ! Mà có lẽ hãy ở lại thì phải hơn, để ta có thể đạp nát nhà ngươi thành cát bụi! Và, hỡi ôi! Giá mà bằng cách kết liễu sự tồn tại khốn khổ của ngươi, ta sẽ có thể hồi sinh những nạn nhân ngươi đã tàn nhẫn sát hại!"

"Tôi đã kì vọng sẽ bị tiếp đón như thế này," con ác quỷ cất tiếng. "Tất cả mọi người đều ghét những kẻ khốn khổ; vậy thì tôi, kẻ thảm hại hơn mọi sinh vật trên đời, hẳn sẽ phải bị ghét vô cùng! Ấy nhưng ngài, Đấng Sáng Tạo của tôi, ghê tởm và hắt hủi tôi, tạo vật của ngài, kẻ đã bị ràng buộc vào với ngài bởi một sợi dây chỉ có thể tháo rời nếu một trong hai chúng ta bị tiêu diệt. Ngài định giết tôi. Sao ngài lại dám chơi đùa như vậy với sự sống chứ? Hãy cứ thực hiện nhiệm vụ ngài cần phải làm đối với tôi, và tôi sẽ làm điều tương tự đối với ngài và toàn bộ nhân loại. Nếu ngài chịu tuân thủ các điều kiện của tôi, tôi sẽ để cho họ và ngài được yên thân; nhưng nếu ngài từ chối, tôi sẽ nhồi căng hiến vật vào trong diều tử thần, cho đến khi nó đã uống no máu những người thân yêu còn lại của ngài."

"Đồ quái vật ghê tởm! Quân táng tận lương tâm! Mọi cực hình của địa ngục đều là hình phạt quá nhẹ đối với các tội ác của ngươi. Đồ quỷ dữ khốn nạn! Người trách móc ta vì đã tạo ra ngươi, thế thì hãy đến đây đi, để ta có thể dập tắt đốm lửa sinh lực mà mình đã sơ suất ban tặng."

Cơn thịnh nộ của tôi vượt ngoài mọi giới hạn; tôi nhảy chồm vào người hắn, bị thúc đẩy bởi tất cả những xúc cảm có thể khiến một tạo vật tìm cách tiêu diệt tạo vật khác.

Hắn né được tôi một cách dễ dàng và nói:

"Hãy bình tĩnh đi! Tôi khẩn cầu ngài hãy lắng nghe tôi trước khi ngài trút nỗi căm thù của mình lên cái đầu tận tụy của tôi. Chẳng lẽ tôi còn chưa gánh chịu đủ khổ đau hay sao mà ngài lại muốn khiến tôi thêm phần khốn đốn? Mặc dù cuộc sống chỉ là sự tích luỹ những nỗi thống khổ, nó vẫn quý giá đối với tôi, và tôi sẽ bảo vệ nó. Hãy nhớ rằng ngài đã chế ra tôi mạnh mẽ hơn chính bản thân ngài; chiều cao của tôi vượt trội hơn so với ngài, các khớp xương của tôi dẻo dai hơn. Nhưng tôi sẽ không đầu hàng cám dỗ trở thành kẻ thù của ngài. Tôi là tạo vật của ngài, và tôi thậm chí sẽ còn đối xử với vị chúa kiêm đế vương tự nhiên của mình với thái độ ôn hoà và ngoan ngoãn nếu ngài cũng chịu thực hiện nghĩa vụ của mình, phần nghĩa vụ ngài mang nợ tôi. Ôi, Frankenstein, chớ có đối xử công bằng với tất cả những người khác và chỉ chà đạp lên một mình tôi, kẻ đáng lẽ phải được ngài đối xử công tâm nhất, thậm chí còn xứng đáng được ngài khoan dung và yêu mến nhất. Hãy nhớ rằng tôi là tạo vật của ngài; tôi đáng lẽ phải là Adam[1] của ngài, nhưng lại trở thành thiên thần sa ngã[2], bị ngài tước đoạt vui sướng dù chẳng gây tội gì cả. Đâu đâu tôi cũng thấy cảnh hạnh phúc, nhưng chỉ mình tôi là vĩnh viễn không được cho gia nhập. Tôi từng nhân từ và tốt bụng; nhưng sự khốn khổ đã biến tôi thành một kẻ ác. Hãy làm cho tôi được hạnh phúc, và tôi sẽ lại trở thành kẻ đức hạnh."

"Cút đi! Ta sẽ không lắng nghe ngươi nói đâu. Ngươi và ta sẽ không thể chung đụng được gì; chúng ta là kẻ thù. Hãy cút đi, hoặc không thì hãy cùng đọ sức so tài trong cuộc tử chiến."

"Làm thế nào để tôi suy chuyển được ngài đây? Chẳng lẽ không lời cầu khẩn nào có thể khiến ngài ưu ái nhìn nhận tạo vật của mình, kẻ cầu xin ngài hãy tử tế động lòng trắc ẩn ư? Hãy tin tôi đi, hỡi Frankenstein, tôi từng nhân từ; tâm hồn tôi ngời sáng với tình yêu và lòng nhân đạo; nhưng không phải tôi cô đơn, cô đơn đến khốn khổ đó sao? Ngài, Đấng Sáng Tạo của tôi, ghê tởm tôi; tôi còn biết hi vọng gì ở những đồng loại của ngài, những người không nợ nần gì tôi hết đây? Họ hắt hủi và ghét bỏ tôi. Những ngọn núi hoang vắng và sông băng thê lương là nơi ẩn náu của tôi. Tôi đã lang thang ở đây nhiều ngày rồi; những hang động băng mà chỉ mình tôi mới không sợ là nơi cư ngụ của tôi, đồng thời cũng là nơi duy nhất tôi không bị con người thù hằn. Tôi hoan nghênh những

---

(1) Con người đầu tiên được Thiên Chúa tạo ra.

(2) Đây có thể là ám chỉ tới thiên thần Lucifer - một trong những đứa con đầu tiên được Thiên Chúa tạo ra, nhưng về sau nổi loạn và bị trục xuất khỏi thiên đàng, trở thành Satan dưới địa ngục.

miền trời ảm đạm này, vì chúng tử tế với tôi hơn đồng loại của ngài. Nếu số đông loài người biết đến sự tồn tại của tôi, họ cũng sẽ làm như ngài, và tự vũ trang nhằm tiêu diệt tôi. Khi ấy, chẳng lẽ tôi lại không căm ghét những kẻ đã ghê tởm mình? Tôi sẽ không điều đình với kẻ thù của mình. Tôi phải sống khổ sống sở, và họ cũng sẽ phải chịu chung sự khốn khổ ấy của tôi. Ấy nhưng ngài có thể bù đắp cho tôi, và giúp họ khỏi phải gánh chịu một tai ương chỉ còn đang chực chờ bị ngài thổi bùng lên, kinh khủng đến mức không chỉ ngài và gia đình của ngài mà cả hàng ngàn người khác nữa sẽ bị nuốt chửng trong cơn cuồng phong thịnh nộ của nó. Ngài hãy động lòng trắc ẩn, và đừng khinh bỉ tôi. Hãy lắng nghe câu chuyện của tôi; một khi đã nghe xong, ngài hãy cứ từ bỏ hoặc thương hại tôi tuỳ theo những gì ngài nghĩ tôi xứng đáng được nhận. Nhưng hãy lắng nghe tôi đã. Theo luật pháp của con người, kẻ phạm tội được phép tự cất tiếng bào chữa cho bản thân trước khi bị kết án, bất kể tội ác có tàn bạo đến nhường nào. Hãy nghe tôi, Frankenstein. Ngài cáo buộc tôi tội giết người, ấy nhưng ngài lại sẵn sàng tiêu diệt tạo vật do chính tay mình nhào nặn nên với một lương tâm thanh thản. Hỡi ôi, công lí muôn đời của con người thật đáng ca ngợi! Ấy nhưng tôi không yêu cầu ngài tha cho tôi; hãy lắng nghe tôi, và sau đó, nếu ngài có thể, và nếu ngài muốn, hãy cứ huỷ diệt tạo tác của bản thân mình đi."

Tôi đáp lại: "Tại sao ngươi lại gợi cho ta nhớ đến những sự kiện khiến ta lấy làm rùng mình khi ngẫm về, những sự kiện với gốc gác kiêm soạn giả khốn khổ chính là ta? Tên ác quỷ đáng ghê tởm kia, cái ngày ngươi lần đầu tiên nhìn thấy ánh sáng thật đáng nguyền rủa! Đôi bàn tay đã tạo thành ngươi thật đáng nguyền rủa (mặc dù làm vậy là ta tự nguyền rủa chính mình)! Ngươi đã khiến ta bất hạnh không bút nào tả xiết. Ngươi đã khiến ta không còn khả năng xem xét liệu mình có công bằng với ngươi hay không nữa. Hãy cút đi! Đừng để cái hình dạng đáng ghê tởm của ngươi làm gai mắt ta nữa."

"Tôi sẽ tha cho ngài thế này đây, hỡi Đấng Sáng Tạo của tôi," hắn chìa đôi bàn tay đáng ghét của mình trước mắt tôi, và tôi hung bạo gạt phăng chúng đi; "tôi sẽ loại bỏ khỏi mắt ngài cảnh tượng mà ngài ghê tởm. Nhưng ngài vẫn có thể lắng nghe tôi và ban cho tôi lòng trắc ẩn. Nhân danh những đức hạnh mà tôi từng sở hữu, tôi yêu cầu ngài làm điều này. Hãy lắng nghe câu chuyện của tôi; nó vừa dài vừa kì lạ, và nhiệt độ của nơi này không phù hợp với những cảm quan tinh tế của ngài; hãy đến túp lều trên núi đi. Vầng dương hãy còn treo cao trên bầu trời; trước khi nó hạ xuống ẩn mình sau những đỉnh núi tuyết của ngài và soi rọi một thế giới khác, ngài sẽ nghe xong câu chuyện của tôi và có thể ra quyết định. Liệu tôi sẽ vĩnh viễn rời bỏ thế giới con người và sống một cuộc đời vô hại, hay trở thành tai hoạ đối với đồng loại của ngài và là kẻ sẽ nhanh chóng đẩy ngài đến nước đường bị huỷ hoại."

Trong lúc nói điều này, hắn dẫn đường qua lớp băng; tôi đi theo. Tim tôi trĩu nặng, và tôi không trả lời hắn, nhưng trên đường đi, tôi cân nhắc các lí lẽ khác nhau mà hắn đã sử dụng và quyết định ít nhất cũng sẽ lắng nghe câu chuyện của hắn. Tôi bị thôi thúc một phần bởi sự tò mò, và lòng trắc ẩn khiến tôi thêm phần quyết tâm hơn. Tính đến nay, tôi cứ đinh ninh rằng hắn là kẻ đã giết hại em trai mình, và tôi hăm hở muốn nhận được một lời xác nhận hoặc phủ bác ý kiến này. Đây cũng là lần đầu tiên tôi cảm nhận được các nghĩa vụ của một người sáng tạo đối với tạo vật của mình, và tôi phải làm cho hắn hạnh phúc trước đã rồi mới có quyền phàn nàn về sự xấu xa của hắn. Những động cơ ấy hối thúc tôi tuân theo yêu cầu của hắn. Do đó, chúng tôi vượt qua lớp băng và leo lên tảng núi đá đối diện. Bầu không khí rét căm căm, và mưa lại bắt đầu rơi; chúng tôi bước vào túp lều, tên ác quỷ thì tỏ vẻ hồ hởi, còn tôi thì mang theo một trái tim nặng trĩu và tâm trạng chán nản. Nhưng tôi đồng ý lắng nghe, và sau khi để tôi ngồi xuống bên đống lửa mà kẻ đồng hành đáng ghét của tôi đã nhóm lên, hắn bắt đầu thuật lại câu chuyện của mình như sau.

CHƯƠNG III

"TÔI PHẢI KHÓ KHĂN LẮM MỚI NHỚ NỔI VỀ THỜI ĐIỂM MÌNH BẮT ĐẦU TỒN TẠI TRÊN ĐỜI; TẤT CẢ CÁC SỰ KIỆN XẢY RA TRONG GIAI ĐOẠN ĐÓ XEM CHỪNG ĐỀU RỐI RẮM VÀ NHẬP NHÈM. Một nùi xúc cảm kì lạ xâm chiếm lấy tôi, tôi nhìn thấy, cảm thấy, nghe thấy, cũng như ngửi thấy cùng một lúc; và quả thực là phải một thời gian rất lâu sau tôi mới học được cách phân biệt các hoạt động của những giác quan khác nhau của mình. Theo như tôi nhớ thì dần dần, một luồng sáng dữ dội hơn tấn công dây thần kinh của tôi, khiến tôi buộc phải nhắm mắt lại. Thế rồi bóng tối bao trùm lấy tôi và làm tôi thấy lo lắng, nhưng tôi chỉ vừa mới cảm nhận được điều này thì ánh sáng lại một lần nữa tràn vào trong tôi. Bây giờ ngẫm lại, tôi cho rằng điều ấy xảy ra bởi tôi mở mắt. Tôi bước đi, và rồi tôi tin rằng mình đã xuống nhà, nhưng chẳng bao lâu sau, tôi thấy các cảm quan của mình thay đổi hẳn. Hồi trước, vây quanh tôi toàn là những khối hình tối tăm và mờ đục mà tôi không cách nào chạm vào hay nhìn thấy được; nhưng bấy giờ thì tôi nhận ra rằng mình đã có thể tự do đi lại, và chẳng có chướng ngại vật nào mà tôi không thể vượt qua hoặc tránh né. Vì ánh sáng ngày một hành hạ tôi nặng nề hơn, và nhiệt độ nóng nực làm tôi càng đi càng mệt, tôi tìm một nơi có bóng râm để trú. Nơi ấy chính là khu rừng gần Ingolstadt; và ở đấy, tôi nằm bên bờ một con suối nghỉ ngơi cho đỡ mệt, cho đến khi tôi cảm thấy bị cơn đói khát hành hạ. Điều đó khiến tôi bừng tỉnh khỏi trạng thái gần như im lìm của bản thân, và tôi đã ăn vài quả mọng mình thấy treo lủng lẳng trên cây hoặc nằm lăn lóc trên mặt đất. Tôi xoa dịu cơn khát của mình bằng con suối, và sau đó nằm xuống, được giấc ngủ bao trùm.

"Khi tôi thức dậy thì trời đã tối om; tôi còn cảm thấy lạnh, và phần nào sợ hãi theo bản năng khi thấy bản thân chỉ trơ trọi một mình. Trước khi tôi rời khỏi căn hộ của ngài, vì cảm thấy rét, tôi đã lấy ít quần áo che thân, nhưng chúng không đủ để bảo vệ tôi khỏi làn sương của màn đêm. Tôi là một kẻ bất hạnh tội nghiệp, bất lực, khốn khổ; tôi không biết gì, và chẳng thể phân biệt được gì cả; nhưng do cảm thấy đau đớn thâm nhập vào người mình từ mọi phía, tôi ngồi xuống và khóc.

"Chẳng mấy chốc, một luồng sáng dịu khẽ khàng xuất hiện trên nền trời và mang lại cho tôi một cảm giác đầy khoái lạc. Tôi đứng dậy và nhìn thấy một hình hài rạng rỡ mọc lên giữa những tán cây[1]. Tôi trầm trồ nhìn nó. Nó di chuyển chậm rãi, nhưng nó soi sáng con đường của tôi, và tôi lại đi tìm kiếm quả mọng. Tôi vẫn còn cảm thấy lạnh, nhưng đúng lúc ấy thì tôi tìm thấy một cái áo choàng khổng lồ dưới gốc cây, tôi đắp nó lên người, và ngồi xuống đất. Trong đầu tôi không có ý tưởng nào rõ ràng; tất cả

---

(1) Mặt trăng. [chú thích của Mary Shelley trong nguyên bản]

đều rối tung rối mù. Tôi cảm nhận được ánh sáng, đói, khát, và bóng tối; vô số âm thanh vang lên trong tai tôi, và từ mọi phía, đủ thứ mùi hương khác nhau chào đón tôi; vật duy nhất tôi có thể phân biệt được là mặt trăng rực sáng, và tôi dán mắt vào đó với một cảm giác vui sướng.

"Khi đã mấy chu kì ngày đêm thay đổi trôi qua, và khối cầu đêm đã hao hụt đi rất nhiều, thì tôi bắt đầu phân biệt cảm giác của mình với nhau. Tôi dần dần nhìn thấy được một cách rõ ràng dòng suối trong vắt đã cung cấp cho tôi thức uống và những cái cây che chở tôi với tán lá của chúng. Tôi hoan hỉ vô cùng khi lần đầu tiên phát hiện ra rằng cái âm thanh dễ chịu, thường xuyên vang đến tai tôi được phát ra từ cổ họng của những con vật có cánh nhỏ rất hay chắn ánh sáng khỏi mắt tôi. Tôi cũng bắt đầu quan sát một cách chuẩn xác hơn những hình hài bao quanh mình và nhận thức được ranh giới của mái nhà ánh sáng rạng rỡ che trên đầu mình. Đôi khi tôi thử bắt chước những bài ca dễ chịu của đám chim nhưng không thể. Đôi khi tôi muốn bày tỏ các cảm giác của mình theo cách riêng, nhưng những âm thanh thô thiển và ú ớ phát ra từ miệng mình làm tôi phát sợ và im lặng trở lại.

"Mặt trăng đã biến mất khỏi màn đêm, và rồi một lần nữa tái xuất, với dạng hình nhỏ hơn, trong khi tôi vẫn ở trong rừng. Tính đến lúc này, cảm xúc của tôi đã trở nên rành mạch, và cứ mỗi ngày trôi qua, tâm trí tôi lại nhận được thêm ý tưởng mới. Mắt tôi đã trở nên quen với ánh sáng và nhận thức được hình dạng chuẩn của các vật thể; tôi phân biệt được giữa côn trùng và thảo mộc, rồi dần dần, giữa các loại thảo mộc khác nhau. Tôi phát hiện ra rằng chim sẻ chỉ phát ra những nốt chói tai, trong khi tiếng hót của chim hét và chim sáo thì lại ngọt ngào và hấp dẫn.

"Một ngày nọ, khi đang bị cái lạnh tra tấn, tôi tìm thấy một đống lửa do mấy người ăn xin lang thang bỏ lại, và sung sướng đến ngây ngất trước sự ấm áp được trải nghiệm. Trong lúc hân hoan, tôi thọc bàn tay vào trong mớ than hồng hãy còn âm ỉ cháy, nhưng phải nhanh chóng rút ra với một tiếng kêu đau đớn. Tôi thầm nghĩ rằng thật kì lạ là với cùng một nguyên nhân, ta lại có được những hiệu ứng trái ngược nhau đến thế! Tôi kiểm tra các vật liệu của đống lửa, và vui mừng khi thấy nó được làm từ gỗ. Tôi nhanh chóng thu thập một số cành cây, nhưng chúng bị ướt và dứt khoát không bén lửa. Tôi lấy làm phiền lòng trước điều ấy và ngồi yên theo dõi ngọn lửa bùng cháy. Mớ gỗ ướt mà tôi đặt gần ngọn lửa khô đi và rồi cũng bừng lên cháy. Tôi suy ngẫm về điều này, và bằng cách chạm vào các nhành cây khác nhau, tôi phát hiện ra nguyên nhân và bắt tay vào thu thập một lượng gỗ lớn để có thể sấy khô và có nguồn cung cấp lửa dồi dào. Khi màn đêm buông xuống và mang giấc ngủ đến theo cùng, tôi hết sức sợ hãi rằng ngọn lửa của mình sẽ bị dập tắt. Tôi cẩn thận phủ gỗ và lá khô lên, và đặt thêm cành cây ướt bên trên; và sau đó, tôi trải áo choàng của mình ra, nằm trên mặt đất, và chìm vào giấc ngủ.

"Khi tôi thức dậy thì trời đã sáng, và việc đầu tiên tôi làm là đi kiểm tra ngọn lửa. Tôi bỏ mớ đồ che nó ra, và một cơn gió nhẹ nhanh chóng thổi bùng nó lên thành một ngọn lửa. Tôi cũng để ý quan sát thấy hiện tượng này và chế ra một chiếc quạt làm từ cành cây, giúp than hồng lại bừng lên mỗi khi chúng đã gần bị dập tắt. Khi màn đêm buông xuống, tôi khoái trá phát hiện ra rằng ngọn lửa vừa cung cấp ánh sáng, vừa cung cấp sức nóng và phát hiện ấy rất hữu ích với tôi trong công việc chuẩn bị thức ăn, bởi lẽ tôi phát hiện ra một ít đồ ăn thừa mà mấy kẻ lãng khách bỏ lại đã được nướng chín, và có vị ngon hơn nhiều so với những quả mọng mà tôi thu thập từ cây. Vậy nên tôi thử chuẩn bị thức ăn của mình theo cách tương tự, đặt nó lên than hồng hãy còn lửa. Tôi khám phá ra rằng điều này làm hỏng những quả mọng, còn các loại hạt và rễ thì trở nên ngon hơn nhiều.

"Tuy nhiên, thực phẩm dần khan hiếm, và tôi thường xuyên phải dành cả ngày để tìm kiếm vài quả sồi để xoa dịu cơn đói nhưng chỉ vô ích. Khi nhận thấy tình trạng này, tôi quyết định rời khỏi nơi mình đã cư ngụ nhằm tìm một nơi cho phép tôi dễ dàng thoả mãn các nhu cầu ít ỏi của mình hơn. Trong quá trình thực hiện chuyến di cư này, tôi vô cùng tiếc nuối khi phải để lại đống lửa mình đã tình cờ tìm được và không biết làm thế nào để tái tạo ra. Tôi đã dành vài giờ nghiêm túc suy xét về khó khăn này, nhưng tôi buộc phải từ bỏ mọi nỗ lực tạo ra nó, và sau khi bọc mình trong chiếc áo choàng, tôi băng qua khu rừng, tiến về phía mặt trời lặn. Tôi đi lang thang như thế ba ngày liền và rồi ra đến vùng đồng trống. Đêm hôm trước đã có một trận tuyết lớn, và các cánh đồng mang một sắc trắng đồng nhất; cảnh quan trông thật não lòng, tôi thấy chân mình bị thứ chất ẩm ướt lạnh lẽo bao phủ mặt đất khiến cho tê cóng đi.

"Lúc đó là khoảng bảy giờ sáng, và tôi bấy giờ đang rất mong mỏi tìm được thức ăn và chốn trú chân; một lúc sau tôi trông thấy một túp lều nhỏ, nằm trên một mô đất, chắc hẳn được dựng lên cho một người chăn cừu nào đó có chốn náu. Đây là một cảnh tượng mới đối với tôi, và tôi săm soi cấu trúc ấy một cách đầy tò mò. Thấy cánh cửa được để mở, tôi bước vào. Có một ông già ngồi trong đó, gần một đống lửa, nơi ông ta đang hí húi chuẩn bị bữa sáng. Ông ta quay người lại khi nghe thấy tiếng động, lúc trông thấy tôi thì rú lên âm ĩ, và rời khỏi túp lều, phóng vọt qua cánh đồng với một tốc độ mà nếu trông vào tấm thân yếu ớt của ông ta thì khó ai nghĩ là lại có thể được. Diện mạo của ông ta khác hẳn mọi thứ tôi từng thấy trước đây, và hành động bỏ chạy của ông ta làm tôi phần nào ngạc nhiên. Nhưng tôi bị hớp hồn trước sự xuất hiện của túp lều; ở đây tuyết và mưa không thể xâm nhập tới; mặt đất khô ráo; và lúc bấy giờ, tôi thấy nó là chốn trú ẩn thanh tú và thần thánh chẳng kém gì Pandæmonium[1] trong mắt đám quỷ dưới địa ngục sau những khổ đau chúng phải chịu đựng trong hồ lửa. Tôi ngấu nghiến ăn nốt phần bữa sáng còn sót lại của người chăn cừu, bao gồm bánh mì, phô mai, sữa, và rượu; tuy nhiên, chỗ rượu thì tôi không thích. Thế rồi, bị cơn mệt mỏi lấn át, tôi nằm xuống giữa đống rơm và ngủ thiếp đi.

"Khi tôi thức dậy thì trời đã trưa, và xiêu lòng trước sự ấm áp của mặt trời, toả sáng rực rỡ trên nền đất trắng, tôi quyết định khởi sự lại chuyến đi của mình; sau khi bỏ nốt phần bữa sáng còn lại của ông nông dân vào một chiếc bao tôi tìm được, tôi băng qua các cánh đồng suốt mấy tiếng liền, cho tới khi tôi đặt chân đến một ngôi làng vào

---

(1) Thủ phủ của địa ngục trong bài thơ *Thiên đường đã mất* của John Milton.

lúc hoàng hôn. Trông nó mới kì diệu làm sao! Các túp lều, những gian nhà tranh sạch sẽ hơn, và những ngôi nhà trang nghiêm lần lượt khiến tôi trầm trồ. Rau trong vườn, sữa và pho mát tôi thấy được đặt ở cửa sổ của một số ngôi nhà, khơi dậy cảm giác thèm ăn trong tôi. Tôi bước vào một trong những ngôi nhà đẹp nhất, nhưng chỉ vừa mới đặt chân qua cửa thì lũ trẻ con đã thét lên, và một người phụ nữ lăn ra ngất. Toàn bộ ngôi làng bị đánh động; một số người bỏ chạy, một số tấn công tôi, cho đến khi tôi đã bị bầm giập nghiêm trọng bởi đá và nhiều món vũ khí quăng ném khác và phải trốn thoát ra vùng đồng trống, sợ hãi nương náu trong một túp lều thấp lụp xụp, hết sức trơ trụi, và trông thật thảm hại sau những cung điện mà tôi đã nhìn thấy trong làng. Tuy nhiên, túp lều này nối liền với một gian nhà tranh trông có vẻ tươm tất và dễ chịu, nhưng sau trải nghiệm đắt giá tôi vừa trải qua, tôi không dám bước vào đó. Nơi ẩn náu của tôi được xây bằng gỗ, nhưng thấp đến mức tôi phải khó khăn lắm mới có thể ngồi thẳng lên được trong đó. Tuy không có tấm gỗ nào được lát trên nền đất cấu thành sàn nhà, nhưng nó vẫn khô ráo; và mặc dù gió vẫn lùa được vào trong qua vô số khe kẽ, tôi vẫn thấy đó là một nơi tránh tuyết và mưa không đến nỗi nào.

"Thế là tôi rút vào trong đấy và nằm xuống, lấy làm hạnh phúc vì đã tìm thấy một nơi để tránh né sự khắc nghiệt của thời tiết, và đặc biệt là sự man rợ của con người, cho dù nơi ấy có tồi tàn.

"Ngay khi trời hửng sáng, tôi rón rén chui ra khỏi cái tổ của mình để có thể nhìn ngắm gian nhà bên cạnh và tìm hiểu xem liệu mình có thể ở lại nơi mới tìm thấy này hay không. Túp lều nằm ở phía sau gian nhà và bao quanh hai bên hông nó là cái chuồng lợn và một hồ nước trong. Một bên để mở, và tôi đã lẻn vào theo đường đó; nhưng giờ tôi lấp đá và gỗ vào kín mọi kẽ hở trông thấy được, ấy nhưng theo một kiểu cho phép tôi dỡ bỏ được khi cần chui ra; tất cả chỗ ánh sáng tôi có rọi vào từ cái chuồng lợn, và thế là đủ cho tôi rồi.

"Sau khi đã sắp xếp chốn ở của mình như thế và đã trải kín sàn bằng rơm sạch, tôi rút sâu vào trong, vì tôi trông thấy phía đằng xa có bóng dáng của một người đàn ông, và tôi hãy còn nhớ rất rõ cách mình bị đối xử vào đêm hôm trước, thế nên không thể tin tưởng giao phó tính mạng bản thân vào tay người này. Tuy nhiên, đầu tiên tôi phải đảm bảo mình có thể sống được qua ngày bằng ổ bánh mì thô tôi đã ăn cắp được, và cái cốc để tôi có thể uống được làn nước tinh khiết chảy qua chốn ẩn náu của mình một cách thuận tiện hơn là dùng bàn tay. Sàn cao hơn một chút, thế nên khô ráo hoàn toàn, và nhờ ở gần ống khói của gian nhà, nó ấm áp ở mức vừa phải.

"Sau khi đã được chu cấp như vậy, tôi quyết định sẽ lưu lại trong túp lều này cho đến khi có điều gì đó xảy ra làm thay đổi ý định của tôi. So với khu rừng ảm đạm, nơi ở cũ của tôi, với những cành cây để mưa rơi lọt và nền đất ẩm ướt, thì nơi này thực sự là cả một thiên đường. Tôi khoan khoái ăn bữa sáng của mình, nhưng đang lúc chuẩn bị gỡ một tấm ván để lấy ít nước thì tôi nghe thấy tiếng bước chân, và khi nhìn qua cái khe nhỏ, tôi nhìn thấy một sinh vật với cái xô trên đầu băng qua trước túp lều của tôi. Cô gái còn trẻ và mang phong thái dịu dàng, không như cái kiểu của những người nông dân và người hầu ở nông trại mà tôi đã thấy. Tuy nhiên, cô lại mặc quần áo rất nghèo khổ, chiếc váy lót thô màu xanh kèm áo khoác lanh là trang phục duy nhất của cô; mái tóc đẹp của cô được tết lại nhưng không tô điểm gì: cô trông có vẻ kiên nhẫn nhưng vẫn mang vẻ buồn bã. Cô đi khuất mắt tôi, và khoảng mười lăm phút sau thì cô quay trở lại, vẫn mang theo cái xô, lúc bấy giờ đã đầy lưng lửng sữa. Trong lúc cô bước đi với vẻ khó khăn do phải mang nặng, một chàng trai trẻ với dung mạo trông còn ủ rũ hơn đón đường cô. Sau khi thốt ra vài lời u uất, anh ta lấy cái xô ra khỏi đầu cô và tự mình mang nó vào gian nhà tranh. Cô bám theo sau, và họ biến mất. Chẳng bao lâu sau tôi lại nhìn thấy chàng trai trẻ băng qua cánh đồng phía sau gian nhà tranh, tay cầm theo một số món dụng cụ; và cô gái cũng tất ba tất bật luôn tay, đôi khi trong nhà và đôi khi ngoài sân.

"Khi kiểm tra nơi ở của mình, tôi nhận thấy rằng hồi trước, một phần của nó từng là cửa sổ của gian nhà, nhưng các ô cửa đã bị gỗ bít kín. Một tấm gỗ có cái khe nhỏ gần như không thể nhận thấy, có thể ghé mắt nhìn qua. Qua khe hở này có thể nhìn thấy một căn phòng nhỏ được quét vôi trắng và trông sạch sẽ, nhưng trống huơ trống hoác. Ngồi ở trong một góc, gần đống lửa nhỏ, là một ông cụ, đầu dựa lên tay với vẻ chán chường. Cô gái trẻ bận rộn dọn dẹp gian nhà; nhưng một chốc sau cô lấy thứ gì đó ra khỏi ngăn kéo, đòi hỏi cô phải dùng cả hai tay, và cô ngồi xuống bên cạnh ông, người bấy giờ đã cầm một món nhạc cụ lên, bắt đầu chơi, và tạo ra những âm thanh còn ngọt ngào hơn cả giọng chim sáo với sơn ca. Ngay cả đối với tôi, một kẻ khốn khổ chưa bao giờ được chiêm ngưỡng thứ gì đẹp đẽ cả, đó cũng vẫn là một cảnh tượng tuyệt vời. Mái tóc bạc và vẻ mặt nhân từ của người nông dân già đã làm tôi cảm thấy tôn kính, trong khi cách hành xử dịu dàng của cô gái khơi dậy cảm giác yêu thương trong lòng tôi. Ông chơi một bản nhạc ngọt ngào đầy tang tóc, và tôi nhận thấy lệ ứa ra từ đôi mắt của người phụ nữ yêu kiều đang bầu bạn với ông, nhưng ông già lại không để ý đến điều đó, cho đến khi cô khóc nức nở thành tiếng; khi ấy, ông phát ra một vài âm thanh, và tạo vật xinh đẹp kia bỏ dở việc mình đang làm, quỳ xuống dưới chân ông. Ông đỡ cô đứng dậy, mỉm cười một cách ân cần và trìu mến đến mức nó khơi dậy trong tôi những xúc cảm kì lạ và mãnh liệt vô cùng; chúng là một sự pha trộn giữa đau đớn và khoái cảm mà từ trước đến nay tôi chưa từng trải nghiệm bao giờ, dù là do đói hay lạnh, ấm áp hay no nê; và tôi lùi khỏi ô cửa sổ, không thể chịu nổi những cảm xúc này.

"Chẳng bao lâu sau, chàng trai trẻ ấy quay trở về, gánh trên vai một đống củi. Cô gái gặp anh ta ở cửa, giúp anh ta trút bỏ gánh nặng, và lấy một ít củi mang vào trong gian nhà, đặt chúng lên trên đống lửa; sau đó, cô và người thanh niên lần lượt đi vào trong một góc gian nhà, và anh ta trưng ra cho cô một ổ bánh lớn cùng miếng phô mai. Cô tỏ vẻ hài lòng và đi vào vườn để thu thập ít rễ cùng cây, đặt chúng vào trong nước, và rồi lên trên ngọn lửa. Sau đó cô tiếp tục công việc của mình, trong khi chàng trai trẻ đi vào vườn, trông có vẻ là bắt tay vào bận rộn đào xới và nhổ rễ. Sau khi anh ta làm công việc ấy được khoảng một giờ, cô gái đến chỗ anh ta và họ cùng nhau bước vào trong gian nhà.

"Trong suốt quãng thời gian ban nãy, ông cụ trầm ngâm suy nghĩ, nhưng khi những người bầu bạn của mình xuất hiện, ông mang bộ dạng vui vẻ hơn, và họ ngồi xuống ăn. Bữa cơm nhanh chóng được giải quyết. Cô gái lại bận rộn dọn dẹp nhà cửa, ông cụ dành vài phút tản bộ dưới ánh mặt trời trước gian nhà, dựa người vào cánh tay của anh thanh niên. Không gì có thể đẹp hơn được sự tương phản giữa hai con người tuyệt vời này. Một người thì đã già, với mái đầu bạc và diện mạo ngời sáng nét nhân hậu và yêu thương; người trẻ thì mang dáng hình mảnh khảnh và phong nhã, khuôn mặt của anh ta được hình thành từ các đường nét cân xứng vô cùng, song đôi mắt và phong thái của anh ta toát lên một vẻ buồn bã và nản lòng tột độ. Ông cụ quay trở vào trong gian nhà, và anh thanh niên chuyển sang băng qua cánh đồng, mang theo các món dụng cụ khác với những gì mình đã sử dụng vào buổi sáng.

"Đêm mau chóng bao trùm, nhưng tôi hết sức sửng sốt khi phát hiện ra rằng những người nông dân này có thể kéo dài ánh sáng bằng cách sử dụng những ngọn nến, đồng thời rất đỗi vui mừng khi thấy rằng việc mặt trời lặn sẽ không đặt dấu chấm hết cho niềm vui tôi được trải nghiệm khi quan sát những người hàng xóm của mình. Vào buổi tối, cô gái trẻ và bạn của cô thực hiện đủ thứ việc mà tôi không hiểu; và ông cụ lại cầm món đồ đã phát ra những âm thanh thần thánh từng mê hoặc tôi vào buổi sáng. Ngay khi ông chơi xong, anh thanh niên liền nối tiếp, không phải chơi nhạc, mà là phát ra những âm thanh đơn điệu, và chúng chẳng giống gì với những âm hoà hợp của món đồ ông cụ sử dụng hay tiếng hót của những con chim; sau này tôi phát hiện ra rằng anh ta đọc thành tiếng, nhưng lúc bấy giờ thì tôi chẳng biết gì về ngành khoa học con chữ cả.

"Sau khi làm mấy việc như thế một lúc, gia đình ấy tắt nến và lui về phòng, theo như tôi phỏng đoán thì là để đi ngủ."

CHƯƠNG IV

"TÔI NẰM TRÊN ĐỐNG RƠM CỦA MÌNH, NHƯNG KHÔNG TÀI NÀO NGỦ NỔI. Tôi nghĩ về những sự kiện đã xảy ra trong ngày. Điều làm tôi thấy ấn tượng nhất là phong thái ứng xử nhẹ nhàng của những người này, và tôi thèm khát được nhập bọn với họ, nhưng tôi lại không dám làm thế. Tôi nhớ rất rõ cái cách man rợ mà đám dân làng đã đối xử với mình đêm hôm trước, và quyết định rằng bất kể sau này mình có thấy hướng hành động nào là hợp lí đi chăng nữa thì bây giờ tôi cũng sẽ lặng lẽ ở im trong túp lều của mình, quan sát và cố gắng tìm hiểu xem động cơ đằng sau các hành động của họ là gì.

"Những người nông dân thức dậy vào sáng hôm sau trước khi mặt trời mọc. Cô gái dọn dẹp nhà cửa và chuẩn bị đồ ăn, chàng thanh niên rời đi sau khi ăn xong bữa đầu tiên.

"Ngày hôm ấy trôi qua theo cùng một chu kì sinh hoạt như hôm trước. Chàng trai trẻ liên tục làm việc bên ngoài gian nhà, và cô gái tất bật làm đủ thứ việc bên trong nhà. Ông cụ, tôi sớm nhận ra ông bị mù, dành thời gian rảnh rỗi chơi món đồ của mình hoặc trầm ngâm suy ngẫm.

Không thứ gì bì nổi với tình yêu và sự tôn trọng mà những con người trẻ tuổi kia dành cho người thân đáng kính của mình. Họ thực hiện mọi nghĩa vụ của mình với ông một cách đầy dịu dàng và trìu mến, và ông tưởng thưởng công sức của họ bằng nụ cười nhân hậu của mình.

"Nhưng hạnh phúc của họ không được trọn vẹn. Chàng trai trẻ và cô bạn của anh ta thường xuyên đi ra một chỗ riêng và trông có vẻ như đang khóc. Tôi không hiểu nguyên cớ sự bất hạnh của họ là gì, nhưng tôi vẫn bị làm cho rúng động sâu sắc. Nếu đến cả những sinh vật đáng yêu nhường ấy mà còn phải đau khổ thì việc tôi, một sinh vật không hoàn hảo và đơn độc, phải chịu kiếp lầm than chẳng còn mấy kì lạ nữa. Ấy nhưng tại sao những sinh vật hiền lành này lại không hạnh phúc? Họ sở hữu một ngôi nhà tuyệt vời (vì trong mắt tôi thì nó trông như thế đấy) cũng như mọi tiện nghi xa hoa trên đời; họ có một ngọn lửa để sưởi ấm khi lạnh và thức ăn ngon lành khi đói; họ diện những bộ quần áo tuyệt hảo; và hơn thế nữa, họ được tận hưởng sự bầu bạn cũng như lời lẽ của nhau, trao tặng nhau những cái nhìn âu yếm và nhân hậu mỗi ngày. Những giọt nước mắt của họ ám chỉ điều gì vậy? Chúng có thực sự bày tỏ nỗi đau không? Mới đầu tôi không thể lí giải được những câu hỏi này, nhưng nhờ không ngừng để tâm chú ý, một thời gian sau, tôi ngộ ra nhiều hiện tượng mà ban đầu mình thấy khó hiểu.

"Phải một thời gian rất dài sau thì tôi mới phát hiện ra một trong những nguyên nhân khiến cho gia đình hoà nhã này phải lo âu: đó chính là sự nghèo khổ, và họ bị cái tai ương đó đẩy vào đường túng quẫn. Thức ăn của họ chỉ gồm mỗi các loại rau trong vườn và sữa của một con bò, và nó lại còn cho rất ít sữa trong mùa đông, trong khi chủ của nó gần như chẳng thể kiếm đủ thức ăn để nuôi nó. Tôi tin họ thường xuyên phải chịu nhịn đói đến cồn cào ruột gan, đặc biệt là hai người trẻ, vì đã mấy lần họ đặt thức ăn ra trước mặt ông cụ trong khi chẳng dành lại phần nào cho mình cả.

"Đức tính tốt đẹp này đã khiến tôi xúc động vô cùng. Tôi đã hình thành thói quen ăn cắp một phần chỗ lương thực của họ trong đêm để ăn, nhưng khi phát hiện ra rằng với hành động này, tôi đã khiến cho những người nông dân kia thêm phần khốn khổ, tôi thôi làm thế và chuyển sang sống dựa vào các loại quả mọng, quả hạch, và rễ cây mà tôi thu thập từ khu rừng lân cận.

"Tôi cũng phát hiện ra một phương pháp khác mình có thể sử dụng nhằm hỗ trợ công việc của họ. Tôi nhận thấy rằng mỗi ngày, chàng thanh niên dành phần lớn thời gian thu thập củi để nhóm lửa cho cả nhà, và cứ đêm đến là tôi lại lấy các công cụ của anh ta, những thứ vốn đã được tôi nhanh chóng học cách sử dụng, và mang về nhà một lượng củi đủ để dùng trong vài ngày liền.

"Tôi nhớ rằng trong lần đầu tiên tôi làm điều này, cô gái đã tỏ vẻ sửng sốt tột độ khi nhìn thấy một đống gỗ lớn ở bên ngoài lúc mở cửa ra vào buổi sáng. Cô lớn tiếng thốt lên mấy từ gì đó, chàng thanh niên ra chỗ cô, và cũng tỏ vẻ ngạc nhiên. Tôi vui mừng nhận thấy rằng ngày hôm đó anh ta không đi vào rừng mà dành thời gian sang sửa gian nhà và chăm lo vườn tược.

"Dần dần, tôi khám phá ra một điều thậm chí còn trọng đại hơn. Tôi thấy rằng những người này sở hữu một phương thức truyền đạt trải nghiệm và cảm xúc của bản thân cho nhau thông qua các âm thanh rõ rành. Tôi nhận thấy rằng những lời họ nói đôi khi khơi dậy niềm vui hoặc nỗi đau, tạo thành nụ cười hoặc mang lại nỗi buồn, trong tâm trí và gương mặt của người nghe. Đây thực sự là một môn khoa học thần thánh, và tôi thèm khát được học nó. Nhưng mọi nỗ lực nhằm làm điều ấy của tôi đều vấp phải trở ngại. Họ phát âm rất nhanh, với những lời thốt ra xem chừng chẳng gắn liền với vật thể hữu hình nào, khiến cho tôi không tài nào tìm ra nổi dù chỉ một manh mối để giúp bản thân có thể làm sáng tỏ bí ẩn đằng sau những điều họ nhắc đến. Tuy nhiên, nhờ miệt mài chú tâm quan sát, sau khi đã ở trong túp lều của mình hết mấy chu kì của mặt trăng, tôi mò ra được tên dùng để gọi một số vật thể thường xuất hiện nhất trong các cuộc trò chuyện; tôi học và áp dụng các từ ấy, *lửa, sữa, bánh mì*, và *gỗ*. Tôi cũng đã học được tên của cả những người nông dân nữa. Chàng thanh niên và cô bạn của anh ta có vài cái tên, nhưng riêng ông cụ thì chỉ có một, đó là *cha*. Cô gái được gọi là *em* hay *Agatha*, và chàng thanh niên thì là *Felix, anh*, hay *con trai*. Tôi không thể mô tả nổi mình vui sướng nhường nào khi hiểu được ý nghĩa tương ứng của mỗi âm ấy và có thể phát âm được chúng. Tôi còn phân biệt được một số từ khác nữa dù chưa thể hiểu hoặc áp dụng được chúng, chẳng hạn như *tốt, thân mến, buồn rầu*.

"Tôi dành cả mùa đông làm những việc như vậy đấy. Phong thái cư xử dịu dàng cũng như vẻ đẹp của những người nông dân này làm tôi vô cùng cảm mến họ; khi họ buồn rầu, tôi cảm thấy chán nản; khi họ vui mừng, tôi lấy chung niềm vui của họ. Ngoài bọn họ ra thì tôi chẳng thấy mấy ai khác, và nếu có bất kì ai khác bước vào gian nhà, cách hành xử cục cằn và dáng đi vụng về của họ cũng chỉ góp phần tôn lên sự ưu việt trong những gì mấy người bạn của tôi làm được. Tôi có thể nhận thấy rằng ông cụ thường xuyên cố gắng khuyến khích các con mình - bằng cái tên mà đôi khi tôi thấy ông vẫn dùng để gọi họ - hãy trút bỏ nỗi u sầu của mình đi. Ông sẽ nói chuyện với một giọng vui vẻ, mang trên mặt một nét biểu cảm hiền hậu đến nỗi ngay cả tôi cũng thấy vui. Agatha cung kính lắng nghe, mắt cô đôi khi ứa đầy lệ, và cô cố gắng kín đáo lau chúng đi; nhưng tôi thường thấy nét mặt cũng như tông giọng của cô trở nên vui vẻ hơn sau khi nghe những lời hô hào của cha mình. Felix thì không như vậy. Anh ta luôn là người buồn nhất trong nhóm, và ngay cả bằng những cảm quan chưa qua rèn giũa của mình, tôi vẫn thấy anh ta xem chừng khổ đau hơn hẳn những người bạn bè của mình. Nhưng nếu sắc mặt của anh ta mà có buồn bã hơn thì giọng anh ta vẫn vui vẻ hơn so với em gái của mình, đặc biệt là khi anh ta nói chuyện với ông già.

"Tôi có thể liệt kê ra hàng bao trường hợp giúp bộc lộ tâm tính của những người nông dân hiền lành này, dù cho chúng chỉ toàn những chuyện vặt vãnh thôi. Giữa cái đói nghèo và thiếu thốn, Felix vẫn hoan hỉ mang về cho em gái mình đoá hoa trắng nhỏ đầu tiên ló ra từ dưới nền đất bị tuyết phủ kín. Vào lúc sáng sớm, trước khi cô thức dậy, anh ta dọn sạch chỗ tuyết cản đường dẫn đến nhà vắt sữa của cô, lấy nước từ giếng, và mang gỗ ra khỏi nhà kho, nơi anh ta luôn sửng sốt khi thấy chỗ củi của mình cứ được một bàn tay vô hình bổ sung mới. Tôi tin rằng vào ban ngày, đôi khi anh ta làm việc cho một nông phu hàng xóm, bởi vì anh ta thường xuyên đi ra ngoài và không trở về cho tới khi đến giờ ăn tối, nhưng lại không mang theo củi. Đôi lúc anh ta làm việc trong vườn, nhưng vì chẳng có mấy việc phải làm trong mùa giá rét, anh ta đọc cho ông già và Agatha nghe.

"Lúc mới đầu, hành động đọc sách ấy làm tôi bối rối vô cùng, nhưng dần dần tôi phát hiện ra rằng lúc đọc, anh ta cũng phát ra nhiều âm thanh tương tự như khi nói. Bởi vậy, tôi phỏng đoán rằng trên giấy hẳn phải có các kí hiệu đại diện cho lời nói mà anh ta thấy và hiểu được, và tôi cũng khao khát muốn hiểu được cả những kí hiệu ấy nữa; nhưng làm sao có thể như vậy được trong khi tôi thậm chí còn chẳng hiểu nổi những âm thanh do chúng đại diện? Dẫu vậy, tôi vẫn cứ đạt được những tiến bộ đáng kể trong ngành khoa học này, chỉ có điều chưa đủ để theo dõi bất kì cuộc trò chuyện nào, mặc dù đã dồn toàn tâm toàn trí vào việc ấy. Nguyên do là bởi tôi dễ dàng nhận ra rằng mặc dù rất hăm hở muốn trình diện bản thân trước mặt những người nông dân kia, tôi không nên làm thế cho đến khi đã thành thạo ngôn ngữ của họ trước đã. Kiến thức ấy có thể sẽ giúp tôi khiến họ bỏ qua dạng hình dị hợm của tôi, bởi vì tôi cũng đã ý thức được điều đó do cứ bị sự tương phản giữa họ và tôi liên tục đập vào mắt.

"Tôi ngưỡng mộ hình thể hoàn hảo mà những người nông dân của tôi sở hữu - vẻ duyên dáng, sắc đẹp, và nước da thanh nhã của họ; nhưng tôi đã hết sức hãi hùng khi nhìn bản thân trong một hồ nước trong vắt! Mới đầu tôi giật nảy mình, không thể tin được rằng kẻ được phản chiếu trong gương chính là mình; và lúc đã hoàn toàn bị thuyết phục rằng mình quả thực là một con quái vật, tôi tràn ngập những xúc cảm ủ rũ và tủi nhục cay đắng tột cùng. Hỡi ôi! Thế mà tôi vẫn chưa biết được đủ hết những hậu quả tai ác cái tấm thân dị dạng khốn khổ này mang lại đâu.

"Khi mặt trời trở nên ấm hơn và ánh sáng ban ngày lưu lại lâu hơn, tuyết biến mất, và tôi nhìn thấy những thân cây trơ trụi cùng nền đất đen. Kể từ đó trở đi, Felix bận rộn hơn, và những dấu hiệu đau lòng về nạn đói cận kề biến mất. Đồ ăn của họ, như về sau tôi được nếm trải, chỉ đạm bạc thôi, nhưng nó vẫn rất lành; và họ trữ được một lượng đủ ăn. Một số loại cây mới mọc lên trong vườn, và được họ đem nấu; càng vào giữa mùa thì những dấu hiệu của một cuộc sống sung túc ấy cứ ngày một tăng lên.

"Ngày ngày, ông cụ lại dựa vào anh con trai và ra tản bộ vào buổi trưa nếu trời không mưa, một cái tên mà tôi đã phát hiện ra là dùng để chỉ hiện tượng thiên đàng trút nước xuống. Điều này thường xuyên xảy ra, nhưng một cơn gió mạnh nhanh chóng thổi khô mặt đất, và tiết trời trở nên dễ chịu hơn trước nhiều.

"Cuộc sống trong túp lều của tôi đều đặn trôi qua. Vào buổi sáng, tôi theo dõi hoạt động của những người nông dân, và khi họ tản đi làm các công việc khác nhau, tôi ngủ; phần còn lại của ngày được tôi dùng để quan sát những người bạn của mình. Khi họ đã lui về phòng nghỉ, nếu trời có chút ánh trăng nào hay được ánh sao soi sáng, tôi đi vào rừng và thu thập thức ăn cho bản thân cũng như củi cho ngôi nhà. Khi quay trở về, tôi dọn sạch tuyết khỏi đường đi của họ và thực hiện những công việc mà tôi đã nhìn thấy Felix làm một cách thường xuyên hết mức cần thiết. Về sau tôi phát hiện ra rằng những hành động được thực hiện bởi một bàn tay vô hình ấy khiến cho họ sửng sốt tột độ; và vào những dịp ấy, đã một, hai lần gì đó tôi nghe thấy họ thốt ra những từ *thánh linh tốt, kì diệu*; nhưng hồi đó tôi không hiểu ý nghĩa của các thuật ngữ này.

"Các suy nghĩ của tôi bây giờ đã trở nên chủ động hơn, và tôi muốn khám phá ra động cơ cũng như cảm xúc của những sinh vật đáng yêu này; tôi tò mò muốn biết tại sao trông Felix lại khổ sở như vậy và Agatha thì lại buồn bã thế. Tôi nghĩ rằng (thật ngu ngốc!) mình sẽ có thể khôi phục lại hạnh phúc cho những người cao quý này. Khi tôi ngủ hay lơ đãng, hình hài của người cha mù đáng kính, Agatha dịu dàng, và Felix ưu tú dập dờn lướt qua trước mắt tôi. Tôi coi họ như những tạo vật thượng đẳng, người sẽ quyết định vận mệnh tương lai của tôi. Tôi mường tượng trong đầu cả ngàn khung cảnh mình ra trình diện trước họ, và cách họ đón nhận tôi. Tôi hình dung rằng họ sẽ cảm thấy ghê tởm, cho đến khi, nhờ thái độ nhẹ nhàng và lời nói hoà nhã của mình, tôi sẽ chiếm được cảm tình của họ và sau đó là được họ thương mến.

"Những suy nghĩ ấy làm tôi thấy sung sướng và châm thêm cho tôi ngọn lửa nhiệt tình mới để chuyên tâm học hỏi nghệ thuật ngôn ngữ. Các cơ quan của tôi đúng là thô thiển thật, nhưng chúng lại linh hoạt; và mặc dù giọng tôi khác hẳn với âm điệu du dương trong tông giọng của họ, tôi vẫn phát âm được những từ mình hiểu một cách khá dễ dàng. Sự tình hệt như trong câu chuyện về con lừa và con chó cưng[1]; ấy nhưng chắc chắn con lừa hiền lành với chủ đích xuất phát từ tình yêu thương, mặc dù cách hành xử có thô lỗ, xứng đáng được đối đãi tử tế hơn là phải chịu đòn roi và chửi rủa.

"Những cơn mưa rào dễ chịu và hơi ấm ôn hoà của mùa xuân đã làm thay đổi đáng kể diện mạo của đất trời. Những người như toàn ru rú trốn trong hang trước khi sự thay đổi này xuất hiện nay đã tản hết ra và bắt tay vào thực hiện đủ thứ việc cày cấy. Chim chóc hót lên các nốt nhạc vui tươi hơn, và những chiếc lá bắt đầu đâm chồi trên cây. Đất trời thật hạnh phúc, hạnh phúc biết bao! Nơi xứng đáng làm chốn cư ngụ cho các vị thần, dù mới cách đây chưa lâu hãy còn ảm đạm, ẩm ướt, và bất thiện. Tâm trạng của tôi được diện mạo mê hoặc của thiên nhiên làm cho phấn chấn hẳn; quá khứ bị xoá nhoà khỏi kí ức của tôi, hiện tại thật yên bình, và tương lai như được mạ vàng bởi những tia hi vọng tươi sáng cùng kì vọng về hân hoan đang đón đợi."

---

(1) Một câu chuyện ngụ ngôn của Aesop, kể về một con lừa bắt chước chó ngồi vào lòng chủ, nhưng thay vì được vuốt ve như con chó thì nó lại bị đánh đuổi về chuồng.

CHƯƠNG V

"BÂY GIỜ TÔI SẼ NHANH CHÓNG CHUYỂN SANG PHẦN XÚC ĐỘNG TRONG CÂU CHUYỆN CỦA MÌNH. Tôi sẽ thuật lại các sự kiện đã khắc sâu vào trong lòng tôi những xúc cảm giúp nhào nặn tôi, biến tôi từ một kẻ như hồi ấy thành được như ngày nay.

"Mùa xuân nhanh chóng tiến đến; thời tiết đẹp lên và bầu trời không còn mây nữa. Tôi lấy làm ngạc nhiên rằng nơi trước kia hãy còn hoang phế và ảm đạm giờ đây lại bung nở những bông hoa và ngọn cỏ đẹp nhất. Các giác quan của tôi vô cùng thoả nguyện và sảng khoái trước hàng ngàn mùi hương mê mẩn cùng cả ngàn cảnh quan đẹp đẽ.

"Vào một ngày trong những ngày ấy, đang lúc những người nông dân của tôi trong giai đoạn ngơi tay làm việc - ông cụ chơi đàn guitar, và mấy người con lắng nghe ông - tôi để ý thấy vẻ mặt của Felix trông u sầu khó tả; anh ta thường xuyên thở dài, và có một lần cha anh ta dừng chơi nhạc, căn cứ vào cung cách của ông thì tôi phỏng đoán rằng ông hỏi han vì nguyên cớ gì mà con trai mình lại rầu rĩ thế. Felix trả lời bằng một giọng vui vẻ, và ông cụ vừa mới bắt đầu chơi nhạc lại thì có ai đó gõ cửa.

"Đó là một phụ nữ cưỡi ngựa, có một người dân quê đi cùng để dẫn đường. Người phụ nữ ấy mặc bộ đồ tối màu và đeo tấm mạng che mặt đen dày. Agatha hỏi một câu, và cô gái lạ mặt chỉ đáp lại bằng cách ngọt ngào nêu tên của Felix. Giọng cô nghe du dương, nhưng không giống với người bạn nào của tôi cả. Khi nghe thấy từ đó, Felix vội vàng lại chỗ người phụ nữ, khi trông thấy anh ta, cô liền vén mạng lên, và tôi được chiêm ngưỡng một gương mặt như thiên thần, cả về nhan sắc lẫn nét biểu cảm. Mái tóc của cô đen óng ả, và được tết lại theo một kiểu lạ thường; đôi mắt cô sẫm đen, nhưng dịu dàng, mặc dù đầy sinh khí; các đường nét trên mặt cô cân xứng, và nước da của cô đẹp tuyệt trần, mỗi bên má phớt một sắc hồng đáng yêu.

"Felix xem chừng vui sướng đến mê mẩn khi nhìn thấy cô, mọi nét buồn rầu biến mất, và khuôn mặt anh ta lập tức bộc lộ một niềm hân hoan ngây ngất đến độ tôi khó lòng mà tin nổi rằng điều ấy lại khả thi; mắt anh ta ánh lên long lanh, đồng thời má anh ta ửng đỏ vì vui thích; và trong khoảnh khắc đó, tôi cảm thấy anh ta cũng đẹp chẳng kém gì cô gái lạ mặt. Cô thì xem chừng lại đang bị tác động bởi những xúc cảm khác; sau khi quệt vài giọt lệ ra khỏi cặp mắt yêu kiều của mình, cô chìa bàn tay ra cho Felix. Anh ta say đắm hôn nó, đồng thời, căn cứ vào tất cả những gì tôi có thể nghe ra được, gọi cô là nàng A Rập ngọt ngào của mình. Cô có vẻ không hiểu ý anh ta, nhưng vẫn mỉm cười. Anh ta giúp cô xuống ngựa, và sau khi cho người dẫn đường ra về, đưa cô vào trong gian nhà. Anh ta trò chuyện đôi chút với cha mình, và rồi người lạ mặt trẻ tuổi quỳ xuống dưới chân ông cụ và định hôn bàn tay ông, nhưng ông đỡ cô đứng dậy và trìu mến ôm chầm lấy cô.

"Tôi sớm nhận ra rằng mặc dù người phụ nữ lạ mặt kia thốt ra những âm thanh rõ ràng và dường như sở hữu một ngôn ngữ riêng, những người nông dân chẳng hiểu nổi lời cô và bản thân cô cũng chẳng hiểu họ. Họ làm nhiều động tác ra dấu mà tôi không hiểu, nhưng tôi nhận thấy sự hiện diện của cô khiến cho niềm vui lan toả khắp gian nhà, xua tan nỗi buồn của họ chẳng khác nào mặt trời xua tan sương mù buổi sáng. Felix có vẻ đặc biệt hạnh phúc và chào đón cô gái A Rập của mình với những nụ cười vui thích. Agatha, cô Agatha dịu dàng, hôn tay người lạ đáng yêu kia, và rồi chỉ vào anh trai mình, làm những dấu hiệu mà như tôi thấy thì muốn nói anh ta cứ rầu rĩ mãi cho đến tận khi cô gái xuất hiện. Sự tình cứ diễn ra như vậy suốt vài giờ đồng hồ liền, và họ không ngừng bày tỏ niềm vui thông qua sắc mặt của mình, chỉ có điều tôi không hiểu nguyên nhân do đâu. Chẳng bao lâu sau, căn cứ vào việc cô gái lạ cứ mặt cứ liên tục lặp lại theo họ một số âm thanh, tôi phát hiện ra rằng cô đang cố gắng học ngôn ngữ của họ; và tôi ngay lập tức nảy ra ý tưởng mình nên tận dụng chính những chỉ dẫn ấy để đạt được cùng cái mục đích với cô gái kia. Cô gái lạ mặt học được khoảng hai mươi từ trong bài học đầu tiên; thật tình mà nói, hầu hết đấy đều là những từ mà tôi đã hiểu từ trước rồi, nhưng tôi vẫn được lợi nhờ biết mấy từ còn lại.

"Khi màn đêm buông xuống, Agatha và cô gái A Rập đi nghỉ sớm. Khi họ rời đi, Felix hôn lên bàn tay cô gái lạ mặt và nói: 'Chúc ngủ ngon nhé, Safie mến thương.' Anh ta tiếp tục thức thêm, trò chuyện với cha mình, và vì tên cô cứ thường xuyên được nhắc đến, tôi phỏng đoán rằng vị khách đáng yêu của họ chính là chủ đề của cuộc trò chuyện. Tôi thèm khát được hiểu lời họ, và dồn hết tâm trí vào để làm việc ấy, nhưng nhận thấy đây là một điều hoàn toàn bất khả thi.

"Sáng hôm sau Felix đi ra ngoài làm việc, và sau khi các công việc thường lệ của Agatha đã được hoàn tất, cô gái A Rập ngồi bên chân ông cụ, cầm lấy cây đàn guitar của ông, và chơi một giai điệu hay mê hồn, đến nỗi những giọt lệ pha giữa khổ đau và hân hoan lập tức ứa ra từ mắt tôi. Cô hát, và giọng của cô nhịp nhàng tuôn ra đầy đằm thắm, lúc trầm lúc bổng chẳng khác nào một con chim sơn ca trong rừng.

"Khi hát xong, cô đưa cây đàn guitar cho Agatha, và mới đầu thì bị từ chối. Rồi Agatha chơi một giai điệu đơn giản, giọng cô đệm kèm vào đó những thanh âm ngọt ngào, nhưng không được như cái điệu hát kì diệu của cô gái lạ mặt. Ông cụ trông như thể bị hớp hồn và nói vài từ gì đó mà Agatha cố gắng giải thích cho Safie, xem chừng đó là những từ được ông dùng để bày tỏ rằng cô đã ban tặng cho ông một niềm vui sướng tột cùng thông qua bản nhạc của cô.

"Ngày tháng giờ đã lại trôi qua bình yên như trước, với điều duy nhất thay đổi là nỗi buồn trên gương mặt của bạn bè tôi đã được niềm vui thế chỗ. Safie luôn vui tươi và hạnh phúc; lượng kiến thức ngôn ngữ mà cả cô lẫn tôi sở hữu đều nhanh chóng cải thiện, và thế là sau hai tháng, tôi đã bắt đầu hiểu được hầu hết những lời lẽ mà những người bảo hộ của mình nói ra.

"Cũng trong quãng thời gian đó, nền đất đen được cỏ phủ kín, và điểm xuyết trên những bờ đất xanh rì là vô số bông hoa, tuyệt vời cả về hương lẫn sắc, trong khi những ngôi sao nhàn nhạt toả sáng giữa rừng cây ngập ánh trăng; mặt trời trở nên ấm áp hơn, màn đêm trong trẻo và thơm ngát; và những chuyến ngao du về đêm của tôi trở thành một niềm vui thú tuyệt hảo, mặc dù chúng đã bị rút ngắn lại đáng kể bởi chu kì lặn muộn và mọc sớm của mặt trời, trong khi tôi thì không bao giờ mạo hiểm ra ngoài vào ban ngày do sợ lại bị đối xử theo cách mình từng phải gánh chịu ở ngôi làng đầu tiên mình đặt chân đến.

"Ngày nào tôi cũng hết sức chăm chú quan sát để có thể nhanh chóng thành thạo ngôn ngữ; và tôi có thể tự hào khoe rằng mình đã tiến bộ nhanh hơn cô gái A Rập. Cô hiểu rất ít và nói với giọng ngắc ngứ, trong khi tôi hiểu được và có thể bắt chước gần như mọi từ được nói ra.

"Trong quá trình cải thiện khả năng nói, tôi còn học được cả môn khoa học chữ viết nữa vì cô gái lạ mặt cũng được dạy nó, và điều này mở ra trước mắt tôi nguyên một miền kì diệu và lạc thú mênh mông.

"Cuốn sách mà Felix dùng để dạy Safie là *Tàn tích các đế chế* của Volney[1]. Tôi đáng lẽ đã chẳng tài nào hiểu nổi mục đích của cuốn sách này nếu không nhờ Felix đưa ra những lời giải thích rất cặn kẽ trong quá trình đọc nó. Anh ta nói mình chọn tác phẩm này bởi văn phong hoa mĩ của nó được dùng để mô phỏng các tác giả phương Đông. Qua tác phẩm này, tôi thu lượm được kiến thức sơ lược về lịch sử cùng với cái nhìn tổng quan về một số đế chế hiện đang tồn tại trên thế giới; nó giúp tôi hiểu về phong tục, cơ cấu chính phủ, và tôn giáo của các quốc gia

---

(1) Constantin François de Chasseboeuf, Bá tước Volney (1757 - 1820): Triết gia người Pháp giai đoạn cuối thế kỉ 18.

khác nhau trên Trái Đất. Tôi nghe kể về những người châu
Á lười biếng, khối óc thiên tài kì diệu cũng như những
hoạt động trí tuệ của người Hy Lạp, các cuộc chiến tranh
và đức tính tuyệt vời của người La Mã thời đầu - và cả sự
suy thoái sau này của họ - sự tàn lụi của đế chế hùng mạnh
đó, tinh thần hiệp sĩ, Cơ Đốc giáo, và các vị vua. Tôi nghe
kể về sự phát hiện ra bán cầu Mỹ và đã khóc cùng với Safie
trước số phận bất hạnh của những cư dân bản địa nơi ấy.

"Các câu chuyện tuyệt vời ấy đã truyền cho tôi những
xúc cảm kì lạ. Phải chăng con người thực sự vừa rất mạnh
mẽ, rất đức hạnh và vĩ đại, nhưng cũng lại vừa rất xấu xa và
hèn hạ? Có lúc con người sẽ chẳng khác nào một hậu duệ
thuần tuý của cái ác trong khi có lúc thì lại đại diện cho tất
cả những gì có thể được coi là cao thượng và thiêng liêng.
Trở thành một con người vĩ đại và đức độ xem chừng là
vinh hạnh cao nhất mà một sinh vật có tri giác có thể đạt
được; trở thành kẻ hèn hạ và xấu xa, như nhiều nhân vật
từng xuất hiện trong sử sách, có vẻ là sự suy thoái thấp
kém nhất, một thân phận thậm chí còn đáng khinh hơn
cả một con chuột chũi mù hoặc con sâu vô hại. Suốt một
thời gian dài, tôi không thể hình dung nổi làm thế nào mà
một con người lại có thể đi giết đồng loại của mình, hay
thậm chí tại sao luật pháp và chính phủ lại phải tồn tại;
nhưng khi tôi được nghe kể tường tận về các sự đồi bại và
cảnh máu chảy đầu rơi, sự ngạc nhiên của tôi biến mất và
tôi quay đi vì ghê tởm và chán ghét.

"Bây giờ thì mọi cuộc trò chuyện của những người
nông dân đều mở ra trước mắt cho tôi đủ điều kì diệu
mới mẻ. Trong lúc tôi lắng nghe những chỉ dẫn mà Felix

dành tặng cho cô gái A Rập, hệ thống xã hội kì lạ của loài người đã được giải thích cho tôi. Tôi nghe kể về sự phân chia tài sản, về châu báu ngọc ngà và cái đói nghèo dơ dáy, về cấp bậc, hậu duệ, và dòng dõi quý tộc.

"Những lời lẽ ấy khiến tôi quay sang ngẫm về bản thân mình. Tôi đã học được rằng thứ tài sản mà các đồng loại của ngài coi trọng nhất là dòng dõi cao quý và không tì vết, kết hợp với sự giàu sang phú quý. Chỉ cần một trong những lợi thế này thôi là đủ để con người ta được tôn trọng rồi, nhưng nếu không có lợi thế nào cả thì trừ một số trường hợp rất hiếm hoi, người ấy sẽ bị coi như một kẻ cầu bơ cầu bất và nô lệ, phải chịu kiếp lãng phí sức lực của bản thân để phục vụ lợi ích của một nhóm nhỏ! Và tôi là ai? Tôi hoàn toàn không biết gì về cách mình được sinh ra cũng như Đấng Sáng Tạo ra mình, nhưng tôi biết rằng mình không có tiền, không có bạn bè, không có bất kì loại tài sản nào. Hơn nữa, tôi còn bị ban tặng hình hài dị dạng và đáng ghê tởm; tôi thậm chí còn không có bản chất như con người. Tôi nhanh nhẹn hơn họ và có thể sống sót với một chế độ ăn uống đạm bạc hơn; tôi có thể chịu đựng cả nóng lẫn lạnh cực độ và chịu ít tổn thương về cơ thể hơn; vóc dáng của tôi cao vượt trội so với họ. Khi nhìn khắp xung quanh, tôi không nghe hay thấy ai giống mình cả. Nếu vậy thì phải chăng tôi là một con quái vật, một vết nhơ trên dương thế, thứ khiến ai ai cũng phải cao chạy xa bay và ai ai cũng chối bỏ?

"Tôi không tài nào tả xiết những suy tư này khiến tôi đau đớn đến nhường nào; tôi đã cố gắng xua chúng đi, nhưng càng biết nhiều thì nỗi buồn càng sâu đậm. Hỡi ôi, giá mà tôi cứ vĩnh viễn ở trong khu rừng cũ của mình, chẳng biết và chẳng cảm thấy gì ngoài đói, khát, và nóng!

"Bản chất của kiến thức thật kì lạ! Một khi đã chạm được vào tâm trí thì nó sẽ bám rịt vào đấy, chẳng khác nào một mảng địa y bám trên đá. Đôi khi tôi chỉ khao khát được rũ bỏ mọi suy nghĩ và cảm giác, nhưng tôi đã học được rằng chỉ có duy nhất một phương thức để vượt qua cảm giác đau đớn, và đó là cái chết - một trạng thái mà tôi hãi sợ dù vẫn chưa hiểu. Tôi ngưỡng mộ đức hạnh cùng các tình cảm tốt lành và yêu mến phong thái hành xử hoà nhã cũng như những phẩm chất dễ thương của những người nông dân này, nhưng tôi bị ngăn cản không thể giao thiệp với họ, trừ khi sử dụng các phương thức lén lút, khi tôi không bị trông thấy và không được biết đến, và điều đó càng khiến tôi ham muốn được gia nhập cùng với những người bạn của mình hơn là giúp làm thoả mãn nó. Những lời lẽ nhẹ nhàng của Agatha và nụ cười đầy sức sống của cô gái A Rập duyên dáng không dành cho tôi. Những lời cổ vũ nhẹ nhàng của ông cụ và cuộc trò chuyện sôi nổi của Felix được yêu mến không dành cho tôi. Thật là một kẻ hèn hạ khốn khổ, bất hạnh!

"Một số bài học khác còn để lại cho tôi những ấn tượng sâu sắc hơn. Tôi nghe kể về sự khác biệt của giới tính, và về sự ra đời cũng như trưởng thành của trẻ con, về cách người cha mê mẩn nụ cười của đứa trẻ sơ sinh, và những câu nói hóm hỉnh đầy hoạt bát của đứa con lớn, về cách toàn bộ cuộc đời cũng như mọi mối quan tâm của người mẹ đều gói gọn trong đứa con quý báu, về cách tâm trí của tuổi trẻ mở mang và thu nhận được kiến thức, về anh, chị, và đủ kiểu mối quan hệ giúp ràng buộc con người vào với nhau. "Nhưng bạn bè và người thân của tôi ở đâu? Không có người cha nào theo dõi những ngày còn bé bỏng của tôi, không có người mẹ nào ban tặng cho tôi những nụ cười và sự âu yếm; hay nếu họ đã làm thế thật thì toàn bộ cuộc đời hồi trước của tôi giờ chỉ còn là một vệt nhoè, một khoảng trống mịt mù mà tôi chẳng nhìn ra gì cả. Ngay cả trong hồi ức sớm nhất của mình, tôi cũng đã có chiều cao và dáng vóc tương tự như lúc bấy giờ. Tôi chưa bao giờ thấy một tạo vật nào trông giống mình hay bất kì ai bảo rằng có quan hệ gì với tôi. Tôi là gì? Câu hỏi ấy một lần nữa xuất hiện, và chỉ được trả lời bằng những tiếng rên rỉ.

"Tôi sẽ sớm giải thích những xúc cảm này dẫn đến chuyện gì, nhưng bây giờ thì hãy cho phép tôi quay trở về với những người nông dân kia, những con người với câu chuyện đã khơi dậy trong tôi đủ thứ cảm tình như phẫn nộ, thích thú, và tò mò, nhưng rốt cuộc thì tất cả đều khiến tôi thêm yêu quý và kính trọng những người bảo hộ của mình (bởi tôi thích gọi họ như thế, theo một cách ngây thơ, tự dối lòng phần nào đau đớn)."

CHƯƠNG VI

"PHẢI MỘT THỜI GIAN SAU TÔI MỚI ĐƯỢC BIẾT VỀ QUÁ KHỨ NHỮNG NGƯỜI BẠN CỦA MÌNH. Câu chuyện ấy không khỏi gây ấn tượng mạnh với tôi, bởi lẽ nó đã giúp khơi mở một số sự kiện, tất cả đều thú vị và tuyệt vời đối với một kẻ hoàn toàn chưa trải sự đời như tôi.

"Tên của ông cụ là De Lacey. Ông xuất thân từ một gia đình danh giá ở Pháp, nơi ông đã sống nhiều năm trong cảnh giàu sang phú quý, được người bề trên kính trọng và người ngang hàng yêu quý. Con trai ông được nuôi dưỡng để phục vụ quê hương, và Agatha từng ngang hàng với những quý cô được trọng vọng nhất. Một vài tháng trước khi tôi đến, họ đã sống trong một thành phố lớn và hoa lệ gọi là Paris, được bè bạn bao quanh và hưởng mọi vui thú có thể có được nhờ đức hạnh, trí tuệ tinh tế, gu thẩm mĩ, cùng một gia tài tương đối.

"Cha của Safie là nguyên cớ khiến cho họ rơi vào cảnh lụn bại. Lão là một thương nhân Thổ Nhĩ Kì và đã sống ở Paris nhiều năm, thế rồi, vì lí do nào đó mà tôi không được biết, lão trở nên bất mãn với chính phủ. Lão bị bắt và tống giam vào đúng cái ngày Safie từ Constantinople[1] đến thăm. Lão bị xét xử và kết án tử hình. Bản án của lão bất công một cách trắng trợn tột cùng; tất cả Paris đều phẫn nộ; và thiên hạ cho rằng chính tôn giáo và của cải của lão mới là điều khiến lão bị kết án như vậy, chứ không phải do cái tội lão đã bị cáo buộc.

"Felix vô tình có mặt tại phiên toà; khi nghe thấy phán quyết của toà án, anh ta kinh hãi và phẫn nộ đến mất kiểm soát. Ngay lúc đó, anh ta nghiêm túc thề sẽ giải cứu lão và rồi loay hoay tìm cách hiện thực hoá lời thề ấy. Sau nhiều nỗ lực xin vào tù bất thành, anh ta tìm thấy một ô cửa sổ đã bị mài mòn vẹt cả đi tại một phần không được canh gác của toà nhà, rọi sáng hầm ngục của vị tín đồ Hồi giáo bất hạnh, bấy giờ đang tuyệt vọng chờ đợi bản án man rợ được thi hành trong cảnh gông xiềng. Felix ghé chỗ ô cửa vào lúc ban đêm và cho người tù biết ý định giải cứu lão của mình. Vừa ngạc nhiên vừa vui mừng, lão người Thổ cố gắng khơi thêm lửa nhiệt thành của người giải cứu mình bằng cách hứa hẹn sẽ tưởng thưởng cũng như trao tặng tiền của cho anh ta. Felix khinh miệt từ chối lời đề nghị của lão, ấy nhưng khi thấy Safie yêu kiều, được phép đến thăm cha và đã dùng cử chỉ để bày tỏ lòng biết ơn tột cùng của mình, chàng thanh niên không khỏi thầm tự thừa nhận rằng người tù sở hữu một kho báu có thể bù đắp hết sức xứng đáng cho mọi khó nhọc và hiểm nguy anh ta phải đương đầu.

---

(1) Kinh đô của Đế quốc Ottoman (1453 - 1922), nay là thành phố Istanbul của Thổ Nhĩ Kì.

"Lão người Thổ nhanh chóng nhận ra cô con gái mình đã tạo ra ấn tượng như thế nào trong trái tim của Felix và cố gắng đảm bảo mình sẽ được chàng trai giúp đỡ bằng cách hứa sẽ để anh ta kết hôn với cô ngay khi lão được chuyển đến nơi an toàn. Vì quá tế nhị nên Felix không thể chấp nhận lời để nghị đó, ấy nhưng anh ta vẫn ngóng trông vào khả năng điều ấy sẽ xảy ra, coi nó như niềm hạnh phúc tuyệt mĩ của đời mình.

"Trong những ngày sau đó, khi các công tác chuẩn bị được tiến hành để giúp lão thương gia đào thoát, lòng nhiệt huyết của Felix càng ấm nóng hơn nhờ mấy lá thư anh ta nhận được từ cô gái đáng yêu kia. Cô đã diễn tả được tâm tư của mình bằng ngôn ngữ của người yêu với sự giúp đỡ từ một ông người hầu già hiểu tiếng Pháp của cha cô. Cô tha thiết cảm ơn anh ta vì ý định sẽ giúp đỡ cha mình, đồng thời cô còn nhẹ nhàng than thân trách phận.

"Tôi có các bản sao của những lá thư này, bởi lẽ lúc còn sống trong túp lều, tôi đã xoay xở kiếm được dụng cụ viết lách; và các lá thư thường xuyên nằm trong tay của Felix hoặc Agatha. Trước khi rời đi, tôi sẽ đưa chúng cho ngài; chúng sẽ chứng minh câu chuyện của tôi là sự thật; nhưng bây giờ, vì mặt trời đã lặn xuống rất thấp rồi, tôi chỉ có thời gian để thuật lại nội dung chính của những lá thư này cho ngài.

"Safie kể rằng mẹ cô là một người A Rập theo Cơ Đốc giáo, bị người Thổ Nhĩ Kì bắt giữ và biến thành nô lệ; nhờ sắc đẹp của mình, bà đã giành được trái tim của cha Safie, và kết hôn với lão. Cô gái trẻ kể về mẹ mình một cách rất nhiệt tình, ca tụng bà hết lời. Do được sinh ra trong tự do, bà khinh bỉ cảnh nô lệ mình bị lâm vào. Bà dạy cho con gái các giáo lí của đức tin mình, đồng thời còn dạy cô phải khao khát được nâng tầm trí tuệ lên cao hơn và có tinh thần độc lập, một điều mà những nữ tín đồ của Muhammad bị cấm làm. Người phụ nữ này đã chết, nhưng những bài học của bà hẳn in một cách không thể xoá nhoà trong tâm trí Safie, khiến cô đến phát bệnh trước viễn cảnh trở lại châu Á và bị giam cầm trong những bức tường khuê phòng, chỉ được phép tham gia những thú tiêu khiển ngô nghê, không phù hợp với bản tính tâm hồn cô, bấy giờ đã quen với những ý tưởng lớn lao cũng như tham vọng về đức hạnh đầy cao cả. Triển vọng kết hôn với một người theo Cơ Đốc giáo và lưu lại ở một đất nước nơi phụ nữ được phép có địa vị trong xã hội khiến cô thấy thích mê.

"Ngày xử tử lão người Thổ đã được ấn định, nhưng vào đêm trước hôm ấy, lão đã vượt ngục và trước khi trời sáng thì đã cách Paris hàng bao cây số. Felix đã kiếm được giấy thông hành mang tên cha, em gái, và bản thân anh ta. Felix đã truyền đạt kế hoạch của mình cho cha từ trước, và ông cụ đã hỗ trợ mưu đồ này bằng cách rời nhà, giả vờ đi du ngoạn và cùng với con gái ẩn thân ở một chốn ít ai lai vãng tại Paris.

"Felix đưa những kẻ đào tẩu này băng qua Pháp đến Lyons, và rồi qua núi Cenis để tới Leghorn, nơi vị thương gia quyết định sẽ chờ đợi thời cơ thuận lợi để tiến vào một vùng thuộc lãnh địa nước Thổ của mình.

"Safie quyết định ở lại với cha mình cho đến khi lão rời đi, và trước đó thì lão người Thổ cũng đã tái khẳng định lời hứa rằng cô sẽ được kết hôn với ân nhân của mình; Felix ở lại với họ vì mong ngóng sự kiện đó; và trong quãng thời gian ấy, anh ta tận hưởng sự bầu bạn của cô gái A Rập, tình cảm cô dành tặng cho anh ta vô cùng chân chất và dịu dàng. Họ trò chuyện với nhau thông qua một người phiên dịch, đôi khi là qua ánh mắt; và Safie hát cho anh ta nghe những giai điệu thần thánh của mảnh đất quê hương mình.

"Lão người Thổ để cho mối thân tình này diễn ra và khích lệ niềm hi vọng của cặp đôi trẻ, trong khi đã thầm hình thành những kế hoạch khác. Lão ghê tởm ý tưởng để cho con gái mình kết hôn với một người Cơ Đốc giáo, nhưng lão sợ nếu tỏ thái độ hờ hững thì sẽ khiến Felix phật ý, bởi vì lão biết rằng vận mệnh mình vẫn nằm trong tay người đã giải cứu lão, nếu anh ta quyết định giao nộp lão cho chính quyền Ý, nơi họ đang sinh sống. Lão suy đi tính lại cả ngàn kế hoạch có thể dùng để kéo dài trò lường gạt cho đến khi nó không còn cần thiết nữa, và bí mật đưa con gái đi cùng lão lúc rời đi. Các mưu đồ của lão càng trở nên dễ triển khai hơn nhờ tin tức từ Paris.

"Chính phủ Pháp rất tức giận trước sự đào thoát của lão thương gia, dốc toàn lực ra để truy tìm và trừng phạt kẻ đã cứu lão. Âm mưu của Felix nhanh chóng bị phát giác, và ông De Lacey cùng Agatha bị tống vào tù. Tin tức đến tai Felix và khiến anh ta bừng tỉnh khỏi giấc mơ khoái lạc của mình. Người cha mù loà già cả cùng cô em gái hiền lành của anh ta thì đang nằm trong một hầm ngục kinh tởm, trong khi anh ta thì được tận hưởng không khí tự do và sự bầu bạn của người mình yêu. Ý nghĩ này là cực hình đối với anh ta. Anh ta nhanh chóng thoả thuận với lão người Thổ rằng nếu lão thấy có cơ hội thuận lợi để trốn thoát trước khi Felix có thể quay trở về Ý, Safie sẽ trọ lại tại một tu viện ở Leghorn; và rồi, sau khi rời bỏ cô gái A Rập đáng yêu, anh ta vội vã tới Paris và tự giao nộp bản thân cho pháp luật trừng phạt, hi vọng hành động này sẽ giúp ông De Lacey và Agatha được trả tự do.

"Anh ta không thành công. Họ tiếp tục bị giam thêm năm tháng trước khi phiên toà diễn ra, và kết quả là gia đình ấy bị tước hết sạch tài sản và buộc phải sống lưu vong vĩnh viễn.

"Họ kiếm được một chốn nương thân tồi tàn tại gian nhà ở Đức, nơi tôi đã tìm thấy họ. Chẳng bao lâu sau Felix hay tin rằng lão người Thổ bội bạc, kẻ khiến anh ta cùng gia đình phải chịu đựng những hà hiếp vô tiền khoáng hậu, đã phản lại mọi tình cảm tử tế cũng như danh dự khi phát hiện ra ân nhân của lão đã bị rơi vào cảnh bần cùng và khuynh gia bại sản, và rời khỏi Ý cùng với con gái mình, đồng thời còn gửi cho Felix một khoản tiền còm cõi không khác gì muốn xúc phạm anh ta, bảo là để hỗ trợ anh ta sinh sống sau này.

"Những sự kiện đó chính là thứ đã giày vò trái tim của Felix và biến anh ta thành người khốn khổ nhất trong gia đình như khi tôi lần đầu tiên trông thấy ta. Anh ta đáng lẽ đã có thể chịu đựng được sự nghèo khổ và hãnh diện về nó, mặc dù cảnh khốn cùng này là phần thưởng cho đức hạnh của anh ta; nhưng sự vô ơn bạc nghĩa của lão người Thổ và việc mất đi Safie yêu dấu mới là những bất hạnh cay đắng và không thể vãn hồi hơn. Giờ đây, sự xuất hiện của cô gái A Rập đã truyền sinh lực mới vào trong tâm hồn anh ta.

"Khi tin tức về việc Felix đã bị tước hết của cải và địa vị loan truyền đến Leghorn, lão thương gia đã ra lệnh cho cô con gái không được nghĩ đến người yêu nữa, mà phải chuẩn bị trở về quê hương. Với bản chất hào phóng của mình, Safie lấy làm phẫn nộ trước mệnh lệnh này; cô cố gắng khuyên can cha mình, nhưng lão giận dữ bỏ mặc cô, lặp lại mệnh lệnh bạo ngược của mình.

"Vài ngày sau, lão người Thổ bước vào phòng con gái lão và vội vã nói với cô lão có lí do để tin rằng nơi cư trú của lão ở Leghorn đã bị tiết lộ và lão sẽ nhanh chóng bị giao nộp cho chính phủ Pháp; chính bởi vậy lão đã thuê một con tàu để đưa mình đến Constantinople, và sẽ khởi hành đến trong vài giờ nữa. Lão định để con gái mình ở lại cho một người hầu thân tín chăm sóc, về sau cô sẽ lên đường theo lão cùng với phần lớn tài sản của lão, bấy giờ vẫn chưa được chuyển đến Leghorn.

"Khi chỉ có một mình, Safie thầm quyết định về một kế hoạch hành động của riêng mình trong tình huống này. Sinh sống ở Thổ Nhĩ Kì là một điều rất kinh tởm đối với cô; cả tôn giáo lẫn cảm xúc của cô đều hoàn toàn không chấp nhận nổi điều ấy. Nhờ tìm được một số giấy tờ của cha mình, cô hay biết về sự lưu đày của người yêu và biết được tên nơi anh ta cư ngụ. Cô ngập ngừng một lúc, nhưng cuối cùng cũng hạ quyết tâm. Mang theo một số đồ trang sức vốn là của riêng và một khoản tiền, cô rời Ý cùng với người hầu, một người quê gốc ở Leghorn nhưng hiểu ngôn ngữ chung của Thổ Nhĩ Kì, và lên đường đến Đức.

"Khi cô an toàn đặt chân đến một thị trấn cách nhà của gia đình De Lacey khoảng gần trăm cây số thì người hầu của cô bị ốm nặng. Safie đã chăm sóc cô ta một cách tận tụy vô cùng, nhưng cô gái tội nghiệp ấy vẫn qua đời, và cô gái A Rập bị bỏ lại một mình, không biết gì về ngôn ngữ của đất nước mình đang ở và hoàn toàn mù mờ về các tập tục của thế giới. Tuy nhiên, cô đã gặp được người tử tế. Cô người hầu Ý kia đã nói về tên nơi họ đang đến, và sau khi cô ta chết, bà chủ nhà nơi họ sống đã đảm bảo Safie có thể an toàn đến được nhà của người yêu."

CHƯƠNG VII

"ĐÓ LÀ QUÁ KHỨ ĐẰNG SAU NHỮNG NGƯỜI NÔNG DÂN YÊU DẤU CỦA TÔI. Nó để lại cho tôi ấn tượng sâu sắc. Từ những khía cạnh đời sống xã hội mà câu chuyện khơi mở, tôi đã học được cách ngưỡng mộ đức hạnh của họ và lên án những tật xấu của nhân loại.

"Lúc bấy giờ, tôi vẫn coi tội ác là một thứ tệ hại xa vời, bởi lẽ lòng nhân từ và rộng lượng cứ luôn hiện diện trước mắt tôi, khơi dậy trong tôi ham muốn được tham gia vào diễn cùng trên cái sân khấu nhộn nhịp ấy, nơi hàng bao phẩm chất đáng ngưỡng mộ được triệu lên và trưng ra. Nhưng trong quá trình thuật lại về sự tiến bộ của trí tuệ mình, tôi không thể bỏ qua một tình huống xảy ra vào đầu tháng Tám cùng năm.

"Một đêm nọ, trong chuyến ghé thăm khu rừng lân cận quen thuộc, nơi tôi kiếm thức ăn cho bản thân và mang củi về nhà cho những người bảo hộ của mình, tôi tìm thấy trên mặt đất chiếc vali da chứa một số món quần áo và vài quyển sách. Tôi háo hức túm lấy món chiến lợi phẩm ấy và mang nó về túp lều của mình. May mắn thay, những cuốn sách được viết bằng ngôn ngữ với hệ chữ cái tôi đã học được tại gian nhà; gồm *Thiên đường đã mất*, một tập *Những cuộc đời song hành* của Plutarch, và *Nỗi đau của chàng Werther*. Tôi vô cùng vui sướng khi được sở hữu những kho báu này; bấy giờ tôi liên tục nghiên cứu và rèn luyện trí óc của mình theo những câu chuyện này, trong khi các bạn tôi bận rộn lo toan những công việc thường lệ của họ.

"Khó mà mô tả nổi cho ngài nghe tác động của những cuốn sách này đối với tôi ra sao. Chúng khơi dậy trong tôi vô số hình ảnh và xúc cảm mới, đôi khi khiến tôi lâng lâng ngây ngất, nhưng thường khiến tôi rơi xuống đáy sâu thất vọng hơn. Trong *Nỗi đau của chàng Werther*, bên cạnh sự thú vị đến từ câu chuyện đơn giản và xúc động, có rất nhiều ý kiến được đưa ra thảo luận, đồng thời còn giúp soi tỏ những chủ đề mà tính đến lúc bấy giờ tôi không hề hay biết; chính thế mà tôi thấy cuốn sách như một nguồn suy xét và niềm ngạc nhiên bất tận. Những lối hành xử dịu dàng và đề cao gia đình được mô tả trong đấy, kết hợp với những quan điểm và cảm xúc cao thượng, với đối tượng hướng tới là một thứ gì đó ngoài bản thân mình, rất phù hợp với trải nghiệm của tôi trong quá trình sống cùng những người bảo hộ của mình, cũng như với các mong muốn không ngừng sống mãi trong lồng ngực bản thân tôi. Nhưng tôi cảm thấy nhân vật Werther là một sinh linh thần thánh hơn tất cả những gì tôi từng chứng kiến hay mường tượng ra; bản tính của anh ta không hề tự phụ, mà rất sâu lắng. Những chiêm nghiệm phức tạp về cái chết và tự sát được lựa từ lựa ngữ khiến tôi thấy thật ngạc nhiên.

Tôi sẽ không giả vờ bàn về tính đúng sai của đề tài đó, ấy nhưng tôi nghiêng về ý kiến của nhân vật chính, và tôi đã khóc khi anh ta mất, mặc dù không thực sự hiểu rõ được quan điểm đó.

"Tuy nhiên, trong lúc đọc, tôi rất hay đem cảm xúc và tình trạng của bản thân mình ra so sánh. Tôi thấy mình giống nhưng đồng thời cũng lại khác đến kì lạ với các sinh vật mà mình đọc được và các sinh vật có những cuộc trò chuyện mà tôi lắng nghe. Tôi thông cảm với họ và phần nào hiểu được họ, nhưng tâm trí tôi hãy còn bối rối; tôi không phụ thuộc vào ai mà cũng chẳng có quan hệ với ai cả. 'Con đường rời đi của tôi rộng mở thênh thang', và không có ai để than khóc trước cái chết của tôi. Thân thể của tôi thật gớm ghiếc và vóc dáng của tôi thật khổng lồ. Điều này có nghĩa là gì? Tôi là ai? Tôi là thứ gì? Tôi từ đâu ra? Đích đến của tôi là gì? Những câu hỏi này liên tục tái xuất hiện, nhưng tôi không thể trả lời nổi chúng.

"Cuốn *Những cuộc đời song hành* của Plutarch có chứa đựng tiểu sử những người sáng lập đầu tiên của các nhà nước cộng hoà cổ đại. Cuốn sách này tác động đến tôi theo một cách khác hẳn *Nỗi đau của chàng Werther*. Tôi học được sự tuyệt vọng và u ám từ trí tưởng tượng của Werther, nhưng Plutarch thì lại dạy tôi những suy nghĩ cao cả; ông ta nâng tôi vượt ra ngoài khuôn khổ những suy tư hèn hạ của bản thân để ngưỡng mộ và yêu mến những anh hùng của các thời đại trước. Nhiều điều tôi đọc được nằm ngoài giới hạn sự hiểu biết cũng như trải nghiệm của mình. Tôi có một lượng kiến thức rất nhập nhằng về các vương quốc, những vùng quê mênh mông, các dòng sông hùng vĩ, và biển cả vô tận. Nhưng tôi hoàn toàn không hiểu được gì về các thị trấn và những chốn con người tụ họp đông đúc. Gian nhà thuộc về những người bảo hộ của tôi là ngôi trường duy nhất để tôi nghiên cứu bản chất con người, nhưng cuốn sách này mở ra những cảnh tượng mới mẻ và kì vĩ hơn. Tôi đọc về những con người đảm đương việc nước, cai trị hoặc tàn sát đồng loại của mình. Tôi cảm thấy ngọn lửa mến mộ đức hạnh hừng hực trỗi dậy trong lòng mình, đồng thời cũng ghê tởm những trò đồi bại nữa, theo như những gì tôi hiểu về ý nghĩa của các thuật ngữ ấy. Tôi chỉ diễn giải những điều này dựa trên mức độ tương đối của chúng so với niềm sung sướng và nỗi đau đớn mà thôi. Được những xúc cảm này dẫn dắt, lẽ đương nhiên tôi trở nên ngưỡng mộ các nhà lập pháp hoà bình, Numa, Solon, và Lycurgus, hơn là Romulus và Theseus[1]. Cuộc sống gia trưởng của những người bảo hộ của tôi càng khiến những ấn tượng ấy hằn sâu trong tâm trí tôi; có lẽ nếu lần đầu tiên tôi được giới thiệu với loài người là thông qua một người lính trẻ, rạo rực thèm khát vinh quang và tàn sát, thì có thể tôi đã bị tiêm nhiễm những cảm giác khác.

"Nhưng *Thiên đường đã mất* thì lại làm bùng lên trong tôi những xúc cảm khác và sâu sắc hơn hẳn. Tôi đọc nó

---

(1) Tất cả năm người này đều xuất hiện trong tác phẩm *Những cuộc đời song hành* của Plutarch. Numa Pompilius là vị vua huyền thoại thứ hai của La Mã, trị vì trong giai đoạn thế kỉ thứ 7 trước Công Nguyên, đã phân phối ruộng đất cho nhân dân. Solon là một trong bảy nhà hiền triết của Hy Lạp, vị chính khách nổi tiếng với việc cắt giảm thuế cho những người dân Athen nghèo nhất. Lycurgus xứ Sparta là nhà lập pháp đã thiết lập cải cách mang tính định hướng quân sự cho xã hội của Sparta vào thế kỉ thứ 9 trước Công Nguyên. Từ Plutarch, con quái vật của Frankenstein ngưỡng mộ các nhà lập pháp hoà bình hơn là Romulus và Theseus. Lí do có thể là do Romulus, bên cạnh việc là người sáng lập thành Rome, ông còn là người chủ mưu trong vụ bắt cóc các phụ nữ Sabine; Theseus ngoài là vị anh hùng tiêu diệt quái vật Minotaur, còn nổi tiếng là một kẻ hiếp dâm.

như thể đấy là một câu chuyện có thật, chẳng khác nào cách tôi đã đọc những cuốn sách khác mình tìm được. Nó khơi dậy mọi xúc cảm ngạc nhiên và kinh sợ mà cảnh tượng về một Đức Chúa toàn năng chiến đấu với các tạo vật của mình có thể tạo ra. Tôi thường xuyên liên hệ một số tình huống với chính mình, bởi vì thấy nó giống với cảnh ngộ của bản thân. Cũng như Adam, tôi xem chừng không dính dáng gì đến bất kì tạo vật nào trên đời; nhưng ngoài đó ra thì tình cảnh của anh ta khác xa với tôi về mọi khía cạnh. Anh ta được Chúa nhào nặn ra dưới dạng một sinh vật hoàn hảo, hạnh phúc và thịnh vượng, được Đấng Sáng Tạo ra mình bảo vệ và chăm sóc đặc biệt; anh ta được phép trò chuyện và thu nhận kiến thức từ những sinh linh với bản chất ưu việt hơn mình, còn tôi thì lại khốn khổ, bất lực, và thui thủi một mình. Nhiều lần tôi còn coi Satan là biểu tượng phù hợp với tình trạng của mình hơn, bởi lẽ cũng như hắn, khi tôi nhìn vào niềm hạnh phúc của những người bảo hộ mình, sự ghen tị đắng nghét thường xuyên dâng trào lên trong tôi.

"Một sự vụ khác đã củng cố và xác nhận những cảm xúc này. Chẳng bao lâu sau khi đến ở tại túp lều, tôi phát hiện ra một số giấy tờ trong túi của tấm áo mà tôi đã lấy đi từ phòng thí nghiệm của ngài. Mới đầu tôi chẳng ngó ngàng gì đến chúng, nhưng vì bây giờ đã có thể giải mã các kí tự dùng để viết chúng, tôi bắt đầu cần mẫn nghiên cứu chúng. Đó chính là cuốn nhật kí của ngài trong giai đoạn bốn tháng trước khi tôi được tạo ra. Trong mớ giấy tờ ấy, ngài miêu tả rất tỉ mỉ mọi bước mình thực hiện trong lúc làm việc; đan xen với bản tường thuật đó là một số bản ghi

thuật lại những sự kiện gia đình đã xảy ra. Ngài chắc hẳn
vẫn còn nhớ mớ giấy tờ đó. Chúng đây. Tất cả mọi thứ
liên quan đến cái nguồn cội đáng nguyền rủa của tôi đều
được lưu lại trong đấy; toàn bộ các tình tiết của chuỗi sự
kiện gớm guốc đã tạo ra tôi đều được phơi bày rõ rành;
tấm thân ghê tởm và gớm guốc của tôi được mô tả lại chi li
vô cùng, với thứ ngôn từ khắc hoạ rõ nỗi kinh hoàng của
chính ngài, đồng thời khiến sự ghê sợ của bản thân tôi trở
nên không thể gột sạch nổi. Tôi đến phát bệnh khi đọc.
'Cái ngày tôi nhận được sự sống mới đáng ghét làm sao!'
Tôi đau đớn kêu lên như vậy đấy. 'Hỡi Đấng Sáng Tạo
đáng nguyền rủa kia! Tại sao ngài lại tạo ra một con quái
vật gớm ghiếc đến nỗi ngay cả chính *ngài* cũng phải quay
lưng lại vì ghê tởm? Vì thương hại, Chúa đã tạo ra con
người với diện mạo đẹp đẽ và quyến rũ, giống với dáng
hình của chính bản thân Ngài; nhưng dạng hình của tôi
thì lại là một phiên bản bẩn thỉu của ngài, thậm chí còn bị
nét tương đồng làm cho kinh khủng hơn. Đến Satan còn
có những kẻ bè bạn, những con quỷ đồng loại, để ngưỡng
mộ và khuyến khích hắn, nhưng tôi thì lẻ loi và bị ghét bỏ.'

"Đó là các suy tư của tôi trong những giờ phút chán
nản và cô độc; nhưng khi ngẫm nghĩ về các đức tính của
những người nông dân kia, về bản tính hoà nhã và nhân
từ của họ, tôi thuyết phục bản thân rằng khi họ biết được
sự ngưỡng mộ của tôi đối với những đức tính của họ, họ
sẽ động lòng thương và bỏ qua sự dị dạng của tôi. Liệu
họ có nỡ xua đuổi một kẻ khẩn nài họ hãy rủ lòng trắc ẩn
và đánh bạn với mình, bất kể kẻ đó có quái đản đến đâu
không? Tôi quyết tâm ít nhất cũng sẽ không tuyệt vọng,

mà thay vào đó sẽ bằng mọi giá chuẩn bị thực hiện một cuộc gặp gỡ với họ để quyết định số phận của mình. Tôi tạm hoãn hành động này lại thêm một vài tháng nữa, bởi lẽ việc nó cần phải thành công quan trọng tới mức khiến tôi khiếp đảm khả năng mình thất bại. Bên cạnh đó, tôi thấy rằng cứ mỗi ngày trôi qua, vốn hiểu biết của mình lại được cải thiện thêm rất nhiều nhờ các trải nghiệm của bản thân, thế nên tôi không muốn bắt tay vào triển khai công việc này cho đến khi đã có thêm vài tháng nữa để bồi đắp trí tuệ của mình.

"Trong khi ấy, gian nhà có một số sự thay đổi. Sự hiện diện của Safie đã giúp lan truyền hạnh phúc tới tất cả những con người sống trong đó, và tôi cũng thấy nơi đây đã trở nên sung túc hơn. Felix và Agatha dành nhiều thời gian để giải trí và trò chuyện hơn, và được những người hầu đỡ đần công việc. Họ không có vẻ gì là giàu có hết, nhưng vẫn mãn nguyện và hạnh phúc; tình cảm của họ thật thanh thản và yên bình, trong khi xúc cảm của tôi thì mỗi ngày một thêm hỗn độn. Càng thêm hiểu biết thì tôi lại càng nhận thấy rõ rệt hơn mình là một kẻ bị ruồng bỏ khốn khổ đến nhường nào. Đúng là tôi vẫn ấp ủ hi vọng đấy, nhưng nó biến mất ngay khi tôi nhìn thấy cơ thể mình phản chiếu dưới nước hay cái bóng của bản thân đổ xuống trong ánh trăng, cho dù đó chỉ là một hình ảnh mong manh và cái bóng lay động.

"Tôi cố gắng đè bẹp những nỗi sợ hãi này và giúp bản thân sẵn sàng đương đầu với thử thách mình đã quyết tâm sẽ thực hiện sau vài tháng nữa; và đôi khi tôi để cho các suy nghĩ của mình vơ vẩn đi lang thang trên các cánh đồng ở thiên đàng, không bị lí trí kiểm soát, và dám mường tượng ra những sinh vật hoà nhã và đáng yêu, biết đồng cảm với cảm xúc của tôi cũng như an ủi cơn u sầu của tôi; những gương mặt thiên thần của họ thở ra những nụ cười an ủi. Nhưng tất cả chỉ là một giấc mơ; không có Eve làm dịu nỗi buồn của tôi hay chia sẻ các suy nghĩ của tôi; tôi chỉ có một mình. Tôi nhớ lời thỉnh cầu Adam đã đưa ra cho Đấng Sáng Tạo của anh ta. Nhưng Đấng Sáng Tạo của tôi thì đang ở đâu? Ngài đã bỏ rơi tôi, và trong lúc cay đắng ngập tràn con tim, tôi đã nguyền rủa ngài.

"Mùa thu trôi qua. Với sự ngạc nhiên và nỗi đau buồn, tôi thấy những chiếc lá héo úa và rụng đi, thiên nhiên lại một lần nữa khoác lên mình lớp áo cằn cỗi và ảm đạm nó từng mặc hồi tôi lần đầu nhìn thấy khu rừng và vầng trăng đáng yêu. Ấy nhưng tôi không buồn để tâm đến sự ảm đạm của thời tiết; cấu tạo hình thể của mình giúp tôi chịu lạnh tốt hơn chịu nóng. Nhưng vui thú chủ đạo của tôi là khung cảnh hoa lá, chim chóc, và tất cả những thứ phục trang vui tươi của mùa hè; khi chúng rời bỏ tôi, tôi chuyển sang chú ý hơn đến những người nông dân. Niềm hạnh phúc của họ không bị giảm đi khi vắng bóng mùa hè. Họ yêu thương và cảm thông với nhau; và vì niềm vui của họ đến từ nhau, nó không bị gián đoạn bởi những cảnh tượng thiệt hại xảy ra xung quanh họ. Càng quan sát họ, tôi càng thêm khao khát được họ che chở và đối đãi tử tế; tim tôi mong mỏi được những sinh vật tốt bụng này biết đến và yêu quý; được thấy ánh mắt ngọt ngào của họ hướng về phía tôi một cách trìu mến là tham vọng tối thượng của tôi. Tôi không dám nghĩ rằng họ sẽ quay mắt đi khỏi tôi vì khinh bỉ và hãi hùng. Những con người nghèo dừng lại trước cửa nhà họ không bao giờ bị đuổi đi. Quả đúng là tôi đang đòi hỏi những kho báu quý giá hơn một chút thức ăn hoặc chốn ngơi nghỉ: tôi muốn lòng tốt và sự cảm thông; nhưng tôi không tin mình lại hoàn toàn không xứng đáng với điều đó.

"Mùa đông dần đến, và nguyên một chu kì các mùa đã trôi qua kể từ khi tôi chào đời. Lúc bấy giờ, tôi dồn toàn bộ tâm trí vào kế hoạch để cho bản thân được gia nhập vào gian nhà những người bảo hộ của mình. Tôi đã suy xét nhiều dự định, nhưng kế hoạch cuối cùng tôi quyết định sẽ triển khai là vào nhà khi ông cụ mù chỉ có một mình. Tôi đủ khôn ngoan để hiểu rằng sự gớm ghiếc phi thường của thân thể mình là nguyên nhân chính khiến cho những người hồi trước từng trông thấy tôi trở nên hãi hùng. Mặc dù khó nghe, giọng của tôi không có gì ghê gớm cả; bởi vậy, tôi nghĩ rằng nếu mình có thể chiếm được thiện chí của cụ De Lacey cũng như thu xếp được với ông trong lúc những người con của ông đi vắng, tôi sẽ có thể thông qua ông mà được những người bảo vệ trẻ tuổi của mình chấp nhận.

"Một ngày nọ, khi mặt trời toả rạng trên những chiếc lá đỏ rải rác khắp trên mặt đất và lan toả niềm hân hoan khắp muôn nơi, mặc dù nó không mang lại hơi ấm, Safie, Agatha, và Felix thực hiện một chuyến dã ngoại xa, và ông cụ, thể theo nguyện vọng của bản thân, được bỏ lại một mình trong gian nhà. Khi con cái đã rời đi, ông cầm cây đàn guitar của mình lên và chơi vài giai điệu buồn bã nhưng ngọt ngào, ngọt ngào và thê lương hơn những gì tôi từng nghe thấy ông chơi trước đây. Mới đầu sắc mặt của ông bừng sáng niềm vui thích, nhưng trong quá trình ông tiếp tục chơi, vẻ trầm ngâm và buồn bã thế chỗ; một hồi sau, ông đặt món nhạc cụ sang một bên, ngồi chìm đắm trong suy tư.

"Tim tôi đập dồn dập; đây chính là thời khắc thử thách, thứ định đoạt liệu hi vọng hay nỗi sợ hãi của tôi sẽ trở thành sự thật. Những người hầu đã đến một hội chợ gần đấy. Cả bên trong lẫn xung quanh gian nhà đều rất im ắng; đây là một cơ hội tuyệt vời; ấy nhưng, khi tôi bắt đầu thực hiện kế hoạch của mình, tay chân tôi nhũn hết cả ra, và tôi ngã oặt xuống đất. Tôi đứng dậy một lần nữa, và sau khi vận hết mọi lòng kiên quyết mình sở hữu, tôi gỡ bỏ những tấm ván đã đặt trước túp lều để che giấu hang ổ của mình. Bầu không khí trong lành làm tôi tỉnh cả người, và với sự quyết tâm mới, tôi tiến đến cánh cửa gian nhà họ.

"Tôi gõ cửa. Và ông cụ bảo: 'Ai đó? Mời vào.'

"Tôi bước vào. 'Xin hãy bỏ quá cho sự đường đột này,' tôi lên tiếng; 'tôi là một lữ khách đang cần nghỉ chân một chút; nếu ông có thể cho phép tôi lưu lại vài phút trước đống lửa thì tôi sẽ rất đội ơn.'

"'Hãy vào đi,' cụ De Lacey đáp, 'và tôi sẽ cố gắng đáp ứng các nhu cầu của anh hết mức có thể; nhưng không may là các con tôi lại đang đi vắng, và vì bị mù, tôi e rằng mình sẽ khó lòng chuẩn bị đồ ăn cho anh.'

"'Hỡi gia chủ tốt bụng của tôi, ông không việc gì phải nhọc công đâu; tôi có thức ăn rồi; thứ tôi cần chỉ là được sưởi ấm và nghỉ ngơi mà thôi.'

"Tôi ngồi xuống, và một khoảng lặng bao trùm. Tôi biết rằng mỗi phút đều quý giá đối với mình, ấy nhưng tôi vẫn phân vân không rõ nên mào đầu cuộc nói chuyện theo kiểu gì. Đúng lúc ấy, ông cụ hỏi tôi.

'"Khách lạ này, căn cứ vào ngôn ngữ của anh, tôi đoán anh là đồng hương của tôi; anh có phải là người Pháp không?'

'"Không; nhưng tôi được một gia đình người Pháp giáo dục và chỉ hiểu ngôn ngữ đó. Tôi hiện đang chuẩn bị nhờ một số người bạn bảo hộ cho mình, những người tôi thật lòng yêu mến, và tôi phần nào hi vọng sẽ được họ chiếu cố giúp đỡ.'

'"Họ có phải là người Đức không?'

'"Không, họ là người Pháp. Nhưng hãy thay đổi chủ đề nào. Tôi là một kẻ bất hạnh và bị ruồng bỏ, và khi nhìn khắp xung quanh, tôi chẳng thấy mình có họ hàng thân thích hay bạn bè nào trên cõi đời này cả. Những con người đáng mến mà tôi đang đi gặp này chưa bao giờ diện kiến tôi và biết rất ít về tôi. Tôi tràn ngập hãi sợ, vì nếu thất bại trong việc này, tôi sẽ mãi mãi là một kẻ bị ruồng bỏ trên thế giới.'

'"Đừng tuyệt vọng. Không bè bạn quả thực là một điều bất hạnh, nhưng khi không bị bất kì ham muốn vụ lợi nào làm cho trở nên lệch lạc, trái tim của con người luôn tràn đầy tình nghĩa anh em tương thân tương ái và lòng nhân đạo. Do đó, hãy cứ tin vào hi vọng của anh đi; và nếu những người bạn này là người tử tế và tốt bụng thì đừng tuyệt vọng.'

'"Họ là những người tử tế - họ là những tạo vật tuyệt vời nhất trên thế giới; nhưng thật không may, họ có thành kiến với tôi. Tôi có tính tình tốt đẹp; đến nay, tôi đã sống một cuộc đời vô hại và còn phần nào hữu ích nữa; nhưng một định kiến chết người che mờ mắt họ, và thay vì thấy một người bạn dạt dào tình cảm và tử tế, họ chỉ trông thấy một con quái vật đáng ghét.'

"'Điều đó quả thực rất đáng buồn; nhưng nếu anh thực sự không có tội tình gì, chẳng lẽ anh lại không thể làm cho họ ngộ ra sự thật ư?'

"'Tôi sắp thực hiện nhiệm vụ đó đây; và chính bởi lẽ đó mà tôi cảm thấy hàng bao nỗi kinh hoàng. Tôi vô cùng yêu quý những người bạn này; suốt nhiều tháng nay, mặc dù họ không biết, tôi ngày nào cũng thực hiện những hành động tử tế với họ; nhưng họ tin rằng tôi muốn làm hại họ, và đó chính là định kiến mà tôi muốn vượt qua.'

"'Những người bạn này sống ở đâu?'

"'Gần chỗ này.'

"Ông già dừng lại, rồi tiếp tục: 'Nếu anh sẵn sàng tiết lộ thẳng thắn cho tôi các tình tiết cụ thể trong câu chuyện của mình, tôi có thể sẽ giúp anh khiến họ nhận ra sự tình. Tôi bị mù và không thể nhận định được gì về vẻ mặt của anh, nhưng lời lẽ của anh mang nét gì đó thuyết phục tôi rằng anh nói chân thành. Tôi là một kẻ nghèo khó và bị lưu đày biệt xứ, nhưng tôi thực sự sẽ rất vui sướng khi giúp ích được cho người khác, bất kể là bằng cách nào.'

"'Quả là một con người tuyệt vời! Tôi xin cảm ơn ông và chấp nhận lời đề nghị hào phóng của ông. Lòng tốt này của ông đã vực tôi dậy khỏi cơn tuyệt vọng; và tôi tin rằng, với sự giúp đỡ của ông, tôi sẽ không bị xua đuổi khỏi xã hội và bị đồng loại ông ghét bỏ.'

"'Không thể nào có chuyện ấy được! Ngay cả nếu anh thực sự là một tên tội phạm, vì điều đó chỉ có thể đẩy anh đến nước đường tuyệt vọng, chứ không phải thôi thúc anh trở nên đức hạnh. Tôi cũng là người không may mắn; tôi và gia đình mình đã bị kết án, mặc dù chúng tôi vô tội; bởi vậy, hãy nghĩ thử mà xem chẳng lẽ tôi lại không đồng cảm với những bất hạnh của anh.'

"'Làm thế nào tôi có thể cảm ơn ông được đây, hỡi ân nhân tuyệt vời nhất và duy nhất của tôi? Lần đầu tiên tôi được nghe thấy những lời tử tế dành cho mình chính là nhờ ông; tôi sẽ chẳng đời nào quên ơn ông được; và lòng nhân đạo của ông đang thể hiện ra giúp tôi thêm vững tâm vào thành công mình sẽ đạt được với những người bạn mà tôi sắp sửa gặp mặt.'

"'Tôi có thể biết tên và nơi ở của những người bạn đó không?'

"Tôi dừng lại. Tôi thầm nghĩ rằng đây là khoảnh khắc quyết định, và sẽ mãi mãi tước đi hoặc ban tặng cho tôi hạnh phúc. Tôi vô vọng tìm cách huy động đủ lòng kiên định để trả lời ông, nhưng nỗ lực ấy đã làm tiêu tan nốt toàn bộ chỗ sức lực còn lại của tôi; tôi ngồi sụp xuống ghế và khóc nức nở. Ngay lúc đó, tôi nghe thấy tiếng bước chân của những người bảo hộ trẻ tuổi của mình. Tôi không còn bất kì một tích tắc nào để mất nữa, và liền nắm lấy bàn tay của ông cụ, thốt lên rằng: 'Thời khắc ấy đã đến! Hãy cứu lấy và bảo vệ tôi! Ông và gia đình ông chính những người bạn mà tôi tìm kiếm. Xin đừng bỏ rơi tôi trong giờ phút thử thách này!'

"'Ôi lạy Chúa!' Ông cụ kêu lên. 'Anh là ai?'

"Đúng lúc đó, cánh cửa gian nhà bật mở, Felix, Safie, và Agatha bước vào. Ai có thể mô tả nổi nỗi kinh hoàng

và khiếp đảm đến rụng rời của họ khi nhìn thấy tôi đây?
Agatha ngất đi, và Safie, không thể đến săn sóc bạn mình,
xộc ra khỏi gian nhà. Felix lao tới trước, và với một sức
mạnh phi thường, kéo tôi ra xa cha anh, ông cụ bấy giờ
đang bị tôi bấu vào đầu gối. Trong một cơn thịnh nộ đến
mất trí, anh ta xô mạnh tôi xuống đất và hung bạo đánh
tôi bằng một cây gậy. Tôi đáng lẽ đã có thể phanh thây anh
ta, hệt như sư tử xé xác linh dương. Nhưng con tim tôi trĩu
nặng trong lồng ngực như thể mắc phải một chứng bệnh
cay đắng nào đó, và tôi không làm vậy. Khi tôi thấy anh ta
lại sắp sửa giáng một trận đòn xuống, đau đớn và thống
khổ xâm chiếm lấy tôi, và tôi rời khỏi gian nhà, trốn được
vào túp lều của mình trong cảnh náo loạn mà không bị
phát hiện ra."

CHƯƠNG VIII

"HỠI ĐẤNG SÁNG TẠO ĐÁNG NGUYỀN RỦA KIA! Tại sao tôi lại sống? Tại sao trong khoảnh khắc ấy, tôi lại không tự dập tắt tia lửa sinh lực mà ngài đã bừa bãi ban tặng cho mình? Tôi chẳng biết nữa; sự tuyệt vọng vẫn chưa xâm chiếm lấy tôi; xúc cảm của tôi là giận dữ và thèm khát trả thù. Tôi có thể khoái trá phá huỷ gian nhà cùng những con người sống trong đó và thoả thuê tận hưởng những tiếng la thét và sự đau khổ của họ.

"Khi màn đêm buông xuống, tôi ra khỏi chốn trú ẩn của mình và đi lang thang trong rừng; và bây giờ, vì không còn bị kìm hãm bởi nỗi lo sợ rằng sẽ bị phát giác, tôi xả hết nỗi thống khổ của mình ra qua những tiếng hú kinh khiếp. Tôi chẳng khác nào một con thú hoang đã đập tan được bẫy, phá huỷ tất cả những gì cản trở mình và phóng xuyên qua rừng một cách nhanh nhẹn như nai. Hỡi ôi! Tôi đã có một đêm khốn khổ nhường nào! Những ngôi sao lạnh lẽo toả sáng đầy nhạo báng, và những thân cây trơ trụi phe phẩy cành trên đầu tôi; thi thoảng, cái giọng ngọt ngào của một con chim lại vang lên giữa tứ bề tĩnh lặng. Vạn vật, ngoại trừ tôi, đều đang nghỉ ngơi hoặc vui thú;

tôi chẳng khác nào quỷ Satan, mang nguyên một địa ngục bên trong mình, và khi thấy bản thân không được ai đồng cảm, chỉ muốn bứng toang cây cối, gieo rắc sự tàn phá và huỷ diệt khắp xung quanh mình, rồi sau đó ngồi xuống và tận hưởng cảnh điêu tàn.

"Nhưng cảm giác ấy là một thứ xa xỉ không thể kéo dài mãi được; tôi mệt mỏi vì vận động quá sức và ngồi thụp xuống bãi cỏ ẩm ướt trong nỗi bất lực đầy bệnh hoạn của cơn tuyệt vọng. Sẽ không ai trong số hàng bao con người tồn tại trên đời chịu thương hại hay giúp đỡ tôi; và liệu tôi có nên tử tế với kẻ thù của mình không? Không; kể từ khoảnh khắc ấy, tôi tuyên bố sẽ vĩnh viễn chiến đấu chống lại giống loài đó, và hơn tất cả, chống lại kẻ đã tạo ra tôi và đưa tôi vào cảnh khốn khổ ngoài sức chịu đựng này.

"Mặt trời mọc; tôi nghe thấy tiếng người và biết rằng không thể quay trở lại nơi chốn trú ẩn của mình trong ngày hôm đó được nữa. Thế là tôi náu mình trong một bụi cây rậm, quyết định sẽ dành những giờ sau đó để suy ngẫm về tình hình của bản thân.

"Ánh nắng dễ chịu và không khí trong lành của ngày mới phần nào khiến tôi tĩnh tâm lại được đôi chút; và khi tôi cân nhắc những chuyện đã diễn ra tại gian nhà, tôi không khỏi tin rằng mình đã rút ra kết luận một cách quá hấp tấp. Tôi chắc chắn đã hành động khinh suất. Rõ ràng là cuộc trò chuyện của tôi đã khiến cho người cha ngả về phía mình, và tôi rất xuẩn ngốc khi để lộ thân mình ra cho những người con của ông thấy, khiến họ hãi hùng. Tôi phải để cho cụ De Lacey già quen với mình trước đã, và dần dần trình diện trước mặt những thành viên khác trong gia đình ông, khi họ đã sẵn sàng đón đợi tôi đến gặp. Nhưng tôi không tin rằng các sai phạm của mình là không thể vãn hồi, và sau một hồi suy đi tính lại, tôi quyết định quay trở về gian nhà, tìm ông cụ, và sử dụng lí lẽ để lôi kéo ông về phía mình.

"Những suy nghĩ này đã làm tôi bình tĩnh lại, và buổi chiều, tôi chìm vào giấc ngủ sâu; nhưng vì máu đang sục sôi như lên cơn sốt, tôi không được những giấc mơ yên bình ghé thăm. Cảnh tượng kinh hoàng của ngày hôm trước cứ liên tục diễn ra trước mắt tôi; cánh phụ nữ bỏ chạy tán loạn và anh chàng Felix giận dữ kéo văng tôi ra khỏi chân của cha mình. Tôi thức dậy trong trạng thái kiệt sức, khi thấy trời đã tối, tôi rón rén rời khỏi nơi ẩn náu của mình và đi tìm thức ăn.

"Khi cơn đói của mình đã được xoa dịu, tôi đưa chân về phía con đường quen thuộc dẫn đến gian nhà. Tất cả đều bình yên. Tôi rón rén bước vào trong túp lều của mình và im lặng chờ đợi cái giờ mà gia đình họ vẫn hay thức dậy. Khung giờ đó trôi qua, vầng dương mọc cao trên nền trời, nhưng những người nông dân không xuất hiện. Tôi run rẩy dữ dội, lo sợ một tai ương khủng khiếp nào đó có thể đã xảy ra. Bên trong gian nhà tối om, và tôi không nghe thấy bất kì tiếng chuyển động nào; tôi không thể miêu tả nổi cảnh hồi hộp ấy đớn đau nhường nào.

"Một chốc sau, có hai người dân địa phương đi qua, nhưng sau khi dừng lại gần gian nhà, họ bắt đầu nói chuyện, hoa chân múa tay rất thô bạo; chỉ có điều tôi không hiểu họ nói gì, vì họ sử dụng ngôn ngữ của đất nước ấy, khác với tiếng những người bảo hộ của tôi. Tuy nhiên, chẳng bao lâu sau, Felix cùng với một người đàn ông khác đến gần; tôi lấy làm ngạc nhiên, vì tôi biết rằng anh ta đã không rời khỏi ngôi nhà sáng hôm đó, và bồn chồn đợi anh ta nói để từ đó tìm hiểu xem ý nghĩa của những sự xuất hiện bất thường này là gì.

"Người đi cùng nói với Felix: 'Anh có tính đến chuyện là mình sẽ có nghĩa vụ phải trả tiền thuê nhà ba tháng, và để mất trắng rau màu trong khu vườn của mình không? Tôi không muốn lợi dụng anh một cách không công bằng, thế nên tôi mong anh sẽ dành vài ngày để xem xét kĩ quyết định của mình.'

"'Vô ích thôi,' Felix đáp; 'chúng tôi không còn có thể sống trong gian nhà của anh thêm lần nào nữa đâu. Sinh mạng của cha tôi đang trong vòng nguy hiểm tột cùng, nguyên nhân là bởi cái sự kiện khủng khiếp tôi đã kể đấy. Vợ tôi và em gái tôi sẽ chẳng bao giờ bình phục lại sau phen khiếp hãi đó. Tôi mong anh đừng nói lí với tôi nữa. Hãy lấy lại gian nhà của anh đi và để tôi rời khỏi nơi này.'

"Felix run lẩy bẩy khi nói điều này. Anh ta và người bạn đồng hành bước vào gian nhà, ở lại trong đó vài phút, thế rồi rời đi. Tôi không bao giờ gặp lại bất kì ai trong gia đình De Lacey nữa.

"Phần còn lại của ngày hôm ấy, tôi tiếp tục ở tại túp lều của mình trong trạng thái tuyệt vọng tột cùng và mụ cả người. Những người bảo hộ của tôi đã rời đi và phá vỡ mối liên hệ duy nhất níu giữ tôi với thế giới. Lần đầu tiên cảm giác thèm khát trả thù và căm hận tràn ngập lồng ngực tôi, tôi không cố gắng kiểm soát chúng, mà để mặc cho bản thân bị dòng chảy cuốn đi, tôi hướng tâm trí mình về phía những chuyện đau thương và chết chóc. Khi tôi nghĩ về những người bạn của mình, về giọng nói dịu dàng của cụ De Lacey, đôi mắt hiền hậu của Agatha, và vẻ đẹp thanh tú của cô gái A Rập, những suy nghĩ đó tan biến và tràng nước mắt làm tôi dịu đi đôi chút. Nhưng một lần nữa, khi tôi suy ngẫm về việc họ đã cự tuyệt và bỏ rơi tôi, cơn giận dữ quay trở lại, một cơn thịnh nộ ác liệt, và vì không thể làm tổn thương bất cứ con người nào, tôi hướng cơn giận của mình về phía những vật vô tri vô giác. Khi màn đêm buông xuống, tôi đặt đống nguyên liệu dễ cháy xung quanh gian nhà, và sau khi đã phá hết mọi vết tích rau củ trong vườn, tôi nôn nóng đợi cho đến khi mặt trăng đã lặn để bắt đầu hành động của mình.

"Lúc đêm về khuya, một làn gió mạnh thổi ra từ khu rừng và nhanh chóng xua tan những đám mây nãy giờ cứ lẩng vẩng trên trời; cơn gió tạt như một trận tuyết lở dữ tợn và khơi dậy cơn điên loạn trong tâm hồn tôi, phá vỡ mọi giới hạn của lí trí và tư duy. Tôi châm lửa đốt một cành cây khô và cuồng nhiệt nhảy nhót xung quanh gian nhà mình từng thờ phụng, mắt tôi vẫn dán chặt vào chân trời phía Tây, nơi mặt trăng đang sắp chạm vào rìa mép. Lát sau, một phần khối cầu của vầng trăng bị che khuất, và tôi vung vẩy cành cây của mình; trăng lặn hẳn, và với một tiếng hét lớn, tôi châm lửa đốt đống rơm và cây bụi mà mình đã thu thập. Gió thổi bùng ngọn lửa, và gian nhà nhanh chóng bị những ngọn lửa bao trùm, bấu chặt lấy và liếm láp với những cái lưỡi chẽ nhánh và huỷ diệt.

"Ngay khi đã tin rằng chẳng còn gì có thể cứu vãn được bất kì phần nào của gian nhà, tôi rời khỏi nơi ấy và vào rừng tìm chốn trú thân.

"Và bây giờ, với cả thế giới mênh mông trước mắt, tôi đưa bước về nơi nào? Tôi quyết định bỏ đi thật xa nơi chốn mình đã phải chịu bao cảnh bất hạnh; nhưng đối với tôi, một kẻ bị ghét bỏ và khinh bỉ, mọi quốc gia chắc chắn sẽ đều kinh khủng như nhau. Một hồi sau, tâm trí tôi nghĩ đến ngài. Từ mớ giấy tờ của ngài, tôi đã biết được rằng ngài là cha tôi, Đấng Sáng Tạo của tôi; và còn ai phù hợp để tôi thỉnh cầu hơn là người đã ban tặng cho tôi sự sống? Trong số các bài học mà Felix đã dạy cho Safie, địa lí không hề bị lơ là; tôi đã học được vị trí tương đối của các quốc gia khác nhau trên thế giới. Ngài đã nói Genève là tên thành phố quê hương của mình, và tôi quyết định tiến đến nơi này.

"Nhưng tôi sẽ định hướng kiểu gì đây? Tôi biết rằng mình phải đi theo hướng Tây Nam thì mới đặt chân được tới đích đến; chỉ có điều mặt trời là người dẫn đường duy nhất của tôi. Tôi không biết tên của những thành thị mà mình sẽ phải đi qua, và tôi cũng không thể hỏi thông tin từ bất kì một con người nào; nhưng tôi không tuyệt vọng. Tôi chỉ có thể trông chờ được trợ giúp từ ngài, mặc dù đối với ngài, tôi không cảm thấy gì ngoài sự thù hận. Hỡi Đấng Sáng Tạo, ngài thật là vô tâm, tàn nhẫn! Ngài đã ban tặng cho tôi tri giác và xúc cảm, rồi vứt bỏ tôi ra ngoài thế giới, để tôi trở thành một kẻ bị loài người khinh bỉ và kinh sợ. Nhưng ngài là người duy nhất tôi có quyền đòi hỏi lòng thương hại và bù đắp cho mình, tôi quyết tâm sẽ kiếm bằng được công lí ở nơi ngài, thứ tôi đã dã tràng xe cát tìm cách kiếm lấy ở những sinh linh mang hình người khác.

"Hành trình lang bạt của tôi rất dài và những đau khổ tôi phải chịu đựng dữ dội vô cùng. Đến cuối mùa thu thì tôi mới rời được khỏi cái quận nơi mình đã cư trú bấy lâu. Tôi chỉ di chuyển vào ban đêm, sợ cảnh phải chạm trán con người. Thiên nhiên úa tàn khắp nơi tôi đi, và mặt trời mất đi hơi ấm; mưa rồi tuyết trút xuống xung quanh tôi; những dòng sông hùng vĩ bị đóng băng hết lại; mặt đất trở nên cứng và lạnh, và trần trụi, và tôi không tìm thấy nơi trú ẩn nào. Ôi, Trái Đất! Tôi thường xuyên nguyền rủa nguyên cớ khiến mình tồn tại trên đời! Nét ôn hoà trong bản tính của tôi đã biến mất, và tất cả mọi thứ chứa đựng bên trong tôi đều trở nên đắng nghét và chua cay. Càng đến gần nơi ở của ngài, tôi càng cảm thấy ham muốn trả thù nhen nhóm trong tim. Tuyết rơi, và nước đông cứng lại, nhưng tôi không ngơi nghỉ. Thi thoảng lại có mấy sự kiện đưa đường chỉ lối cho tôi, và tôi còn kiếm được một tấm bản đồ của đất nước ấy; nhưng tôi thường xuyên bị lạc rất xa khỏi tuyến đường cần đi. Những xúc cảm đau đớn trong lòng tôi cho phép tôi không được nghỉ ngơi; chẳng chuyện gì xảy ra mà lại không khơi lên cơn thịnh nộ và nỗi khốn khổ của tôi; nhưng có một vụ việc xảy ra khi tôi đặt chân đến lãnh thổ Thụy Sĩ, lúc mặt trời đã lấy lại được hơi ấm và đất trời lại bắt đầu mang sắc xanh, và việc ấy đã củng cố mạnh mẽ vô cùng những xúc cảm cay đắng và kinh hoàng của tôi.

"Tôi thường nghỉ ngơi lúc ban ngày và chỉ lên đường vào ban đêm, khi tôi được che khuất khỏi mắt người. Tuy nhiên, vào một buổi sáng, khi thấy con đường của mình đâm xuyên qua một khu rừng sâu, tôi mạo hiểm tiếp tục hành trình sau khi mặt trời đã mọc; hôm ấy là một ngày chớm đầu mùa xuân, và ánh nắng đáng yêu cùng bầu không khí thơm ngát khiến cho ngay cả tôi cũng phấn chấn lên. Tôi cảm thấy những cảm xúc dịu dàng và vui sướng, những tưởng đã chết từ lâu, hồi sinh trong mình. Phần nào ngạc nhiên trước sự mới lạ của những cảm giác này, tôi để cho bản thân bị chúng cuốn đi, đồng thời quên đi sự cô độc và dị dạng của bản thân, tôi dám được hạnh phúc. Những giọt nước mắt mềm mại một lần nữa đọng lại trên má tôi, và tôi thậm chí còn ngước cặp mắt rơm rớm của mình với vẻ đầy biết ơn về phía vầng dương thiêng liêng, thứ đã ban tặng cho tôi niềm vui ấy.

"Tôi tiếp tục vòng vèo đưa bước trên lối đi trong rừng, cho đến khi tôi ra đến rìa mép rừng, được bao quanh bởi một dòng sông sâu và chảy xiết. Thò xuống dưới đó là hàng bao cành cây đầy những chồi non của mùa xuân mới. Tôi dừng lại ở đây, không biết chính xác nên chọn đi theo con đường nào. Đúng lúc ấy, tôi nghe thấy tiếng người, khiến cho tôi phải náu mình dưới bóng một cây bách. Tôi vừa mới trốn xong thì một bé gái chạy đến chỗ tôi đang nấp, cười phá lên, như thể đang chơi đùa chạy trốn ai đó. Nó tiếp tục chạy dọc theo bờ sông dốc đứng, thế rồi tự nhiên nó trượt chân, ngã nhào xuống dưới dòng nước xiết. Tôi xộc ra từ nơi ẩn náu của mình và phải cực kì khó nhọc thì mới cứu được bé gái khỏi sức cuốn của dòng nước và kéo nó vào bờ. Nó mê man bất tỉnh, và đang lúc cố gắng dùng đủ mọi cách có thể nhằm giúp nó hồi tỉnh thì tôi bỗng dưng bị một người đàn ông bộ dạng quê mùa phá ngang, chắc chính là người nó đã đùa giỡn bỏ chạy. Khi thấy tôi, anh ta lao về phía tôi, và sau khi giật con bé ra khỏi tay tôi, vội vàng chạy sâu hơn vào trong rừng. Tôi mau chóng bám theo, dù rằng chẳng biết tại sao; nhưng khi người đàn ông thấy tôi đến gần, anh ta nhắm khẩu súng đang mang theo vào tôi và khai hoả. Tôi ngã nhào xuống đất, và kẻ đã gây thương tích cho tôi tăng tốc, bỏ trốn vào rừng.

"Vậy ra đây là phần thưởng cho lòng nhân từ của tôi! Tôi đã cứu một con người khỏi bị thiệt mạng, và để bù đắp lại cho hành động đấy, tôi giờ đây phải quằn quại dưới nỗi đau khổ của một vết thương thịt nát xương tan. Những cảm giác tử tế và dịu dàng mà mới chỉ tích tắc trước tôi hãy còn vui thích tận hưởng nhường chỗ cơn thịnh nộ rực lửa và hàm răng nghiến ken két. Bị cơn đau kích động, tôi thề sẽ vĩnh viễn căm hận và trả thù toàn bộ nhân loại. Nhưng nỗi đau quằn quại của vết thương đã lấn át tôi; mạch đập của tôi ngưng lại, và tôi ngất lịm đi.

"Suốt mấy tuần liền, tôi phải khốn khổ sống trong rừng, cố gắng chữa trị vết thương mình đã lãnh phải. Viên đạn đã găm vào vai tôi, và tôi không biết liệu nó có còn ở đó hay đã lao xuyên hẳn qua; dù gì thì tôi cũng không có cách nào để lấy nó ra. Nỗi đau khổ của tôi còn thêm phần nặng nề bởi đè nén lên tôi là cái cảm giác thật bất công mình ra nông nỗi này, và con người kia thật vô ơn bội nghĩa. Ngày nào tôi cũng cất giọng thề thốt sẽ trả thù - một cuộc trả thù thâm sâu và đầy chết chóc, thứ duy nhất có thể bù đắp cho những phẫn nộ và đau khổ mà tôi đã phải chịu đựng.

"Sau vài tuần, vết thương của tôi lành, và tôi tiếp tục cuộc hành trình của mình. Những cực nhọc mà tôi phải chịu đựng không còn được giảm thiểu bởi ánh mặt trời rực rỡ hay những cơn gió nhẹ của mùa xuân; tất cả niềm vui chỉ là sự nhạo báng, xúc phạm tình trạng bơ vơ của tôi và làm cho tôi càng thêm ý thức được một cách đau đớn rằng mình không được tạo ra để tận hưởng niềm vui.

"Nhưng mọi nhọc nhằn của tôi bấy giờ đã gần kết thúc, và hai tháng trước thời điểm này, tôi đã đến được vùng lân cận Genève.

"Khi tôi đến nơi thì trời đã tối rồi, và tôi lui về một nơi ẩn náu giữa những cánh đồng xung quanh để suy ngẫm xem mình nên đòi hỏi ngài như thế nào. Vì đang bị cơn mệt mỏi và đói khát nặng đè cũng như cảm thấy quá buồn tủi, tôi chẳng thể nào tận hưởng nổi làn gió buổi tối nhẹ nhàng hay cảnh mặt trời lặn sau dãy Jura kì vĩ.

"Lúc này, một giấc ngủ lim dim giúp tôi không còn phải đau đớn suy tư nữa, nhưng nó lại bị ngắt ngang bởi sự xuất hiện một đứa trẻ xinh xắn, chạy xộc vào trong cái hốc tôi đã chọn với bản tính vui tươi của trẻ thơ. Bất chợt, trong khi đang nhìn nó, tôi nảy ra ý tưởng rằng sinh vật nhỏ bé này không mang thành kiến và mới sống được một quãng thời gian quá ngắn nên chưa bị tiêm nhiễm tư tưởng hãi sợ sự dị dạng. Bởi vậy, nếu có thể giữ lấy nó và dạy dỗ cho nó trở thành bạn đồng hành kiêm bằng hữu của mình, tôi sẽ không đến nỗi bơ vơ như bấy giờ trên cõi nhân gian nữa.

"Bị ham muốn này thôi thúc, tôi túm lấy thằng bé khi nó đi qua và kéo nó về phía mình. Ngay khi nó nhìn thấy hình hài của tôi, nó đưa hai tay lên che mắt và hét lên một tiếng lanh lảnh; tôi dùng vũ lực rút tay nó ra khỏi mặt và bảo: 'Cậu bé, chuyện này là sao? Tôi không định làm hại cậu đâu; hãy lắng nghe tôi.'

"Nó vùng vẫy dữ dội và gào lên. 'Thả ta ra, đồ quái vật! Tên đê tiện xấu xí! Ngươi muốn ăn thịt ta và xé xác ta ra. Ngươi là yêu tinh. Thả ta ra, nếu không ta sẽ mách cha ta.'

"'Cậu bé à, cậu sẽ không bao giờ gặp lại cha mình nữa đâu; cậu phải đi với tôi.'

"'Đồ quái vật gớm ghiếc! Thả ta ra. Cha ta là quan chức - ông ấy là Frankenstein - ông ấy sẽ trừng phạt ngươi. Ngươi không đủ gan giữ ta đâu.'

"'Frankenstein! Vậy ra ngươi là con của kẻ thù ta - kẻ ta đã tuyên thệ sẽ đời đời kiếp kiếp trả thù; ngươi sẽ là nạn nhân đầu tiên của ta.'

"Đứa trẻ vẫn vùng vẫy và cứ phun vào mặt tôi những ngôn từ khiến nỗi tuyệt vọng dấy lên trong con tim tôi; tôi túm lấy cổ họng nó để khiến nó im lặng, và chỉ tích tắc sau nó đã nằm chết dưới chân tôi.

"Tôi nhìn chằm chằm vào nạn nhân của mình, tim tôi tràn căng niềm phấn khích và đắc thắng ghê tởm; tôi vỗ tay, thốt lên rằng: 'Chính ta cũng có thể tạo ra nỗi buồn phiền; kẻ thù của ta không phải là bất khả xâm phạm; cái chết này sẽ mang sự tuyệt vọng đến cho hắn, hàng ngàn khổ ải khác sẽ hành hạ và huỷ hoại hắn.'

"Lúc dán mắt vào đứa trẻ, tôi thấy thứ gì đấy lấp lánh trên ngực nó. Tôi nhặt lên; đó là bức chân dung của một người phụ nữ xinh đẹp vô cùng. Bất chấp lòng ác tâm của mình, tôi vẫn được hình ảnh ấy xoa dịu và thu hút. Suốt một lúc liền, tôi thích thú nhìn ngắm đôi mắt đen với cặp mi dài viền quanh và đôi môi xinh xắn của cô; nhưng chẳng bao lâu sau cơn thịnh nộ của tôi đã quay trở lại; tôi nhớ rằng mình đã vĩnh viễn bị tước mất khả năng được những tạo vật tuyệt mĩ như vậy ban tặng vui thú và nếu trông thấy tôi, người phụ nữ trong bức hình tôi đang nhìn ngắm hẳn sẽ chuyển từ vẻ nhân từ tuyệt trần sang nét biểu cảm ghê tởm và khiếp đảm.

"Liệu việc những suy tư như thế khiến tôi bừng bừng giận dữ có gì là lạ không? Điều duy nhất làm tôi thấy ngạc nhiên là lúc đó mình không xộc thẳng vào giữa thế giới con người và bỏ mạng trong khi đang tìm cách huỷ diệt họ luôn, thay vì xả giận bằng những lời ca thán và sự thống khổ.

"Trong lúc đang bị những cảm xúc ấy lấn át, tôi rời khỏi nơi mình đã xuống tay giết người, và bước vào một nhà kho lúc bấy giờ trông có vẻ trống rỗng, những mong sẽ tìm được một chốn ẩn nấp kín đáo hơn. Trên đống rơm có một cô gái đang ngủ; cô ta còn trẻ, thật tình mà nói thì không đẹp bằng người trong bức chân dung tôi đang giữ, nhưng trông cũng ưa nhìn, mơn mởn nét dễ thương của tuổi xuân và sức trẻ. Tôi thầm nghĩ rằng đây cũng lại là một kẻ sẽ dành tặng những nụ cười khơi dậy niềm vui cho tất cả mọi người ngoại trừ tôi. Tôi cúi xuống chỗ cô ta và thì thầm: 'Hãy thức tỉnh đi, hỡi người đẹp tuyệt trần, người trong mộng của nàng đã đến - người sẵn sàng hiến dâng cả sinh mạng chỉ để có được một cái nhìn âu yếm từ đôi mắt nàng; hỡi người dấu yêu của ta, hãy thức tỉnh đi!'

"Người nằm ngủ cựa mình; một cơn hãi hùng đến rùng cả mình lan toả khắp người tôi. Nhỡ may cô ta tỉnh dậy thật, nhìn thấy tôi, nguyền rủa tôi, và tố cáo kẻ sát nhân thì sao? Cô ta chắc chắn sẽ hành động như thế nếu cặp mắt chìm trong bóng tối của cô ta mở ra và trông thấy tôi.

Ý nghĩ ấy thật điên rồ; nó khơi dậy con quỷ bên trong tôi - kẻ phải chịu tội không phải tôi, mà sẽ là cô ta; tôi xuống tay giết người bởi lẽ tất cả những gì cô ta có thể ban tặng cho tôi đều đã vĩnh viễn bị tước đoạt khỏi tay tôi, và cô ta sẽ chuộc tội cho điều ấy. Ngọn nguồn của tội ác này chính là cô ta; cô ta sẽ phải gánh chịu sự trừng phạt! Nhờ những bài học của Felix và các quy luật tàn bạo của con người, tôi đã học được cách gây điều ác. Tôi cúi xuống và cẩn thận đặt bức chân dung vào một nếp gấp trên chiếc váy của cô ta. Cô ta lại cựa mình, và tôi bỏ trốn.

"Suốt mấy ngày liền, tôi cứ lảng vảng quanh nơi những chuyện đó đã diễn ra, đôi khi muốn gặp ngài, đôi khi lại quyết tâm mãi mãi rời bỏ thế giới cùng bao sự khốn khổ của nó. Một lúc sau tôi lang thang về phía những ngọn núi này, và đã băng qua mọi hang cùng ngõ hẻm khổng lồ của chúng, bị một xúc cảm rực lửa thiêu đốt mà chỉ mình ngài có thể làm thoả mãn. Chúng ta sẽ không chia tay cho đến khi ngài hứa sẽ thực hiện đúng những yêu cầu của tôi. Tôi chỉ có một mình và phải sống đau sống khổ; con người sẽ không giao du với tôi; nhưng một người dị dạng và kinh khủng như bản thân tôi sẽ không xa lánh tôi. Người bầu bạn với tôi phải là đồng loại và có cùng các khuyết điểm với tôi. Ngài phải tạo ra một sinh vật như thế."

CHƯƠNG IX

Sinh vật kia dứt lời và dán chặt mắt vào tôi, chờ đợi một câu trả lời. Nhưng tôi bấy giờ đang hoang mang, bối rối, và không thể sắp xếp nổi các suy nghĩ trong đầu đủ rạch ròi để thấu hiểu toàn bộ đề xuất của hắn. Hắn nói tiếp:

"Ngài phải tạo ra cho tôi một người phụ nữ mà tôi có thể chung sống cùng và trao đổi những tình cảm cần thiết cho sự tồn tại của tôi. Chỉ một mình ngài có thể làm được điều này, và trên danh nghĩa một quyền chính đáng ngài không được phép phủ nhận, tôi yêu cầu ngài thực hiện nó."

Phần cuối trong câu chuyện của hắn lại thổi bừng lên trong lòng tôi cơn tức giận vốn đã lắng xuống trong lúc hắn kể lại cuộc sống yên bình với những người nông dân của mình, và trong khi hắn nói điều này, tôi không còn có thể kìm nén cơn thịnh nộ đang bùng cháy trong lòng được nữa.

"Ta từ chối," tôi trả lời; "và sẽ không một sự tra tấn nào có thể khiến ta đồng ý. Ngươi có thể khiến ta trở thành người khốn khổ nhất trần đời, nhưng ngươi sẽ không bao giờ có thể khiến ta trở thành một kẻ mà bản thân ta coi là hèn hạ. Chẳng lẽ ta lại tạo ra một kẻ khác giống như ngươi, để sự xấu xa của hai ngươi có thể hiệp lực và phá huỷ thế giới? Hãy cút đi! Ta đã trả lời ngươi rồi đấy; ngươi có thể tra tấn ta, nhưng ta sẽ không bao giờ đồng ý đâu."

"Ngài sai rồi," tên ác quỷ đáp; "và thay vì đe doạ, tôi sẵn lòng nói lí với ngài. Tôi độc ác vì tôi khốn khổ. Không phải tôi bị toàn bộ nhân loại xa lánh và ghét bỏ đó sao? Ngài, Đấng Sáng Tạo của tôi, sẵn sàng xé xác tôi ra và cảm thấy hân hoan; hãy nhớ lấy điều đó, và cho tôi biết tại sao tôi nên thương hại con người hơn mức con người thương hại tôi? Nếu có thể quẳng tôi vào một trong những khe băng đó và huỷ diệt cơ thể tôi, thành phẩm do chính tay ngài tạo ra, ngài sẽ không gọi đó là giết người. Chẳng lẽ tôi lại tôn trọng con người trong khi con người lên án tôi? Nếu có con người nào sống với tôi trong thân ái chan hoà thì thay vì làm tổn thương người đấy, tôi sẽ dành tặng cho anh ta mọi điều tử tế trên đời và nhỏ nước mắt biết ơn vì được anh ta chấp nhận. Nhưng điều đó là không thể; xúc cảm của con người là rào cản không thể vượt qua với con đường xích lại bên nhau của chúng ta. Ấy nhưng tôi sẽ không chấp nhận cảnh nô dịch thấp hèn. Tôi sẽ trả thù những tổn thương mình đã phải gánh chịu; nếu không thể khơi dậy tình yêu, tôi sẽ gây ra nỗi sợ hãi, và chủ yếu là đối với ngài, kẻ thù không đội trời chung của tôi, bởi vì tôi thề sẽ bền bỉ căm hận Đấng Sáng Tạo của mình. Hãy dè chừng; tôi sẽ huỷ hoại ngài, không ngừng nghỉ cho đến khi tôi đã làm tan nát trái tim ngài, để cho ngài nguyền rủa thời khắc mình ra đời."

Trong lúc hắn nói điều này, một cơn thịnh nộ hung ác khuấy động hắn; mặt hắn nhăn nhúm lại thành những đường nét méo mó kinh khủng ngoài sức chịu đựng với mắt người; nhưng chẳng bao lâu sau hắn bình tĩnh lại và nói tiếp.

"Tôi định sẽ nói lí. Xúc cảm này đẩy tôi vào thế bất lợi, bởi lẽ ngài không nghĩ rằng *ngài* chính là nguyên nhân khiến nó trở nên quá khích đến vậy. Nếu có bất kì tạo vật nào dành cho tôi những tình cảm nhân hậu, tôi sẽ đền đáp gấp hàng trăm lần; vì một mình sinh linh đó thôi, tôi sẽ làm hoà với toàn bộ loài người! Nhưng bây giờ thì tôi lại đang đắm chìm trong những giấc mơ hạnh phúc không thể thành hiện thực được mất rồi. Điều tôi đòi hỏi ngài vừa hợp lí vừa phải chăng; tôi yêu cầu một sinh vật khác giới, nhưng cũng gớm ghiếc chẳng khác gì tôi; điều tôi muốn được ban tặng chỉ nhỏ thôi, nhưng đó là tất cả những gì tôi có thể được nhận, và nó sẽ làm tôi thoả mãn. Quả đúng chúng tôi sẽ là những con quái vật, bị cô lập khỏi toàn bộ thế giới; nhưng chính vì thế nên chúng tôi sẽ gắn bó với nhau hơn. Cuộc đời của chúng tôi sẽ không hạnh phúc, nhưng điều ấy sẽ chẳng gây hại gì cho ai và không bị nỗi khốn khổ mà hiện tôi đang cảm thấy giày vò. Ôi! Đấng Sáng Tạo của tôi, hãy làm cho tôi hạnh phúc; hãy để tôi cảm thấy biết ơn ngài vì một ân huệ duy nhất! Hãy để tôi thấy rằng mình khơi dậy được lòng cảm thông của một tạo vật trên đời; đừng từ chối yêu cầu của tôi!"

Tôi lấy làm xúc động. Tôi rùng mình khi nghĩ đến những hậu quả có thể xảy ra khi mình đồng ý, nhưng tôi cảm thấy rằng lập luận của hắn cũng có một số ý đúng. Câu chuyện của hắn cũng như những xúc cảm mà hắn hiện đang trưng ra cho thấy đây là một sinh vật chất chứa những tâm tình tinh tế, và chẳng phải với tư cách kẻ đã tạo ra hắn, tôi nợ hắn tất cả những phần hạnh phúc mình có thể ban tặng ư? Hắn nhận thấy sự thay đổi trong xúc cảm của tôi và tiếp tục lên tiếng:

"Nếu ngài đồng ý, cả ngài lẫn bất kì con người nào khác sẽ không bao giờ gặp lại chúng tôi nữa; tôi sẽ đến những vùng miền hoang dã rộng lớn ở Nam Mỹ. Thức ăn của tôi không phải là thứ con người ăn; tôi không giết cừu và con nó để thoả mãn cơn đói của mình; sồi và quả mọng đã cung cấp đủ dinh dưỡng cho tôi rồi. Người bạn đồng hành của tôi sẽ có cùng bản chất với tôi và cũng sẽ hài lòng với cùng một thực đơn tương tự. Chúng tôi sẽ lấy lá khô làm giường cho mình; mặt trời sẽ chiếu rọi lên chúng tôi hệt như với con người và sẽ làm chín thức ăn của chúng tôi. Bức tranh tôi trình ra cho ngài thấy vừa thanh bình vừa rất con người, và ngài hẳn phải cảm thấy rằng mình chỉ có thể từ chối nếu muốn phô bày quyền lực và sự tàn nhẫn một cách vô tội vạ. Dù ngài đã rất nhẫn tâm đối với tôi, bây giờ tôi vẫn nhìn thấy lòng trắc ẩn hiện lên trong mắt ngài; hãy để tôi tận dụng thời cơ này và thuyết phục ngài hứa sẽ thực hiện điều tôi vô cùng khát khao."

"Ngươi đề xuất," tôi đáp, "rời bỏ chốn cư ngụ của con người, sống tại những miền hoang dã nơi thú vật ngoài đồng sẽ là bè bạn duy nhất của ngươi. Làm thế nào mà ngươi, kẻ thèm khát tình yêu và sự cảm thông của con người, lại có thể bền chí chịu đựng cảnh lưu đày này? Ngươi sẽ quay trở lại và một lần nữa tìm kiếm lòng tốt của họ, và ngươi sẽ bị họ ghê tởm; những xúc cảm xấu xa của ngươi sẽ lại bùng lên, và ngươi khi ấy sẽ có một người bạn đồng hành để hỗ trợ mình gieo rắc sự huỷ diệt. Không thể như vậy được; đừng tranh luận chuyện này nữa, bởi lẽ ta không thể đồng ý đâu."

"Cảm xúc của ngài thật thất thường biết bao! Mới một lúc trước ngài hãy còn xúc động trước những gì tôi trình bày, thế mà tại sao ngài lại trở nên rắn lòng trước những lời than phiền của tôi? Nhân danh nhân gian nơi tôi đang sống và cũng như ngài, người đã tạo ra tôi, tôi xin thề với ngài rằng với người bạn đồng hành ngài ban tặng, tôi sẽ rời khỏi nơi con người sống và đến ngụ ở nơi man rợ nhất mà mệnh trời đưa đẩy mình đến. Những xúc cảm xấu xa của tôi sẽ tan biến, vì tôi sẽ nhận được sự cảm thông! Cuộc sống của tôi sẽ lặng lẽ trôi đi, trong thời khắc lâm chung, tôi sẽ không nguyền rủa Đấng Sáng Tạo của mình."

Lời lẽ của hắn tạo ra tác động kì lạ đến tôi. Tôi thương hại hắn và đôi khi còn cảm thấy muốn an ủi hắn, nhưng khi tôi nhìn vào hắn, khi tôi thấy cái khối bẩn thỉu biết di chuyển và nói chuyện kia, tim tôi trở nên phát bệnh và các xúc cảm của tôi bị biến thành nỗi kinh hoàng cùng hận thù. Tôi cố gắng bóp nghẹt những cảm xúc này; tôi nghĩ rằng vì không thể thông cảm với hắn, tôi không có quyền từ chối hắn phần hạnh phúc nhỏ nhoi mà mình vẫn có thể ban tặng.

"Ngươi thề sẽ vô hại;" tôi bảo, "nhưng chẳng phải ngươi đã phô ra một lượng ác tâm đủ để ta có cớ không tin tưởng được ngươi đó ư? Biết đâu ngay cả hành động này cũng là một trò lừa giúp ngươi cơi nới quy mô công cuộc trả thù của mình, và từ đó càng thêm phần đắc thắng?"

"Thế là thế nào vậy? Chớ có đùa cợt với tôi, và tôi yêu cầu một câu trả lời. Nếu tôi không có bạn bè thân thích hay quan hệ tình cảm nào, sự thù hận và trò đồi bại sẽ trở thành lẽ sống của tôi; tình yêu của một tạo vật khác sẽ huỷ bỏ nguyên cớ gây tội ác của tôi, và tôi sẽ trở thành một thứ mà chẳng một ai biết có tồn tại cả. Những hành động sai trái của tôi nảy sinh từ cái cô độc mà tôi lấy làm ghê tởm, và những phẩm hạnh tốt đẹp của tôi kiểu gì cũng sẽ trỗi dậy khi tôi được chung sống với một người đồng đẳng. Tôi sẽ trải nghiệm những cảm xúc của một tạo vật nhạy cảm và được gắn liền vào với chuỗi mắt xích tồn tại và sự kiện mà hiện tôi đang không được tham gia."

Tôi dừng lại một chút để suy ngẫm về tất cả những điều hắn thuật lại cùng những lí lẽ hắn sử dụng. Tôi nghĩ đến lời hứa hẹn về những đức tính tốt đẹp hắn từng thể hiện trong giai đoạn đầu đời cũng như việc ngay sau đó, mọi xúc cảm tử tế đều đã bị huỷ hoại bởi sự ghê tởm và khinh bỉ mà những người bảo hộ của hắn đã bày tỏ với hắn. Tôi cũng không bỏ qua sức mạnh và những lời hăm doạ của hắn trong tính toán của mình; một sinh vật có thể tồn tại trong các hang động băng giá của những dòng sông băng và ẩn mình giữa các rặng vách đá vô phương tiếp cận nhằm trốn tránh truy đuổi sẽ sở hữu những năng lực không ai ứng phó nổi. Sau một hồi lâu suy nghĩ, tôi kết luận rằng để công bằng với cả hắn lẫn đồng loại của mình, tôi sẽ phải đồng ý làm theo yêu cầu của hắn. Bởi vậy, tôi quay sang hắn, nói rằng:

"Ta đồng ý với yêu cầu của ngươi, với điều kiện ngươi phải long trọng thề sẽ mãi mãi rời khỏi châu Âu, cũng như tất cả mọi nơi khác có con người lai vãng, ngay khi ta cung cấp cho ngươi một tạo vật nữ giới để bầu bạn cùng ngươi trong khi ngươi bị lưu đày."

"Nhân danh mặt trời," hắn thốt lên, "bầu trời xanh của thiên đàng, và ngọn lửa tình yêu thiêu đốt trái tim tôi, tôi thề rằng nếu ngài đáp ứng nguyện vọng của tôi thì chừng nào chúng còn tồn tại, chừng ấy ngài sẽ không bao giờ thấy lại tôi nữa. Ngài hãy về nhà và bắt tay vào công việc đi; tôi sẽ theo dõi tiến trình của ngài với niềm khắc khoải không lời lẽ nào tả xiết; và chớ lo sợ gì cả, vì khi ngài đã sẵn sàng thì tôi sẽ xuất hiện."

Sau khi nói điều này, hắn đột nhiên bỏ tôi đấy, có thể là do sợ tâm tính tôi sẽ thay đổi. Tôi thấy hắn xuống núi với tốc độ còn nhanh hơn cả đại bàng, và chẳng mấy chốc đã biến mất dạng giữa những gợn nhấp nhô của biển băng.

Câu chuyện của hắn đã tiêu tốn hết cả ngày dài, và lúc hắn rời đi thì mặt trời đã nằm trên đường chân trời. Tôi biết rằng mình nên nhanh chóng leo xuống dưới thung lũng, vì tôi sẽ sớm bị bóng tối bao trùm; nhưng trái tim tôi nặng trĩu, và bước chân tôi chậm rề. Tôi cứ phải loay hoay trước công việc đi vòng vèo giữa mấy lối nhỏ trên những dãy núi và vừa tiến vừa lựa chỗ đặt chân cho thật chắc chắn, bởi lẽ lòng tôi ngổn ngang bao xúc cảm mà những chuyện xảy ra trong ngày đã khơi dậy. Khi tôi đến được chỗ nghỉ giữa chừng và ngồi bên cạnh dòng suối thì đêm đã trở nên rất muộn. Các vì sao nhấp nháy sáng khi bị mây bay ngang; những cây thông tăm tối vươn mình lên trước mặt tôi, và đó đây là một cái cây gãy nằm lăn lóc trên mặt đất; đó là một cảnh tượng trang nghiêm tuyệt diệu, và gợi cho tâm trí tôi nảy ra những suy nghĩ kì lạ. Tôi cay đắng khóc, vừa đau đớn chắp chặt tay mình lại, tôi vừa thốt lên: "Hỡi ôi! Sao, mây, và gió, các người ở khắp xung quanh để chế giễu ta; nếu các người thực sự thương hại ta thì hãy nghiền nát xúc cảm và kí ức ta đi; hãy để ta trở thành hư vô; còn nếu không thì hãy rời đi, hãy rời đi, và để mặc ta trong bóng tối."

Đây là những suy nghĩ đầy hoang dại và khốn khổ, nhưng tôi không tài nào tả nổi cho anh ánh lấp lánh vĩnh cửu của những ngôi sao đè nặng lên tôi đến nhường nào, cũng như cách tôi dỏng tai lắng nghe từng luồng gió thổi như thể đó là một cơn gió sa mạc u ám khó chịu đang trên đường nuốt chửng lấy tôi.

Trước khi tôi đến được làng Chamounix thì trời đã hửng sáng; tôi không nghỉ ngơi mà trở về Genève ngay lập tức. Ngay cả trong trái tim mình, tôi cũng không thể diễn tả nổi cảm giác của bản thân - chúng đè nén lên tôi với sức nặng của một ngọn núi và sự ngổn ngộn của chúng nghiền nát cả nỗi đau đớn của tôi. Tôi trở về nhà trong tình trạng như thế, và sau khi bước vào trong nhà, tôi trình diện gia đình mình. Vẻ ngoài hốc hác và hoang dại của tôi khiến mọi người hoảng hốt vô cùng, nhưng tôi không trả lời câu hỏi nào hết, chẳng nói chẳng rằng. Tôi cảm thấy như thể mình đang phải gánh chịu một lệnh cấm - như thể tôi không có quyền đòi hỏi sự đồng cảm của họ - như thể tôi sẽ không bao giờ còn được tận hưởng sự đồng hành của họ nữa. Ấy nhưng ngay cả thế, tôi vẫn yêu mến đến như tôn sùng họ; và để cứu họ, tôi quyết tâm dồn hết tâm sức cho nhiệm vụ đáng ghê tởm vô cùng của mình. Viễn cảnh một công việc như vậy đang chờ đợi làm cho mọi sự khác trên đời trôi qua trước mắt tôi như trong một giấc mơ, và chỉ còn suy nghĩ đó là thứ duy nhất tồn tại thực tế đối với tôi mà thôi.

CUỐN

3

CHƯƠNG I

Sau khi trở về Genève, cứ hết ngày này qua ngày khác, tuần này qua tuần khác trôi đi; song tôi không tài nào thu thập được đủ can đảm để bắt tay vào thực hiện công việc của mình. Tôi hãi sợ đòn trả thù của con ác quỷ bị thất vọng kia, ấy nhưng tôi không thể chế ngự được sự ghê tởm của bản thân đối với nhiệm vụ mình đã bị bắt làm. Tôi phát hiện ra rằng mình không thể chế tạo ra một sinh vật nữ nếu không một lần nữa bỏ ra hàng bao tháng trời vùi đầu nghiên cứu chuyên sâu và miệt mài lao động. Tôi đã nghe kể về một số khám phá do một triết gia Anh Quốc thực hiện, với những kiến thức thu lượm được mang tính tối quan trọng đối với thành công của tôi, và đôi khi tôi tính chuyện xin phép cha cho mình đến thăm Anh Quốc nhằm làm việc ấy; nhưng tôi cứ bấu víu vào mọi cớ để trì hoãn và tránh thực hiện bước đầu tiên của một công việc mà tôi bắt đầu thấy không thực sự tối cần thiết như trước. Tôi thực sự đã trải qua đổi thay; sức khoẻ vốn dĩ toàn trên đà suy giảm của tôi giờ đã phục hồi khá nhiều; và tinh thần của tôi, khi không bị kí ức về lời hứa khổ sở của tôi kìm hãm, cũng tươi tỉnh lên một cách tương xứng. Cha tôi rất vui mừng khi nhìn thấy sự thay đổi này, và ông chuyển sang suy nghĩ xem nên làm gì để xoá bỏ nốt phần u sầu còn lại của tôi một cách hiệu quả nhất, thứ cứ thi thoảng lại tái phát theo từng cơn, và kéo theo một bóng tối hau háu, che khuất ánh mặt trời đang đến gần. Vào những lúc như thế này, tôi tìm đến với sự cô độc tột cùng để náu mình. Tôi dành cả ngày một mình lênh đênh ngoài hồ trên chiếc thuyền nhỏ, ngắm mây và lắng nghe tiếng sóng gợn, im lặng và bơ phờ. Nhưng không khí trong lành và mặt trời rạng rỡ gần như luôn có thể giúp tôi lấy lại được phần nào điềm tĩnh, và khi trở về, tôi đáp lại những lời chào hỏi của người thân bằng nụ cười mau mắn hơn, cũng như một trái tim vui vẻ hơn.

Trong một lần sau khi tôi trở về từ một chuyến ngao du như thế, cha đã gọi riêng tôi ra và bảo rằng:

"Con trai yêu quý, ta thật hân hoan biết bao khi nhận thấy con đã lại tiếp tục tận hưởng những thú vui trước đây của mình và xem chừng đang dần trở thành con người cũ. Ấy nhưng con vẫn không hạnh phúc và vẫn tránh né chúng ta. Suốt bao lâu ta cứ băn khoăn phỏng đoán xem nguyên nhân của việc này là gì, nhưng ngày hôm qua, ta đã nảy ra một ý tưởng, và nếu nó xác đáng, ta mong con sẽ thừa nhận nó. Với một chuyện như thế này mà ngần ngại thì sẽ không chỉ vô dụng, mà còn khiến cho sự đau khổ của tất cả chúng ta tăng lên gấp bội."

Tôi run lẩy bẩy trước đoạn mào đầu của ông, và cha tôi tiếp tục.

"Con trai, ta xin thú nhận rằng từ trước đến nay, ta luôn ngóng chờ cuộc hôn nhân giữa con và Elizabeth yêu dấu, coi đó như sợi dây gắn kết sự an lạc của gia đình nhà chúng ta đồng thời giúp đảm bảo cho những năm tháng cuối đời của ta. Hai con đã gắn bó với nhau từ hồi còn thơ bé; hai con đã học tập cùng với nhau, và về cả tính khí lẫn sở thích trông đều có vẻ hoàn toàn phù hợp với nhau. Nhưng vì con người vốn hết sức mù quáng trong các trải nghiệm của mình, thế nên có thể chính những gì ta ngỡ tưởng sẽ hỗ trợ được một cách có hiệu quả nhất cho hoạch định của mình lại đã huỷ hoại nó hoàn toàn. Chưa biết chừng con coi con bé như em gái của mình, không hề muốn nó trở thành vợ con. Không, có thể con đã gặp một người khác mà con yêu thương; và vì coi rằng danh dự buộc con phải gắn bó đời mình với Elizabeth, con cảm thấy bị giằng xé và có thể chính nó đã gây ra nỗi đau khổ đắng cay mà xem chừng con đang cảm thấy đây."

"Cha thân yêu ơi, xin hãy cứ an tâm. Tình yêu con dành cho em họ mình rất dịu dàng và chân thành. Con chưa bao giờ gặp bất kì người phụ nữ nào khơi dậy được sự ngưỡng mộ và những tình cảm nồng ấm tột cùng trong lòng con như Elizabeth. Mọi hi vọng và hứa hẹn tương lai của con đều gắn cả vào với sự tác hợp đang được chờ đợi của đôi con."

"Đã lâu lắm rồi ta mới thấy sung sướng được như khi nghe con trình bày cảm xúc của mình về chủ đề này. Nếu con cảm thấy như vậy, chắc chắn nhà ta rồi sẽ hạnh phúc, cho dù những sự kiện hiện giờ có thể khiến chúng ta bị bao trùm trong một cái bóng u ám. Nhưng thứ ta muốn xua tan lại chính là cái sự u ám xem chừng đã bám siết lấy tâm trí con một cách rất mạnh mẽ này đây. Thế nên, hãy nói cho ta nghe liệu con có phản đối việc cử hành hôn lễ ngay lập tức không. Chúng ta đã lâm vào cảnh ngộ bất hạnh, và những sự kiện gần đây đã kéo chúng ta ra khỏi sự thanh bình thường nhật phù hợp với một người mang tuổi tác cũng như thể trạng ốm yếu như ta. Con hãy còn trẻ hơn; song vì con sở hữu một lượng tài sản đáng kể, ta không nghĩ một cuộc hôn nhân sớm sẽ gây ảnh hưởng chút gì đến bất kì dự định gây dựng thanh danh cũng như thực tiễn nào trong tương lai mà có thể con đã vạch sẵn. Tuy nhiên, đừng nghĩ rằng ta muốn chỉ định hạnh phúc của con hay nếu con mà có chậm trễ gì thì sẽ khiến ta cảm thấy bất an nghiêm trọng. Ta long trọng đề nghị con hãy thật thẳng thắn mà diễn giải lời lẽ của ta, và rồi hãy tự tin và chân thành trả lời ta."

Tôi lắng nghe cha mình trong im lặng và suốt một hồi liền không thể đưa ra bất cứ lời đáp nào. Tôi khẩn trương lật đi lật lại trong óc hàng bao suy tưởng và cố gắng rút cho bằng ra một kết luận nào đó. Hỡi ôi! Đối với tôi, ngay lập tức thành hôn với Elizabeth là một ý tưởng đầy kinh hoàng và đáng quan ngại. Tôi bị ràng buộc bởi một lời hứa long trọng mà bản thân vẫn chưa thực hiện được, đồng thời lại còn không dám phá vỡ, hay nếu tôi mà bội hứa thì ai mà biết được sẽ có bao đau khổ lơ lửng chực chờ giáng xuống cả tôi lẫn gia đình tận tụy của tôi! Liệu tôi có thể tham gia một lễ hội trong khi cái khối nặng chết chóc này hãy vẫn còn đang quàng qua cổ và ghì tôi còng lưng xuống đất không? Tôi phải thực hiện công việc mình đã hứa hẹn và để con quái vật rời đi với người bạn đời của hắn trước khi tôi có thể cho phép bản thân tận hưởng niềm vui của cuộc thành thân tôi những mong sẽ đem bình yên đến cho đời mình.

Tôi cũng nhớ rằng mình bắt buộc phải lặn lội đến Anh Quốc, hoặc bắt tay vào trao đổi thư từ qua lại với các triết gia của đất nước đó, những con người sở hữu các kiến thức và phát hiện mang tính tất yếu với công việc hiện tại của tôi. Phương pháp thu thập thông tin cần thiết theo kiểu thứ hai vừa chậm trễ mà lại vừa chẳng mang về được kết quả thoả đáng; hơn nữa, tôi chán ghét tột cùng cái ý tưởng triển khai công việc ghê tởm của mình ngay tại nhà cha tôi trong khi vẫn ngày ngày thân mật trò chuyện với những người mình yêu thương. Tôi biết rằng có đến cả ngàn tai nạn đáng sợ có thể xảy ra, ngay cả sự cố vặt vãnh nhất thôi cũng sẽ làm lộ tẩy một câu chuyện đủ sức khiến cho tất cả những người thân thích của tôi khiếp đảm. Tôi cũng nhận thức được rằng mình sẽ thường xuyên mất hết khả năng tự chủ, mất mọi khả năng che giấu những cảm giác đau đớn kiểu gì cũng sẽ xâm chiếm lấy tôi trong quá trình tôi thực hiện công việc khủng khiếp của mình. Tôi phải tránh mặt tất cả những người tôi yêu thương trong lúc làm việc. Một khi đã bắt tay vào làm, công việc sẽ nhanh chóng được hoàn tất, và tôi sẽ có thể quay trở lại với gia đình mình trong yên ổn và hạnh phúc. Lúc lời hứa của tôi hoàn thành, con quái vật sẽ mãi mãi bỏ đi. Hoặc có thể (như cách tâm trí tôi thích thú mường tượng) trong quãng thời gian đó, một tai nạn sẽ xảy ra, tiêu diệt hắn và vĩnh viễn đặt dấu chấm hết cho kiếp nô lệ của tôi.

Những xúc cảm ấy định đoạt câu trả lời tôi đưa ra cho cha mình. Tôi bày tỏ mong muốn đến thăm Anh Quốc, nhưng nhằm che giấu lí do thực sự của yêu cầu này, tôi phủ một cái cớ ngụy tạo lên ước nguyện của bản thân để không khơi dậy sự nghi ngờ, đồng thời cầu khẩn với một thái độ tha thiết đến mức đã dễ dàng nhận được sự đồng thuận của cha mình. Ông lấy làm vui mừng khi thấy rằng sau một thời gian dài chìm đắm trong nỗi ủ dột nặng nề với những tác động nghiêm trọng, chẳng khác nào một cơn mất trí, tôi đã lại có thể lấy làm vui thú trước ý tưởng thực hiện một hành trình như vậy, và ông hi vọng rằng sự thay đổi cảnh trí cũng như các thú vui đa dạng sẽ giúp tôi bình phục hoàn toàn trước khi trở về.

Tôi được toàn quyền lựa chọn sẽ đi vắng trong bao lâu; vài tháng, hoặc nhiều nhất là một năm, là khoảng thời gian dự tính. Với tình thương của một người cha, cha tôi đã thực hiện một biện pháp phòng ngừa là đảm bảo có người đi cùng tôi. Ông cùng với Elizabeth thu xếp để cho Clerval gặp tôi tại Strasburgh mà không bàn trước với tôi. Điều này đã gây cản trở cho sự đơn độc mà tôi muốn có nhằm theo đuổi nhiệm vụ của mình; ấy nhưng trong giai đoạn khởi đầu của cuộc hành trình, sự hiện diện của bạn tôi hoàn toàn không phải là một trở ngại cho tôi, và tôi thực sự cảm thấy vui mừng vì nhờ đó, tôi sẽ được cứu rỗi khỏi hàng bao giờ đồng hồ chìm đắm trong những suy tư cô đơn, điên cuồng. Bên cạnh đó, Henry còn có thể đứng chắn giữa tôi và kẻ thù của tôi, không cho hắn quấy nhiễu tôi. Nếu tôi chỉ có một mình, chẳng lẽ hắn lại không thi thoảng ép tôi phải chấp nhận sự hiện diện đáng ghê tởm

của mình nhằm nhắc nhở cho tôi nhớ về nhiệm vụ của
bản thân hoặc để xem xét tiến triển công việc ư?

Bởi vậy, tôi lên đường đến Anh Quốc, và chúng tôi
thống nhất rằng hôn lễ của tôi với Elizabeth sẽ được tổ
chức ngay lập tức khi tôi trở về. Tuổi tác của cha tôi khiến
ông chán ghét sự chậm trễ vô cùng. Về phần mình, đó
chính là phần thưởng mà tôi đã tự hứa sẽ trao tặng cho
bản thân sau khi thực hiện xong công việc nhọc nhằn
đáng ghê tởm của mình - niềm an ủi cho những đau khổ
vô tiền khoáng hậu của tôi; nó là triển vọng về cái ngày tôi
được giải phóng khỏi kiếp nô lệ khốn khổ và có thể lấy
Elizabeth, quên đi quá khứ trong cuộc hôn nhân với nàng.

Tôi bấy giờ lao vào thu xếp cho cuộc hành trình của
mình, nhưng có một cảm giác cứ ám ảnh tôi, khiến tôi
tràn ngập lo sợ và bồn chồn. Trong quãng thời gian vắng
mặt, tôi sẽ rời bỏ người thân của mình không hề hay biết
về sự tồn tại của kẻ thù, cũng như không được bảo vệ trước
các cuộc tấn công của hắn, trong khi hắn có khả năng sẽ
cảm thấy bực tức trước hành động rời đi của tôi. Nhưng
hắn đã hứa sẽ bám theo tôi bất kể tôi có đến nơi nào, và
chẳng lẽ hắn lại không đi đến Anh Quốc cùng tôi ư? Chỉ
riêng mường tượng ra chuyện này đã là khủng khiếp lắm
rồi, nhưng nó cũng làm tôi thấy dễ chịu không kém, bởi
như vậy là an toàn của người thân tôi sẽ được đảm bảo.
Tôi khổ sở hết sức khi nghĩ đến khả năng điều ngược lại có
thể xảy ra. Nhưng trong toàn bộ giai đoạn phải chịu kiếp
nô lệ dưới trướng tạo vật của mình, tôi cứ để cho những
bồng bột nhất thời chi phối bản thân; và lúc bấy giờ, xúc
cảm của tôi cứ cam đoan với tôi rằng tên ác quỷ sẽ bám

theo tôi và tha cho gia đình tôi khỏi những âm mưu nguy hiểm của hắn.

Vào cuối tháng Chín, tôi lại rời bỏ quê hương mình. Chuyến hành trình này là do chính tôi đề xuất, thế nên Elizabeth cũng đồng thuận, nhưng nàng cảm thấy hết sức bất an khi mường tượng ra cảnh tôi bị giày vò bởi khốn khổ và đau buồn trong lúc ở xa nàng. Chính nhờ có sự quan tâm của nàng mà tôi mới được Clerval đi cùng - ấy nhưng một người đàn ông sẽ có mắt như mù trước cả ngàn điều lặt vặt vốn sẽ khơi dậy sự chăm chút đầy chuyên chú của một người phụ nữ. Nàng chỉ muốn bảo tôi hãy nhanh chóng quay trở lại; nhưng cả ngàn cảm xúc mâu thuẫn đã khiến cho nàng câm nín trong khi nàng tặng tôi một lời chia tay thầm lặng, tràn đầy nước mắt.

Tôi lao vào trong cỗ xe chở mình đi, gần như chẳng biết bản thân sẽ đi đến nơi nào, và chẳng buồn để tâm đến cảnh vật lướt qua xung quanh mình. Tôi chỉ nhớ đã ra lệnh yêu cầu gói ghém các món dụng cụ hoá học của mình để mang theo cùng, và nghĩ về điều ấy mà tôi cảm thấy nỗi thống khổ đầy cay đắng dâng lên trong mình. Với tâm trí ngập tràn những mường tượng thê lương, tôi băng qua nhiều thắng cảnh đẹp đẽ và hùng vĩ, nhưng tôi vẫn cứ giữ khư khư mắt mình ở yên một chỗ và chẳng nhìn ngó gì hết. Tôi chỉ có thể nghĩ về mục đích các chuyến đi của mình cũng như công việc mình sẽ phải thực hiện trong quãng thời gian ấy.

Sau vài ngày biếng nhác bơ phờ, chu du qua hàng bao quãng xa, tôi đặt chân đến Strasburgh và dành hai ngày đợi Clerval. Anh xuất hiện. Hỡi ôi, sự tương phản giữa chúng tôi mới lớn làm sao! Anh tràn căng sức sống trước mọi khung cảnh mới, hân hoan khi được chiêm ngưỡng vẻ đẹp của mặt trời lặn, và còn hạnh phúc hơn khi nhìn thấy nó mọc lên và lại mở ra một ngày mới. Anh chỉ cho tôi xem các sắc màu biến đổi của cảnh vật và những dáng hình của bầu trời. "Thế này mới là sống chứ," anh thốt lên; "bây giờ tôi mới thật sự tận hưởng cuộc đời! Nhưng còn anh, Frankenstein thân mến ơi, hà cớ gì mà anh lại chán nản và phiền muộn đến vậy!" Thực ra, tôi bấy giờ đang quá mê mải với những suy nghĩ ảm đạm và chẳng thấy sao Hôm hạ xuống hay vầng dương bình minh vàng phản chiếu trên sông Rhine. Và anh bạn à, anh sẽ thấy vui thích hơn hẳn nếu được đọc nhật kí của Clerval, người đã nhìn ngắm cảnh vật bằng con mắt ngập tràn cảm tình và sung sướng, hơn là lắng nghe những suy tư của tôi. Tôi - kẻ bất hạnh khốn khổ, bị ám ảnh bởi một lời nguyền khiến mọi cửa ngõ tận hưởng niềm vui đều bị bít kín.

Chúng tôi đã nhất trí sẽ đi xuôi thuyền xuống con sông Rhine từ Strasburgh đến Rotterdam, và tại đó chúng tôi có thể bắt tàu đến London. Trong chuyến đi này, chúng tôi băng qua nhiều đảo liễu và nhìn thấy một số thành thị xinh đẹp. Chúng tôi lưu lại Mannheim một ngày, và vào ngày thứ năm kể từ khi khởi hành từ Strasburgh, chúng tôi đặt chân đến Mainz. Dòng chảy của Rhine mạn dưới Mainz đẹp hơn hẳn. Con sông chảy rất nhanh và luồn lách giữa những ngọn đồi, không cao, nhưng lại dốc, và mang dáng hình mĩ lệ. Chúng tôi thấy nhiều lâu đài đổ nát nằm bên rìa các vách núi, được bao quanh bởi những khu rừng đen, cao vời và vô phương tiếp cận. Cảnh quan phần này

của sông Rhine thực sự đa dạng phi thường. Ở một nơi, ta
sẽ nhìn thấy những ngọn đồi lởm chởm, các toà lâu đài đổ
nát nhìn ra những vách đá kì vĩ, với dòng Rhine tối tăm ào
ào chảy bên dưới; và chỉ cần quành qua một mũi đất thôi
là bất chợt những vườn nho sum sê với các bờ dốc xanh
mướt cùng dòng sông uốn khúc và những thị trấn đông
dân sẽ chiếm trọn khung cảnh.

Chuyến đi của chúng tôi rơi vào đúng giai đoạn nho
đang vào mùa và bài hát của những người nông dân cất lên
trong khi chúng tôi lướt xuôi dòng. Ngay cả tôi, kẻ bấy giờ
đang mang tâm thái buồn rầu còn tinh thần thì liên tục bị
những xúc cảm ủ dột quấy nhiễu, cũng cảm thấy hài lòng.
Tôi nằm dưới đáy thuyền, và trong lúc ngắm nhìn bầu trời
xanh không một gợn mây, tôi như được uống vào người
sự thanh bình mà đã lâu nay vẫn không biết đến. Và nếu
đây mà còn là những cảm giác của tôi thì nào ai có thể mô
tả được các xúc cảm của Henry? Anh cảm thấy như thể
mình đã đến xứ sở thần tiên và được tận hưởng một niềm
hạnh phúc hiếm ai từng nếm trải. "Tôi đã chiêm ngưỡng
những thắng cảnh đẹp nhất của đất nước mình;" anh nói,
"tôi đã ghé thăm hồ Lucerne và Uri, nơi những ngọn núi
tuyết cắm thẳng gần như vuông góc xuống mặt nước, hắt
xuống những cái bóng đen và bất khả xuyên thấu, đáng lẽ
đã khiến cảnh vật mang một vẻ ảm đạm và thê lương nếu
không có những hòn đảo xanh ngát giúp xoa dịu đôi mắt
với diện mạo vui tươi của chúng; tôi đã thấy cái hồ này bị
khuấy động trong cơn bão, khi gió cuốn lên những cột lốc
nước và giúp ta phần nào có được một ý niệm về vòi rồng
trên đại dương mênh mông; và những cơn sóng dữ dội

ập vào chân núi, nơi vị linh mục và tình nhân bị chôn vùi bởi trận tuyết lở, cũng là nơi thiên hạ đồn rằng ta vẫn có thể nghe thấy giọng hấp hối của họ giữa những lúc làn gió đêm tạm ngừng[1]; tôi đã nhìn thấy dãy La Valais, và dãy Pays de Vaud; nhưng Victor à, đất nước này làm tôi thấy vui thích hơn tất cả những kì quan đó. Những ngọn núi của Thụy Sĩ hùng vĩ và kì lạ hơn, nhưng hai bên bờ dòng sông thiêng liêng này mang nét quyến rũ mà tôi chưa từng thấy nơi nào sánh bằng. Hãy nhìn toà lâu đài nhô ra trên vách đá đằng kia xem; cả toà lâu đài trên hòn đảo, gần như bị che khuất giữa những tán lá của những hàng cây xinh xắn đó nữa; và bây giờ nhìn vào nhóm nhân công bước ra từ giữa những vườn nho xem; ngôi làng khuất bóng phân nửa trong hốc núi kia nữa. Ôi, chắc chắn tâm hồn của vị thần cư ngụ và bảo vệ nơi này hoà hợp với con người hơn so với những thần linh chuyên dồn đống sông băng hay lui vào trú trong những đỉnh núi không thể tiếp cận được của đất nước chúng ta."

Clerval! Người bạn yêu quý! Ngay cả bây giờ, tôi vẫn lấy làm hạnh phúc khi được ghi chép lại những lời lẽ của anh và nhắc đi nhắc lại những lời khen ngợi mà anh vô cùng xứng đáng được nhận. Anh là một tạo vật hình thành từ "vần thơ của thiên nhiên[2]". Trí tưởng tượng tự do và hăng hái của anh được sự khôn ngoan trong trái tim anh ghìm lại. Tâm hồn anh tràn ngập những tình cảm nồng cháy, anh là kiểu người bạn tận tụy và diệu kì mà những người từng trải sự đời vẫn hay răn dạy rằng

---

(1) Trích trong tác phẩm *History of a six week's tour* (tạm dịch: *Lịch sử chuyến đi sáu tuần*), một câu chuyện du hành của Mary Shelley và Percy Bysshe Shelley.
(2) Trích trong *The Stary of Rimini* (tạm dịch: *Câu chuyện về Rimini*) của Leigh Hunt. [chú thích của Mary Shelley trong nguyên bản]
Leigh Hunt là một người bạn tốt của gia đình Shelley.

chúng ta chỉ nên tìm kiếm trong trí tưởng tượng. Nhưng ngay cả sự đồng cảm của con người cũng không đủ để thoả mãn khối óc hăm hở của anh. Khung cảnh thiên nhiên bên ngoài, thứ người đời chỉ đơn thuần ngưỡng mộ, lại được anh nhiệt thành yêu thương:

> *Con thác ồn ã*
> *Ám ảnh chàng như một niềm đam mê: vách đá cao,*
> *Núi non, và khu rừng sâu âm u,*
> *Những màu sắc và dạng hình, với chàng khi ấy*
> *Như cơn háu đói; một xúc cảm, một tình yêu,*
> *Không cần thêm bất cứ nét quyến rũ nào,*
> *Đến từ suy tư, hay mối ham thích nào*
> *Không vay mượn từ con mắt.*[1]

Và bây giờ anh tồn tại ở đâu? Có phải sinh linh dịu dàng và đáng yêu này đã vĩnh viễn mất đi? Có phải tâm trí ấy, thứ tràn đầy những ý tưởng, hình dung huyền ảo và tuyệt diệu, hình thành nên cả một thế giới với sự tồn vong phụ thuộc cả vào sinh mệnh của người tạo ra mình, nay đã diệt vong? Có khi nào bây giờ nó chỉ còn tồn tại trong kí ức của tôi không? Không, sự tình không phải như vậy; tấm thân như được bàn tay Chúa nhào nặn và ngời rạng vẻ đẹp của anh đã thối rữa, nhưng tâm hồn anh vẫn ghé thăm và an ủi người bạn bất hạnh của mình.

Xin hãy bỏ quá cho cơn buồn đau chợt dâng trào này; những lời lẽ chẳng thấm vào đâu ấy chỉ là một lời

---

(1) Trích *Tintern Abbey* (tạm dịch: *Tu viện Tintern*) của Wordsworth. [chú thích của Mary Shelley trong nguyên bản]

ngợi khen nho nhỏ dành cho đức hạnh không ai bì nổi của Henry, nhưng chúng xoa dịu trái tim tôi, vốn đang tràn ngập nỗi thống khổ do nhớ lại về anh. Tôi sẽ kể tiếp câu chuyện của mình.

Sau khi qua Cologne, chúng tôi xuôi xuống vùng đồng bằng Hà Lan; chúng tôi quyết định sẽ bắt xe chở thư đi nốt chặng đường còn lại, vì gió bấy giờ đang thổi ngược chiều trong khi dòng chảy của con sông thì lại quá hiền hoà để giúp chúng tôi đi tiếp.

Hành trình của chúng tôi ở chặng này mất đi những cái thú phát sinh từ cảnh đẹp, nhưng sau vài ngày thì chúng tôi đã đến được Rotterdam, và từ đó tiếp tục đi đến Anh Quốc theo đường biển. Vào một buổi sáng trời trong trẻo cuối tháng Mười Hai, tôi lần đầu trông thấy những vách đá trắng của Anh Quốc. Hai bờ sông Thames là một khung cảnh mới; bằng phẳng nhưng màu mỡ, và hầu hết mọi thị trấn đều khơi gợi lại một câu chuyện nào đó. Chúng tôi nhìn thấy pháo đài Tilbury và nhớ đến Hạm đội Tây Ban Nha[1]; Gravesend, Woolwich, và Greenwich - những chốn tôi đã nghe danh ngay cả khi còn ở tại đất nước mình.

Một thời gian sau, chúng tôi trông thấy vô số các tháp chuông của London, với nhà thờ Thánh Paul vươn cao hơn tất cả, cùng ngọn tháp London nổi tiếng trong lịch sử Anh Quốc[2].

---

(1) Pháo đài Tilbury là địa điểm chiến lược trong trận chiến giữa quân Anh và Hạm đội Tây Ban Nha vào năm 1588.
(2) Tháp London được biết đến là một nhà tù và địa điểm hành quyết trong lịch sử Anh Quốc.

CHƯƠNG II

LONDON LÀ ĐIỂM NGHỈ NGƠI HIỆN TẠI CỦA CHÚNG TÔI; CHÚNG TÔI QUYẾT ĐỊNH LƯU LẠI VÀI THÁNG TRONG THÀNH PHỐ TUYỆT VỜI VÀ NỔI TIẾNG NÀY. Clerval muốn được giao thiệp với những con người lỗi lạc và tài ba mà thời bấy giờ đang chẳng khác nào cá gặp nước, nhưng đây chỉ là một mục tiêu phụ đối với tôi; tôi chủ yếu bận bịu tìm cách thu thập các thông tin cần thiết để hoàn thành lời hứa của mình và nhanh chóng tận dụng những lá thư giới thiệu mình mang theo, gửi chúng đến các nhà triết học tự nhiên nổi tiếng nhất.

Nếu chuyến hành trình này mà diễn ra trong chuỗi ngày tôi còn đang vùi đầu nghiên cứu và hạnh phúc, nó hẳn đã mang lại cho tôi những niềm khoái lạc không bút nào tả xiết. Nhưng một tai ương đã giáng xuống đầu tôi, và tôi chỉ đến thăm những con người này nhằm thu thập các thông tin liên quan đến đề tài mình đang hết sức quan tâm mà họ có thể cung cấp. Tôi lấy làm khó chịu khi có người bầu bạn; khi chỉ có một mình, tôi có thể để cho những thắng cảnh của đất trời lấp đầy tâm trí; giọng nói của Henry xoa dịu tôi, và nhờ thế mà tôi có thể tự lừa cho bản thân rơi vào một trạng thái thanh bình nhất thời. Nhưng những khuôn mặt bận rộn, nhàm chán, vui vẻ đã mang nỗi tuyệt vọng quay trở lại trái tim tôi. Tôi thấy một rào cản không thể vượt qua được đặt giữa tôi và đồng loại mình; rào cản này đã bị niêm lại bằng máu của William và Justine, tâm hồn tôi trào dâng đầy thống khổ khi suy ngẫm về các sự kiện liên quan đến những cái tên đó.

Nhưng tôi thấy bóng dáng con người cũ của mình trong Clerval; anh tò mò và háo hức muốn thu lượm trải nghiệm và kiến thức do người khác chỉ dạy. Sự khác biệt về phong thái hành xử mà anh quan sát thấy là nguồn kiến thức và giải trí vô tận đối với anh. Anh cũng theo đuổi một mục tiêu bản thân đã ấp ủ từ lâu. Dự định của anh là đến thăm Ấn Độ, bởi lẽ anh tin rằng nhờ sở hữu kiến thức về các ngôn ngữ khác nhau cũng như dựa trên những quan điểm mình đã hình thành về xã hội nơi ấy, anh có thể hỗ trợ công cuộc thuộc địa hoá và thông thương của châu Âu theo nhiều cách có ý nghĩa. Anh Quốc là nơi duy nhất cho phép anh tiếp tục thực hiện kế hoạch của mình. Anh cứ bận bịu suốt, và thứ duy nhất gây cản trở vui thú của anh là tâm trí buồn bã và chán nản của tôi. Tôi đã cố gắng che giấu điều này hết mức có thể để không ngăn cản anh tận hưởng những thú vui đầy tự nhiên đối với một người đang đặt chân vào một cảnh đời mới, không bị bất kì ưu tư hay hồi tưởng cay đắng nào gây phiền nhiễu. Tôi thường xuyên từ chối đi cùng anh, viện cớ đã bận việc khác, để tôi có thể ở một mình. Lúc bấy giờ, tôi cũng bắt đầu thu thập các nguyên vật liệu cần thiết cho tạo vật mới của mình, và đối với tôi, việc này chẳng khác nào trò tra tấn với những giọt nước liên tục nhỏ xuống đầu. Mọi suy nghĩ dành cho nó là một nỗi thống khổ tột cùng, và mọi lời lẽ tôi thốt ra nhằm ám chỉ đến nó đều khiến môi tôi run rẩy, và tim tôi đập thình thịch.

Sau khi ở London vài tháng, chúng tôi nhận được thư từ một người ở Scotland, trước đây từng là khách nhà chúng tôi tại Genève. Ông ta đề cập đến những cảnh đẹp của quê hương mình và hỏi rằng liệu những khung cảnh ấy có đủ sức khiến cho chúng tôi kéo dài hành trình của mình đến tận vùng Perth phía Bắc, nơi ông ta sống hay không. Clerval hăm hở muốn chấp nhận lời mời này, và mặc dù hết sức chán ghét giao du, tôi vẫn muốn nhìn ngắm lại những ngọn núi và dòng suối cùng với tất cả những công trình kì diệu mà Thiên Nhiên đã tô điểm cho những chốn cư ngụ nàng lựa chọn.

Chúng tôi đã đặt chân đến Anh Quốc vào đầu tháng Mười, và lúc bấy giờ đang là tháng Hai. Thế là chúng tôi quyết định khởi hành lên phương Bắc vào cuối tháng tới. Trong chuyến du hành này, chúng tôi không có ý định đi theo đường lớn đến Edinburgh, mà sẽ đi qua Windsor, Oxford, Matlock, và ghé các hồ ở Cumberland, dự tính sẽ hoàn tất chuyến đi này vào cuối tháng Bảy. Tôi gói ghém các dụng cụ hoá học cũng như mọi nguyên vật liệu đã thu thập được, quyết tâm hoàn thành công việc của mình tại một xó xỉnh hẻo lánh nào đó ở vùng cao nguyên phía Bắc Scotland.

Chúng tôi rời London vào ngày 27 tháng Ba và lưu lại Windsor vài ngày, lang thang trong khu rừng xinh đẹp nơi ấy. Đây là một cảnh mới đối với dân miền núi chúng tôi; những cây sồi hùng vĩ, số lượng thú rừng, và những đàn hươu trang nghiêm, tất cả đều mới lạ với chúng tôi.

Từ đó, chúng tôi đi tới Oxford. Khi bước vào thành phố này, tâm trí chúng tôi tràn ngập bao hồi tưởng về các sự kiện từng xảy ra ở đó hơn một thế kỉ rưỡi trước. Chính tại đây, Charles I[1] đã quy tụ lực lượng của mình. Thành phố này vẫn trung thành với ngài, sau cả khi đất nước đã từ bỏ lí tưởng của ngài để gia nhập dưới lá cờ của nghị viện và tự do. Kí ức về vị vua bất hạnh đó cùng những người đồng hành của ngài - Falkland đáng mến, Goring xấc xược, vương hậu và con trai của ngài, khiến mọi khu trong thành phố được cho là nơi họ có thể đã từng cư ngụ trở nên đặc biệt thú vị. Linh hồn của những tháng ngày xa xưa đã vào ngự ở đây, và chúng tôi sung sướng lần theo các dấu chân của nó. Ngay cả nếu những xúc cảm này không được trí tưởng tượng giúp làm thoả mãn, bản thân diện mạo của thành phố cũng đã đủ đẹp để chúng tôi cảm thấy ngưỡng mộ rồi. Các trường đại học vừa cổ xưa, vừa đẹp như tranh vẽ; các con phố gần như nguy nga; và dòng sông Isis xinh đẹp, chảy trôi bên cạnh thành phố giữa những đồng cỏ xanh tươi, tràn vào trong một vùng nước rộng lớn êm lặng, phản chiếu tập hợp các toà tháp, ngọn chóp, và mái vòm kì vĩ, được những cây cổ thụ bao quanh.

Tôi lấy làm thích thú trước khung cảnh này, ấy nhưng sự thích thú của tôi bị cả kí ức về quá khứ cũng như dự liệu về tương lai làm cho đắng nghét đi. Tôi vốn được sinh ra để hưởng hạnh phúc thanh bình. Thời tuổi trẻ, cảm giác bất mãn không bao giờ bén mảng vào trong tâm trí của tôi, và nếu tôi mà có bị cơn buồn chán xâm chiếm thì khung cảnh những tạo vật đẹp đẽ của tự nhiên hay

---

(1) Charles I: Vị vua cai trị Anh, Scotland, và Ireland từ năm 1625 đến khi bị hành quyết vào năm 1649.

công việc nghiên cứu những điều tuyệt vời và cao siêu trong các thành phẩm do con người sáng tạo ra cũng luôn có thể làm con tim tôi trở nên hứng thú và giúp cho tinh thần tôi nảy bật trở lại. Nhưng tôi là một cái cây đã bị sét đánh nát; tia sét đã giáng vào tâm hồn tôi; và khi ấy, tôi cảm thấy rằng mình sẽ sống tiếp chỉ để trưng ra một kiếp đời chẳng mấy chốc sẽ tàn - một con người tàn tạ đến khốn khổ, đáng thương đối với người khác và không thể chịu đựng được đối với chính bản thân mình.

Chúng tôi lưu lại Oxford một thời gian khá lâu, lang thang dạo chơi giữa các vùng xung quanh và cố gắng xác định mọi địa điểm có khả năng có liên quan đến kỉ nguyên náo nhiệt nhất trong lịch sử Anh Quốc. Những chuyến đi khám phá nho nhỏ của chúng tôi thường xuyên bị kéo dài vì hàng bao thứ cứ nối tiếp nhau xuất hiện. Chúng tôi đến thăm nấm mồ của Hampden[1] lừng lẫy cũng như cánh đồng nơi con người yêu nước ấy đã ngã xuống. Trong một khoảnh khắc, tâm hồn tôi được nâng lên khỏi những nỗi sợ hãi đê tiện và đau khổ của bản thân để suy ngẫm về những ý tưởng thiêng liêng mang tên tự do và đức hi sinh, với những tượng đài kỉ niệm kiêm chốn gợi nhớ chính là các khung cảnh này đây. Trong một tích tắc, tôi dám đánh liều rũ bỏ xiềng xích của bản thân và nhìn khắp xung quanh mình với tinh thần đầy thảnh thơi và kiêu hãnh, nhưng lớp sắt đã lẹm hẳn vào da thịt tôi, và tôi lại rơi tuột vào trong cái bản ngã khốn khổ của mình, run rẩy và vô vọng.

Chúng tôi tiếc nuối rời Oxford và tiến về Matlock, chặng dừng chân tiếp theo. Miền thôn quê quanh ngôi làng này

---

(1) John Hampden (1595 - 1643): Địa chủ và chính khách người Anh giai đoạn đầu thế kỉ 17, ông trở thành một nhân vật lịch sử vì đã phản đối các loại thuế do vua Charles I áp đặt.

trông giống với phong cảnh Thụy Sĩ; nhưng mọi thứ mang kích thước nhỏ bé hơn, và những ngọn đồi xanh mướt thiếu đi chiếc mũ miện của dãy Alps trắng xa xôi, thứ luôn điểm tô những ngọn núi phủ đầy thông của đất nước quê hương tôi. Chúng tôi đến thăm hang đá kì diệu cũng như những bảo tàng lịch sử tự nhiên nhỏ tại đây, nơi các mẫu vật lạ được bài trí theo cách tương tự như các bộ sưu tập tại Servox và Chamounix. Khi cái tên thứ hai được Henry thốt ra, tôi run rẩy và vội vã rời khỏi Matlock, nơi giờ đã bị gán ghép vào với cảnh tượng khủng khiếp kia.

Từ Derby, chúng tôi vẫn tiếp tục tiến về phía Bắc, bỏ ra hai tháng ở Cumberland và Westmorland. Bấy giờ tôi gần như đã có thể tự mường tượng rằng mình đang giữa những dãy núi của Thụy Sĩ. Những mảng tuyết nhỏ hãy còn vương lại ở mạn phía Bắc của những ngọn núi, hồ nước, và các dòng suối gập ghềnh ào ào chảy đều là những cảnh tượng quen thuộc và thân thương với tôi. Cũng tại đây, chúng tôi đã làm quen được với vài người, và họ thiếu chút nữa đã lừa được tôi cảm thấy hạnh phúc. Niềm vui của Clerval lớn hơn tôi gấp bội; tâm trí anh mở mang hẳn ra khi được bầu bạn cùng với những con người tài ba, và anh phát hiện ra bản thân mình sở hữu nhiều tài lực và tố chất hơn mình nghĩ so với khi giao thiệp cùng những kẻ thấp kém hơn mình. "Tôi có thể sống cả đời ở đây," anh nói với tôi như vậy; "và khi ở giữa những ngọn núi này, tôi sẽ chẳng tiếc nhớ Thụy Sĩ hay sông Rhine mấy đâu."

Nhưng anh nhận thấy rằng giữa những niềm vui, kiếp đời của một người lữ khách còn chứa đựng nhiều nỗi đau nữa. Lòng dạ anh ta sẽ mãi không ngừng căng thẳng; và khi bắt đầu trở nên thư thái, người ấy sẽ thấy mình buộc phải từ bỏ chốn ngơi nghỉ của bản thân để đi tìm kiếm thứ gì đó mới mẻ, một lần nữa lại thu hút sự chú ý của mình, và rồi cũng lại bị từ bỏ để anh ta tìm đến với những điều mới lạ khác.

Chúng tôi chỉ vừa mới thăm thú được hết các hồ của Cumberland với Westmorland và nảy sinh cảm tình với một số cư dân tại đây thì khoảng thời gian chúng tôi đã hẹn với người bạn Scotland của mình đến gần, và chúng tôi tạm biệt họ để tiếp tục lên đường. Về phần mình thì tôi không hối tiếc gì cả. Tính đến nay, tôi đã bỏ bê lời hứa của mình được một thời gian rồi, và tôi hãi sợ những hậu hoạ nảy sinh từ sự thất vọng của con ác quỷ. Hắn có thể lưu lại Thụy Sĩ và gieo rắc đòn trả thù lên đầu người thân của tôi. Ý tưởng này đeo bám và hành hạ tôi trong mọi khoảnh khắc mà đáng lẽ ra tôi đã có thể kiếm được chút ngơi nghỉ và thanh thản. Tôi vô cùng nôn nóng chờ đợi những lá thư của mình; chúng mà cứ bị chậm trễ là tôi lại phát khổ phát sở và bị hàng ngàn nỗi sợ hãi nhấn chìm; và khi thư đến tay, trông thấy nét chữ của Elizabeth hoặc cha trên phong bì, tôi gần như chẳng dám đọc và xác minh số phận của bản thân. Đôi khi tôi nghĩ rằng tên ác quỷ đã bám theo mình và có thể sẽ hối thúc sự chểnh mảng của tôi bằng cách giết hại người bạn đồng hành của tôi. Khi bị những suy nghĩ đó xâm chiếm, tôi sẽ dứt khoát không rời Henry dù chỉ trong tích tắc, bám dính lấy anh như một cái bóng, để bảo vệ anh khỏi cơn thịnh nộ tưởng tượng của kẻ muốn diệt trừ anh. Tôi cảm thấy như thể mình đã phạm phải một tội ác lớn, và nhận thức về nó cứ ám ảnh tôi mãi. Tôi vô tội, nhưng quả thực là tôi đã tự rước một lời nguyền khủng khiếp xuống đầu mình, chết chóc chẳng khác nào một tội ác.

Tôi đến thăm Edinburgh với đôi mắt và tâm trí đù đờ; song thành phố đó có thể khiến cả kẻ bất hạnh nhất trần đời cũng phải thích thú. Clerval không thích nơi ấy như Oxford, vì anh thấy ưng sự cổ kính của thành phố kia hơn. Nhưng vẻ đẹp cùng tính cân đối của khu thị trấn mới tại Edinburgh, toà lâu đài lãng mạn cũng như các vùng miền lân cận, những chốn thú vị không đâu bì nổi, núi Arthur's Seat, giếng Thánh Bernard, và đồi Pentland, đã bù đắp sự thay đổi đó cho anh và khiến anh tràn ngập niềm vui cũng như ngưỡng mộ. Nhưng tôi thì chỉ nôn nóng muốn hành trình của mình kết thúc mà thôi.

Một tuần sau đó chúng tôi rời Edinburgh, đi qua Coupar, Thánh Andrew, và dọc theo hai bên bờ sông Tay, đến Perth, nơi người bạn đang chờ đón chúng tôi. Nhưng tôi không có tâm trạng để cười đùa và nói chuyện với người lạ hay cùng chia sẻ những cảm xúc hoặc các dự định của họ một cách vui vẻ như những gì một vị khách đáng lẽ phải làm; và chính bởi vậy mà tôi mới nói với Clerval rằng tôi muốn đi tham quan Scotland một mình. Tôi bảo: "Về phần anh, thì cứ thoải mái tận hưởng đi, và hãy lấy đây làm điểm hẹn gặp của chúng ta. Tôi có thể sẽ vắng mặt tầm một hoặc hai tháng; nhưng tôi khẩn cầu anh đừng can thiệp vào các hoạt động của tôi; hãy để tôi được ở riêng một mình trong yên bình một thời gian ngắn; và khi trở về, tôi hi vọng mình sẽ mang theo một trái tim thảnh thơi, phù hợp hơn với tính khí của anh."

Henry muốn can ngăn tôi, nhưng khi thấy tôi kiên quyết sẽ thực hiện kế hoạch này, anh ngừng phản đối. Anh khẩn khoản nài tôi hãy thường xuyên viết thư. "Tôi thà cùng anh thực hiện những chuyến dạo chơi cô độc, còn hơn là ở bên những người Scotland mà mình không quen không biết này đây; thế nên hỡi người bạn thân yêu của tôi, hãy nhanh chóng trở về để tôi có thể một lần nữa phần nào cảm thấy tự nhiên, một điều bất khả thi với tôi khi vắng anh."

Sau khi đã chia tay với bạn mình, tôi quyết định đến một chốn xa xôi hẻo lánh nào đó của Scotland và hoàn tất công việc trong cô độc. Tôi tin chắc rằng con quái vật đã bám theo mình và sẽ tự ra trình diện trước mặt tôi khi tôi đã xong xuôi, để hắn có thể đón nhận người bạn đồng hành của mình.

Với quyết tâm này, tôi băng qua các vùng cao nguyên phía Bắc và chọn một trong những đảo hẻo lánh nhất của quần đảo Orkney làm nơi triển khai công việc của mình. Đó là nơi rất phù hợp cho một công việc như vậy, gần như không hơn gì một tảng đá với các bên sườn cao liên tục bị sóng vỗ vào. Đất đai nơi đây cằn cỗi, chỉ vừa đủ cỏ để cung cấp cho một vài con bò còm cõi, cùng với yến mạch cho những cư dân sống trên nó, bao gồm năm người cả thảy, tay chân ai nấy đều hốc hác và gầy trơ xương như minh chứng cho cuộc sống khốn khổ của họ. Rau củ và bánh mì, khi họ dám phóng tay tận hưởng những thứ cao lương mĩ vị như thế, và thậm chí cả nước ngọt, đều phải được mua từ đất liền, nằm cách đó khoảng tám cây số.

Trên toàn bộ hòn đảo chỉ có độc ba cái lán tồi tàn, và khi tôi đến thì một trong số chúng đang bị bỏ không.

Tôi thuê cái lán ấy. Trong lán chỉ có đúng hai phòng, và cả hai đều phô bày đủ mọi nét dơ dáy của cảnh túng thiếu tột cùng. Các lớp tranh lợp đã rơi rụng, tường đã tróc hết vữa, và cánh cửa thì long ra khỏi bản lề. Tôi cho người tu sửa lại, mua một số món nội thất, và dọn vào đấy sống. Vụ việc này đáng lẽ đã khiến dân tình không khỏi có chút ngạc nhiên, chỉ có điều tâm trí của những người nông dân tại đây đã bị thiếu thốn và nghèo đói kham khổ khiến cho mụ mị hết cả. Nhờ đó, cuộc sống của tôi không bị ai nhòm ngó hay quấy nhiễu gì, gần như chẳng bao giờ nhận được lời cảm ơn cho chỗ thức ăn và quần áo ít ỏi mà mình đã bố thí, bởi lẽ đau khổ có thể bào mòn ngay cả những xúc cảm thô sơ nhất của con người.

Tại chốn trú ngụ này, buổi sáng tôi dành để làm việc; nhưng vào buổi tối, khi thời tiết cho phép, tôi tản bộ trên bãi biển đầy đá để lắng nghe tiếng sóng khi chúng gầm gào và vỗ vào chân mình. Đó là một khung cảnh đơn điệu nhưng lại thay đổi không ngừng. Tôi nghĩ về Thụy Sĩ; nó khác xa miền cảnh hoang vắng và kinh khủng này. Những ngọn đồi quê hương tôi được nho phủ kín, và các gian nhà quê nằm chi chít trên các khu đồng bằng. Những mặt hồ đẹp đẽ phản chiếu bầu trời xanh và dịu dàng, và khi bị gió quấy nhiễu, sự xáo động của chúng chẳng hơn gì trò nô đùa của một đứa trẻ sống động khi đem ra so với những tiếng gầm rú của đại dương khổng lồ.

Lúc mới đến, tôi đã phân bổ công việc của mình như vậy đấy, nhưng càng làm thì tôi lại càng cảm thấy thật khủng khiếp và khó chịu. Đôi khi tôi không thể thuyết phục nổi bản thân mình bước vào phòng thí nghiệm suốt vài ngày, và có những lúc tôi hùng hục làm cả ngày lẫn đêm để hoàn thành công việc. Thứ tôi lúc bấy giờ đang thực hiện thực sự là một quy trình bẩn thỉu. Trong thí nghiệm đầu tiên của mình, cơn nhiệt tình điên cuồng đã làm tôi đui mù, không nhìn ra được sự kinh hoàng trong công việc bản thân đang thực hiện; tâm trí tôi chỉ chăm chăm tập trung vào việc hoàn tất những gì mình làm, và đôi mắt tôi nhắm tịt trước nỗi ghê rợn từ công việc của mình. Nhưng bây giờ thì tôi bắt tay vào thực hiện nó với một lòng nhiệt huyết nguội lạnh, và trái tim tôi thường xuyên cảm thấy phát bệnh trước thành phẩm của đôi bàn tay mình.

Thế là với một cảnh sống như thế, vùi đầu vào công việc đáng ghê tởm tột độ, chìm đắm trong sự cô độc nơi chẳng thứ gì có thể khiến tôi rời bỏ chốn làm việc dù chỉ trong một khoảnh khắc, tinh thần tôi rơi vào tình trạng lệch lạc; tôi trở nên bồn chồn và lo lắng. Mỗi giây mỗi phút tôi đều e sợ sẽ phải giáp mặt kẻ khủng bố mình. Đôi khi tôi ngồi dán chặt mắt vào mặt đất, sợ không dám nâng mắt lên vì e rằng sẽ gặp phải cái tạo vật mà tôi rất sợ phải nhìn thấy. Tôi chẳng dám đi khuất mắt đồng loại mình vì khi chỉ có một mình, hắn sẽ đến để đòi người bạn đồng hành của hắn.

Trong khi ấy tôi tiếp tục làm việc, và công sức lao động của tôi bấy giờ đã đạt được những tiến bộ đáng kể. Tôi trông ngóng sự hoàn thiện của tạo vật với niềm hi vọng run rẩy và háo hức mà tôi không dám để cho bản thân nghi ngờ, nhưng pha trộn vào đó lại là những dự cảm xấu xa đầy mơ hồ, khiến trái tim tôi nôn nao trong lồng ngực.

CHƯƠNG III

MỘT BUỔI TỐI NỌ, TÔI NGỒI TRONG PHÒNG THÍ NGHIỆM CỦA MÌNH; MẶT TRỜI BẤY GIỜ ĐÃ LẶN, VÀ MẶT TRĂNG THÌ CHỈ VỪA NHÔ LÊN TỪ TRÊN MẶT BIỂN; TÔI KHÔNG CÓ ĐỦ ÁNH SÁNG ĐỂ THỰC HIỆN CÔNG VIỆC CỦA MÌNH, VÀ CỨ THẾ NGỒI NHÀN RỖI, TẠM NGƯNG ĐỂ CÂN NHẮC XEM LIỆU MÌNH CÓ NÊN NGHỈ LÀM ĐÊM NAY HAY NÊN NHANH CHÓNG GIẢI QUYẾT DỨT ĐIỂM BẰNG CÁCH DỒN TOÀN BỘ SỰ CHÚ Ý CỦA MÌNH VÀO ĐẤY. Trong lúc tôi ngồi như vậy, một dòng suy ngẫm nảy ra trong óc tôi, khiến tôi phải suy xét đến những hệ lụy của việc mình đang làm. Ba năm trước, tôi cũng thực hiện một việc tương tự và đã tạo ra một con ác quỷ man rợ vô tiền khoáng hậu, và nó đã tàn phá trái tim tôi, vĩnh viễn khiến nơi ấy đong đầy một nỗi hối hận cay đắng tột cùng. Bây giờ tôi lại sắp tạo thành một sinh vật khác với tính khí tôi cũng chẳng biết sẽ như thế nào; ả có thể hung ác hơn gấp vạn lần so với người bạn đời của mình và lấy giết chóc với khốn khổ làm thú vui, chỉ bởi vì ả thích thế. Hắn đã thề sẽ rời khỏi nơi cư ngụ của con người và ẩn mình trong những miền hoang mạc, nhưng ả thì không; và ả - kẻ nhiều khả năng sẽ trở thành một sinh vật biết suy tư và lí luận - có thể sẽ từ chối tuân thủ một hiệp ước được thành lập từ trước khi ả ra đời. Thậm chí chúng có thể còn sẽ ghét nhau; sinh vật đã tồn tại lúc bấy giờ vốn đã ghê tởm sự dị dạng của chính mình sẵn rồi, và chẳng lẽ hắn lại không thể cảm thấy ghê tởm sự quái đản của bản thân hơn khi nó được trình ra trước mắt hắn trong dạng hình của một người phụ nữ ư? Ả cũng có thể sẽ ghê tởm và khước từ hắn để theo đuổi vẻ đẹp vượt trội của con người; ả có thể rời bỏ hắn, và hắn sẽ lại chỉ có một mình, nổi điên lên trước sự khiêu khích mới, ấy là bị bỏ rơi bởi kẻ đồng loại của chính mình.

Ngay cả nếu chúng có rời khỏi châu Âu và đến sống trong các miền sa mạc của thế giới mới, một trong những hệ quả đầu tiên nảy sinh ra từ những cảm tình mà con ác quỷ khao khát sẽ là trẻ con, một chủng tộc quỷ sẽ sinh sôi nảy nở trên trần gian, và chúng có thể sẽ đẩy sự tồn tại của loài người vào một tình cảnh bấp bênh và đầy kinh hãi. Liệu tôi có quyền vĩnh viễn trút lời nguyền ấy lên đầu mọi thế hệ sau này chỉ để phục vụ lợi ích của bản thân không? Lúc trước tôi đã bị những ngụy biện của sinh vật mà mình tạo ra làm cho rung động; tôi sững sờ đến mụ mị đầu óc bởi những lời đe doạ quái ác của hắn; nhưng bây giờ, lần đầu tiên tôi nhận ra sự sai trái trong lời hứa của mình; tôi rùng mình khi nghĩ đến việc trong các niên kỉ tương lai, thiên hạ có thể sẽ nguyền rủa tôi như một kẻ đã gieo rắc tai hoạ cho họ, ích kỉ đến nỗi đã không ngần ngại mua lấy sự bình yên cho chính mình với cái giá có thể chính là sự tồn tại của toàn bộ loài người.

Tôi run rẩy và tim tôi ngưng đập trong lòng. Đúng lúc ấy, khi nhìn lên, nhờ ánh trăng mà tôi trông thấy con ác quỷ ở bên ô cửa sổ. Một nụ cười ghê rợn khiến môi hắn nhăn lại khi hắn nhìn vào tôi, bấy giờ đang ngồi hoàn tất nhiệm vụ mà hắn đã giao cho tôi. Vâng, hắn đã bám theo tôi trong lúc tôi đi đây đi đó; hắn đã lảng vảng trong rừng, ẩn mình nơi các hang động, hoặc náu tại những vùng đất hoang rộng lớn và quạnh quẽ; và bây giờ hắn đã đến để kiểm tra tiến triển công việc và bắt tôi phải làm tròn lời hứa của mình.

Khi tôi nhìn vào hắn, vẻ mặt của hắn bộc lộ nét hiểm độc và phản phúc tột độ. Với một xúc cảm điên dại, tôi nghĩ về lời hứa tạo ra một kẻ khác tương tự hắn của mình, và vừa xúc động đến run rẩy, tôi vừa băm vằm cái thứ mình đã chế tạo. Tạo vật xấu xa kia thấy tôi tiêu diệt sinh vật mà hắn đã mong đợi sẽ mang lại hạnh phúc cho mình trong tương lai sau khi chào đời, và với một tiếng hú tuyệt vọng cùng thù hắn đầy ác hiểm, hắn rút đi.

Tôi rời khỏi phòng, và sau khi khoá cửa lại, thầm long trọng thề nguyện trong tim rằng tôi không bao giờ tiếp tục công việc của mình nữa; rồi, với những bước chân run rẩy, tôi vào trong lán của bản thân. Tôi chỉ có một mình; không có ai ở gần để giúp xua tan sự u ám và giải thoát tôi khỏi sự đè nén đến phát bệnh của những mộng tưởng khủng khiếp nhất trần gian.

Vài giờ trôi qua, và tôi ở im gần cửa sổ nhìn ra biển; biển gần như bất động, bởi lẽ gió đang lặng, và toàn bộ thiên nhiên nằm ngơi nghỉ dưới con mắt của mặt trăng yên tĩnh. Chỉ có vài tàu đánh cá nằm lác đác trên mặt nước, và thi thoảng làn gió nhẹ lại đẩy tiếng người vọng lại khi các ngư dân gọi nhau. Tôi cảm thấy sự tĩnh lặng, mặc dù tôi gần như không nhận thức được sự sâu sắc cực độ của nó, cho đến khi tai tôi bỗng dưng bị tiếng mái chèo quạt nước gần bờ thu hút lấy, và một người cập bến gần nhà tôi.

Vài phút sau, tôi nghe thấy tiếng cánh cửa kêu kẽo kẹt, như thể ai đó đang cố gắng nhẹ nhàng mở nó ra. Tôi run rẩy từ đầu đến chân; tôi cảm thấy danh tính của người này được linh cảm mách bảo cho mình và chỉ muốn đánh thức ai đó trong số những người nông dân sống trong gian nhà tranh không xa chỗ tôi; nhưng tôi bị lấn át bởi cảm giác bất lực mà mình vẫn thường xuyên cảm thấy trong những giấc mơ khủng khiếp, khi ta vô vọng tìm cách bỏ chạy khỏi một mối nguy hiểm sắp ập đến, nhưng lại đứng như trời trồng tại chỗ.

Chẳng bao lâu sau tôi nghe thấy tiếng bước chân vang lên dọc theo lối đi; cánh cửa mở ra, và tạo vật xấu xa mà tôi hãi sợ xuất hiện. Hắn đóng cửa lại, tiến đến gần tôi và nói với giọng khàn khàn:

"Ngài phá huỷ tạo tác mình đã bắt tay vào nhào nặn; ngài định làm gì đây? Ngài dám thất hứa ư? Tôi đã phải chịu đựng bao cực nhọc và khốn khổ; tôi rời Thuỵ Sĩ cùng ngài; tôi lén lút men dọc theo bờ sông Rhine, giữa những đảo liễu và băng qua các ngọn đồi. Tôi đã sống nhiều tháng trong những bãi hoang của Anh Quốc và giữa những sa mạc của Scotland. Tôi đã phải chịu đựng sự mệt mỏi khôn lường, và cái lạnh, cái đói; ngài dám phá huỷ hi vọng của tôi ư?"

"Hãy cút đi! Ta sẵn sàng phá vỡ lời hứa của mình; ta sẽ không bao giờ tạo ra một kẻ khác giống như người, với cùng bản chất dị dạng và xấu xa tương tự."

"Này kẻ nô lệ, trước đây ta từng nói tình nói lí với người, nhưng người đã chứng tỏ mình không phải là hạng xứng đáng để ta chiếu cố. Hãy nhớ rằng ta nắm quyền lực trong tay; người tin rằng bản thân mình đã khốn khổ sẵn rồi, nhưng ta có thể khiến người thân tàn ma dại đến nỗi ánh sáng ban ngày sẽ trở thành thứ đáng ghét đối với người. Người là Đấng Sáng Tạo của ta, nhưng ta là chủ nhân của người; hãy tuân lệnh ta!"

"Thời khắc lưỡng lự của ta đã trôi qua rồi, và giai đoạn người phô bày quyền lực đã đến. Các lời đe dọa của người không thể thúc cho ta thực hiện một hành động xấu xa; nhưng chúng lại giúp ta thêm vững tin vào quyết tâm không tạo ra cho người một kẻ đồng bọn để cùng làm trò đồi bại. Chẳng lẽ ta lại máu lạnh thả sổng một con ác quỷ lấy chết chóc và cùng khổ làm niềm vui ra ngoài cõi đời ư? Hãy cút đi! Ta kiên quyết rồi, và lời lẽ của người sẽ chỉ tố làm cơn thịnh nộ của ta thêm trầm trọng thôi."

Con quái vật nhìn thấy vẻ quyết tâm của tôi lộ rõ ra trên mặt và nghiến răng trong cơn tức giận đầy bất lực. Hắn thốt lên: "Chẳng lẽ mỗi con người đều có thể tìm được một người vợ để tâm tư, và mỗi con thú đều có bạn đời, còn ta thì phải chịu kiếp cô độc? Ta từng có các tình cảm yêu thương, và chúng bị đáp trả bởi sự ghê tởm và khinh miệt. Này con người kia! Người có thể căm ghét, nhưng hãy dè chừng! Thời giờ của người sẽ trôi qua trong sợ hãi và đau khổ, chẳng mấy chốc tia sét sẽ giáng xuống và kiểu gì cũng sẽ vĩnh viễn tước đoạt hạnh phúc của người đi. Chẳng lẽ người lại được hạnh phúc trong khi ta phải khuỵu gối trước sự bất hạnh ác liệt của mình? Người có thể huỷ hoại mọi xúc cảm khác của ta, nhưng oán thù vẫn còn đấy - oán thù, kể từ nay sẽ còn quý giá hơn cả ánh sáng hay thức ăn! Ta có thể sẽ chết, nhưng trước tiên người, tên bạo chúa và kẻ hành hạ của ta, sẽ phải nguyền rủa vầng dương soi rọi lên sự khốn khổ của người. Hãy dè chừng, bởi lẽ ta không biết sợ là gì và chính nhờ vậy mà ta rất mạnh mẽ. Ta sẽ theo dõi người với sự quỷ quyệt của rắn, để ta có thể chích nọc độc của nó vào người. Hỡi con người, người sẽ lấy làm hối hận những thương tổn mà mình đã gây ra.”

“Quân ác quỷ, hãy dừng ngay; và đừng đầu độc không trung với những lời tà ác ấy nữa. Ta đã tuyên bố quyết tâm của mình cho người nghe rồi đấy, và ta không phải hạng hèn nhát đến mức sẽ quy hàng trước lời lẽ suông. Hãy để ta yên; người không lay chuyển được ta đâu.”

“Được lắm. Ta sẽ đi; nhưng hãy nhớ, ta sẽ ở bên người trong đêm tân hôn của người.”

Tôi lao về phía trước và thốt lên: “Quân ác ôn! Trước khi người kí vào án tử của ta, hãy đảm bảo chắc chắn rằng bản thân người đã được an toàn trước đi.”

Tôi đáng lẽ đã túm được hắn, nhưng hắn né tôi và vội vàng rời khỏi gian nhà. Chỉ một chốc sau tôi đã thấy hắn trên chiếc thuyền của mình, phóng vọt qua làn nước như một mũi tên và chẳng bao lâu sau đã biến mất dạng giữa những con sóng.

Tất cả mọi thứ lại chìm vào im lặng, nhưng lời lẽ của hắn vẫn vang lên trong tai tôi. Tôi bừng bừng lửa giận, chỉ muốn truy đuổi kẻ đã tàn phá sự thanh thản của tôi và quẳng hắn vào trong đại dương. Tôi rảo chân đi qua đi lại trong phòng với tâm trạng rối bời, trí tưởng tượng gợi lên hàng ngàn hình ảnh để hành hạ và cắn rứt bản thân tôi. Tại sao tôi lại không bám theo hắn và xông vào tử chiến với hắn cơ chứ? Nhưng tôi đã để hắn bỏ đi, và hắn đã hướng về phía đất liền. Tôi rùng mình khi nghĩ đến ai có thể sẽ là nạn nhân tiếp theo bị đem ra hiến tế cho mối thù hắn không bao giờ thoả mãn của hắn. Và rồi tôi lại nghĩ về câu nói của hắn - "Ta sẽ ở bên ngươi trong đêm tân hôn của ngươi." Vậy thì đó sẽ là khung thời gian được ấn định cho hồi kết số mệnh của tôi. Vào khoảnh khắc ấy, tôi sẽ chết đi, đồng thời còn thoả mãn và dập tắt luôn ác tâm của hắn. Viễn cảnh đó không khiến tôi sợ hãi; ấy nhưng khi tôi nghĩ về Elizabeth yêu dấu của mình, về những giọt nước mắt và nỗi đau khổ vô tận của nàng khi nàng bị tước đoạt đi người yêu của mình một cách đầy dã man, những giọt lệ đầu tiên mà tôi từng nhỏ trong suốt nhiều tháng ứa ra, và tôi quyết tâm sẽ không gục ngã trước kẻ thù của mình mà không trải qua một cuộc chiến đấu quyết liệt.

Đêm qua đi, và mặt trời mọc lên từ đại dương; cảm xúc của tôi trở nên trầm lắng hơn, nếu việc sự hung bạo của cơn thịnh nộ chìm xuống đáy sâu của nỗi tuyệt vọng có thể được gọi là lắng lại. Tôi rời khỏi gian nhà, rời bỏ cái chốn kinh khủng nơi cuộc tranh cãi đêm qua từng diễn ra, và tản bộ trên bãi biển, thứ được tôi gần như coi là rào cản không thể vượt qua chắn giữa tôi và đồng loại của mình; trên thực tế, tôi thầm ước nguyện điều đó là sự thật. Tôi chỉ thèm khát được sống nốt phần đời của mình trên tảng đá cằn cỗi đó. Đúng là như vậy thì sẽ mệt mỏi thật, nhưng đời tôi sẽ không bị bất kì cú sốc bất ngờ nào mà nỗi đau khổ mang lại làm gián đoạn. Nếu tôi mà có trở về thì cũng sẽ chỉ như đem mạng ra hiến tế hay phải chứng kiến những người tôi yêu thương nhất chết dưới bàn tay của con ác quỷ mà chính bản thân tôi đã tạo ra.

Tôi đi quanh hòn đảo như một bóng ma bứt rứt, tách biệt khỏi tất cả những gì mình yêu thương và cảm thấy khốn khổ vì bị chia tách như vậy. Khi đã đến trưa, và mặt trời đã lên cao hơn, tôi nằm xuống bãi cỏ và bị một giấc ngủ sâu bao trọn lấy. Tôi đã thức trắng cả đêm hôm trước, thần kinh của tôi bị kích động, và mắt tôi rát bỏng vì phải để ý canh chừng và khổ sở. Giấc ngủ tôi chìm vào đã giúp tôi sảng khoái hơn; và khi thức dậy, tôi lại cảm thấy như thể mình thuộc về một chủng tộc người giống hệt như bản thân, và tôi bắt đầu suy ngẫm về những chuyện đã xảy ra một cách điềm tĩnh hơn; ấy nhưng lời lẽ của tên ác quỷ vẫn cứ vang lên trong tai tôi như một hồi chuông báo tử; chúng xuất hiện như một giấc mơ, nhưng lại rõ rệt và nặng đè như một thực tại.

Mặt trời đã lặn hẳn, và trong lúc vẫn ngồi trên bờ biển, xoa dịu cơn đói bấy giờ đã trở thành cồn cào với một chiếc bánh yến mạch, thì tôi nhìn thấy một chiếc thuyền đánh cá cập vào bờ gần mình, và một người trên thuyền mang đến cho tôi một cái gói; nó chứa thư gửi từ Genève, cùng với một bức do Clerval gửi, khẩn nài tôi hãy về với anh. Anh nói rằng mình đang phung phí thời gian một cách vô ích tại chỗ mình đang ngụ, rằng có mấy lá thư từ những người bạn anh quen ở London tỏ ý muốn mời anh quay lại để hoàn tất cuộc thương lượng liên quan đến những gì anh tính làm tại Ấn Độ mà họ đã triển khai. Anh không thể trì hoãn việc rời đi được nữa; nhưng vì có khả năng là sau hành trình đến London, anh sẽ thực hiện chuyến đi dài hơn của mình, với mốc khởi hành thậm chí còn sớm hơn những gì hiện đang dự kiến, anh nài nỉ tôi hãy dành thời gian bầu bạn với mình lâu hết mức có thể. Bởi vậy, anh xin tôi hãy rời khỏi hòn đảo đơn độc của mình và gặp anh ở Perth để chúng tôi có thể cùng nhau lên đường tiến về phía Nam. Bức thư này phần nào gợi cho tôi nhớ lại về cuộc đời, và tôi quyết định rời khỏi hòn đảo của mình sau hai ngày nữa.

Tuy nhiên, trước khi rời đi, tôi có một nhiệm vụ phải thực hiện, và nghĩ đến nó mà tôi thấy rùng cả mình; tôi phải gói ghém các dụng cụ hoá học của mình, và để làm việc ấy thì tôi phải bước vào căn phòng từng là nơi tôi thực hiện công việc đáng ghê tởm của bản thân, và tôi phải động chạm vào những món vật dụng mà chỉ nhìn thôi là tôi đã thấy phát bệnh. Sáng hôm sau, vào lúc bình minh, tôi cuối cùng cũng dồn được đủ can đảm và mở khoá cửa phòng thí nghiệm của mình. Những tàn tích còn sót lại của sinh vật mới được hoàn thành phân nửa và đã bị tôi huỷ hoại nằm rải rác trên sàn, và tôi gần cảm thấy như thể mình đã chặt chém thịt da của một con người còn sống. Tôi dừng lại để trấn tĩnh bản thân và rồi bước vào trong căn phòng. Với bàn tay run rẩy, tôi mang chỗ dụng cụ ra khỏi phòng, nhưng tôi tính rằng mình không nên để các dấu tích công việc của mình nằm nguyên đấy và khiến cho đám nông dân bị một phen khiếp vía cũng như nảy sinh nghi ngờ; và bởi thế mà tôi bỏ tất cả vào một cái giỏ cùng với đống đá, sau khi đã bày bố như vậy rồi, tôi quyết tâm ném nó xuống biển ngay trong đêm đó; và từ giờ đến lúc ấy, tôi ngồi trên bãi biển, bận bịu lau chùi và sắp xếp mớ dụng cụ hoá học của mình.

Kể từ cái đêm con ác quỷ chường mặt đến, cảm xúc của tôi đã trải qua một sự thay đổi trọn vẹn chưa từng thấy. Trước đây tôi từng nhìn nhận lời hứa của mình với một con mắt tuyệt vọng đầy u ám, coi nó như một thứ bắt buộc phải được đáp ứng, bất kể hậu quả có ra sao; nhưng bây giờ tôi cảm thấy như thể một lớp màng đã được nâng lên khỏi mắt tôi và lần đầu tiên tôi nhìn thấy được rõ ràng. Tôi không hề nghĩ đến chuyện một lần nữa bắt tay vào thực hiện công việc của mình, dù chỉ là trong tích tắc; lời đe doạ mà tôi đã được nghe đè nén lên tâm tư của tôi, nhưng tôi không nghĩ rằng mình sẽ có thể chủ động làm gì để ngăn chặn được nó. Trong tâm trí, tôi đã quyết định rằng tạo ra một sinh vật khác giống như tên ác quỷ đầu tiên mình từng chế tạo sẽ là một hành động ích kỉ thấp hèn và tàn bạo nhất trần đời, và tôi trục xuất mọi suy nghĩ có thể dẫn đến một kết luận khác ra khỏi đầu mình.

Trong khoảng giữa hai và ba giờ sáng, mặt trăng lên; và khi ấy, tôi đặt cái giỏ của mình lên trên một chiếc xuồng nhỏ, ra cách bờ tầm bốn dặm. Cảnh quan vắng tanh vắng ngắt; có một vài chiếc thuyền đang trở về đất liền, nhưng tôi đi theo hướng rời xa chúng. Tôi cảm thấy như thể mình sắp sửa thực hiện một tội ác khủng khiếp và phải tránh mọi cuộc chạm trán đồng loại mình trong tình trạng bồn chồn đến run lẩy bẩy. Có một lúc, vầng trăng vốn nãy giờ quang đãng bỗng dưng bị một đám mây dày che khuất, tôi tận dụng khoảnh khắc của bóng tối và ném chiếc giỏ của mình xuống biển; tôi lắng nghe cái tiếng ùng ục khi nó chìm xuống và rồi chèo thuyền ra xa chỗ ấy. Bầu trời trở nên mây mù vần vũ, nhưng không khí vẫn trong lành, mặc dù bị làn gió Đông Bắc lúc đó đang nổi lên làm cho trở nên buốt lạnh. Nhưng nó làm tôi thấy sảng khoái và khiến tôi tràn ngập những cảm giác dễ chịu, đến mức tôi quyết định lưu lại lâu hơn trên mặt nước, và sau khi chỉnh bánh lái về vị trí thẳng, nằm duỗi dài dưới đáy thuyền. Mây che khuất mặt trăng, mọi thứ đều mờ mịt, và tôi chỉ nghe thấy tiếng chiếc thuyền khi sống thuyền rẽ qua những con sóng; những tiếng rì rầm ru tôi vào cõi mộng, và chẳng bao lâu sau tôi đã ngủ ngon lành.

Tôi không biết mình ở trong tình trạng ấy bao lâu, nhưng khi tỉnh dậy thì tôi thấy rằng mặt trời đã lên khá cao. Gió đang thổi mạnh, và những cơn sóng liên tục đe doạ sự an toàn chiếc thuyền nhỏ của tôi. Tôi nhận thấy rằng gió bấy giờ đang thổi theo hướng Đông Bắc và hẳn là đã đưa tôi ra xa khỏi bờ biển nơi mình khởi hành. Tôi cố gắng thay đổi hướng đi của mình nhưng nhanh chóng phát hiện ra rằng nếu mà làm vậy thêm lần nữa thì chiếc thuyền sẽ ngay lập tức bị ngập đầy nước. Trong tình cảnh như vậy, nguồn lực duy nhất của tôi là để gió đưa đẩy. Tôi xin thú nhận rằng mình cảm thấy có phần khiếp sợ. Tôi không mang la bàn theo mình và chẳng nắm rõ mấy địa lí của miền này, thế nên mặt trời chẳng giúp ích được gì nhiều cho tôi. Tôi có thể sẽ bị cuốn vào Đại Tây Dương rộng lớn và nếm trải tất cả những cực hình sự đói khát mang lại hoặc bị nuốt chửng trong vùng nước mênh mông

gầm rú và vỗ ầm ầm khắp xung quanh mình. Tôi hiện
đã ở ngoài khơi được nhiều tiếng đồng hồ rồi và bị một
cơn khát cháy bỏng hành hạ, khúc dạo đầu cho những
đau khổ khác của tôi. Tôi nhìn lên trên trời, bấy giờ đang
bị che phủ bởi những đám mây theo làn gió bay, chỉ để
được thay thế bởi những đám mây khác; tôi nhìn ra biển;
nó sẽ là ngôi mộ của tôi. "Hỡi quân ác quỷ," tôi thốt lên,
"nhiệm vụ của ngươi đã hoàn thành rồi đấy!" Tôi nghĩ
về Elizabeth, về cha tôi, và về Clerval - tất cả đều đã bị bỏ
lại đằng sau, những người mà con quái vật có thể đem ra
để giúp thoả mãn các xúc cảm khát máu và tàn nhẫn của
hắn. Ý tưởng này khiến tôi chìm vào trong một mộng
tưởng tuyệt vọng và đáng sợ đến nỗi ngay cả bây giờ, lúc
mọi sự sắp sửa vĩnh viễn khép lại trước mắt, tôi vẫn rùng
mình khi suy ngẫm về nó.

Vài giờ trôi qua như vậy; nhưng dần dần, trong quá
trình mặt trời từ từ lặn về phía chân trời, cơn gió dịu
xuống thành một cơn gió nhẹ và biển không còn động
sóng nữa. Nhưng chúng nhường chỗ cho một con sóng
cồn lớn; tôi cảm thấy phát bệnh và gần như không có thể
cầm nổi bánh lái, và đúng lúc ấy thì đột nhiên tôi thấy một
dải đất nhỏ cao nằm ở phía Nam.

Trong tình trạng gần kiệt sức vì mệt mỏi và phải chịu
đựng cảm giác hồi hộp kinh khủng suốt nhiều tiếng liền,
cảnh tượng sinh mạng mình chắc chắn sẽ được cứu vớt
bất thình lình ập đến kia xộc vào trong tim tôi như một
cơn lũ niềm vui đầy ấm áp, và lệ tuôn rơi khỏi mắt tôi.

Tình cảm của chúng ta thật thất thường biết bao, và
cái thứ tình yêu dai dẳng đối với cuộc sống của chúng ta

ngay cả khi đang lâm vào cảnh khổ sở ngập tràn mới kì
lạ đến nhường nào! Tôi chế thêm một cánh buồm nữa
bằng một phần phục trang của mình và hăm hở lèo lái bản
thân về phía đất liền. Nó mang một diện mạo hoang vu
và đầy núi đá, nhưng khi đến gần hơn, tôi có thể dễ dàng
nhận ra vết tích ruộng đồng. Tôi nhìn thấy những con tàu
gần bờ và thấy mình bất ngờ được đưa về với chốn của
những con người văn minh. Tôi cẩn thận đi men theo rìa
đất quanh co và vẫy gọi một gác chuông mà sau một hồi
tôi trông thấy nhô lên từ phía đằng sau một mũi đất nhỏ.
Vì đang trong tình trạng cực kì suy nhược, tôi quyết định
cho thuyền tiến thẳng vào thị trấn, một nơi mà tôi nghĩ
mình sẽ có thể dễ dàng kiếm được đồ ăn thức uống nhất.
May mắn thay, tôi có mang tiền theo người. Khi quành
qua mũi đất, tôi trông thấy một thị trấn nhỏ trang nhã với
bến cảng tử tế, và tôi tiến vào đó, tim đập rộn ràng vì vui
mừng trước màn thoát chết bất ngờ của mình.

Trong lúc tôi đang mải bận neo thuyền và thu dọn
các cánh buồm, một vài người túm tụm quanh chỗ tôi.
Họ có vẻ rất ngạc nhiên trước ngoại hình của tôi, nhưng
thay vì trợ giúp gì tôi, họ thì thầm với nhau và thực hiện
những cử chỉ mà vào lúc khác có thể đã khiến tôi thấy
hơi bất an. Lúc bấy giờ, tôi chỉ đơn thuần để ý thấy rằng
họ nói tiếng Anh, và bởi vậy tôi nói chuyện với họ bằng
ngôn ngữ đó. "Hỡi những người bạn tốt, cảm phiền mọi
người cho tôi hay tên của thị trấn này và cho tôi biết tôi
đang ở đâu với nhé?"

"Ngươi sẽ sớm biết điều đó thôi," một người đàn ông
trả lời với giọng khàn khàn. "Có thể ngươi sẽ đến một

nơi không hợp với gu của mình cho lắm, nhưng ta xin hứa với ngươi rằng sẽ không ai hỏi han gì ngươi về việc thích ở nơi nào đâu."

Tôi vô cùng ngạc nhiên khi nhận được câu trả lời thô lỗ nhường ấy từ một người lạ, và tôi cũng lúng túng khi nhận thấy vẻ mặt cau có và giận dữ của những người đi cùng anh ta. "Tại sao anh lại trả lời tôi theo một kiểu cộc cằn như vậy?" Tôi đáp. "Dân Anh làm gì có cái tập tục tiếp đón khách lạ với một thái độ thiếu hiếu khách đến vậy."

Người đàn ông kia nói: "Ta không biết phong tục của dân Anh là như thế nào, nhưng phong tục của người Ireland là ghét những kẻ hung ác."

Trong khi cuộc đối thoại kì lạ này tiếp tục diễn ra, tôi nhận thấy đám người ngày một đông lên nhanh chóng. Khuôn mặt của họ bộc lộ nét biểu cảm pha trộn giữa tò mò và tức giận, làm tôi thấy khó chịu và phần nào sợ hãi. Tôi hỏi đường về nhà trọ, nhưng không ai trả lời. Thế rồi tôi tiến về phía trước, và một tràng tiếng thì thầm phát ra từ đám đông khi họ bám theo sau và vây quanh tôi, và sau đó thì một nhân vật mặt mày xấu xí tiến đến vỗ vai tôi và nói: "Nào, thưa anh, anh phải theo tôi đến chỗ ông Kirwin để tường trình về bản thân mình."

"Ông Kirwin là ai? Tại sao tôi lại phải tường trình về bản thân mình? Không phải đây là một đất nước tự do sao?"

"Vâng, thưa anh, đủ tự do cho những người ngay thẳng. Ông Kirwin là một quan toà, và anh phải tường trình về cái chết của một quý ông được phát hiện là đã bị sát hại ở đây đêm qua."

Câu trả lời này làm tôi giật mình, nhưng chẳng bao lâu sau tôi đã lấy lại được bình tĩnh. Tôi vô tội; điều đó có thể dễ dàng được chứng minh; chính bởi vậy mà tôi im lặng đi theo người dẫn đường của mình và được dẫn đến một trong những ngôi nhà đẹp nhất trong thị trấn. Tôi lúc ấy đã sắp sửa ngã lăn ra vì mệt mỏi và đói, nhưng vì đang bị một đám đông vây quanh, tôi nghĩ khôn ngoan nhất là phải gồng toàn bộ sức lực lên để không một sự suy nhược thể chất nào có thể bị diễn giải thành sợ hãi hoặc mặc cảm tội lỗi. Hồi đó tôi chẳng hề ngờ được rằng chỉ chốc lát nữa thôi, một tai hoạ sẽ nuốt chửng tôi và để cho nỗi kinh hoàng và tuyệt vọng dập tắt mọi hãi sợ về sự ô nhục hay cái chết.

Tôi phải tạm dừng ở đây, vì để hồi tưởng về những sự kiện kinh hoàng mà tôi sắp sửa thuật lại chi tiết thì tôi sẽ phải vận hết nghị lực của mình.

CHƯƠNG IV

TÔI NHANH CHÓNG ĐƯỢC ĐƯA VÀO GẶP MẶT QUAN TOÀ, MỘT ÔNG GIÀ NHÂN TỪ VỚI PHONG THÁI HÀNH XỬ ĐIỀM TĨNH VÀ ÔN HOÀ. Tuy nhiên, ông nhìn tôi với ánh mắt mang đôi chút vẻ nghiêm trọng, và sau đó quay về phía những người đã dẫn tôi đến đây, ông hỏi ai sẽ đứng ra làm nhân chứng trong vụ này.

Khoảng nửa tá người tiến tới trước; một người được vị quan toà chọn ra, và anh ta khai rằng vào đêm hôm trước, mình đã ra ngoài đánh cá với con trai và anh rể của mình - Daniel Nugent, rồi đến khoảng mười giờ, họ quan sát thấy một luồng gió mạnh nổi lên từ phía Bắc, thế là họ đưa thuyền về cảng. Đó là một đêm rất tối trời, vì mặt trăng bấy giờ vẫn chưa lên; họ không vào cảng mà cập vào một cái vịnh cách đó khoảng ba cây số theo thói quen. Anh ta là người đầu tiên lên bờ, mang theo một phần chỗ dụng cụ đánh cá, và những người đi cùng anh ta bám theo sau, cách anh ta một quãng. Trong lúc đang đi dọc bãi cát, anh ta vấp chân vào một thứ gì đó và ngã sóng soài ra mặt đất. Mấy người bạn đồng hành đến đỡ anh ta dậy, và dưới ánh sáng của chiếc đèn mang theo, họ phát hiện ra rằng anh ta đã vấp phải cơ thể của một người đàn ông, trông có vẻ là đã chết. Giả thuyết đầu tiên của họ rằng đây là xác của một người đã chết đuối và bị sóng đánh dạt vào bờ, nhưng khi kiểm tra thì họ thấy rằng quần áo người này không bị ướt và thậm chí cái thây còn không lạnh. Họ ngay lập tức khiêng nó đến ngôi nhà của một bà lão gần đó và cố gắng làm người kia hồi tỉnh, nhưng chỉ vô ích. Đó có vẻ là một chàng trai trẻ tuổi tuấn tú, trạc hai mươi lăm tuổi. Người này xem chừng đã bị siết cổ, bởi lẽ không có bất kì vết tích hành hung nào ngoại trừ mấy dấu ngón tay đen trên cổ anh ta.

Phần đầu tiên của lời cung khai này không làm tôi thấy quan tâm tí nào, nhưng khi mấy dấu ngón tay được nhắc đến thì tôi lại nhớ về vụ sát hại em trai mình và cảm thấy bản thân trở nên kích động tột độ; tay chân của tôi run rẩy, và một màn sương kéo đến che mờ mắt tôi đi, buộc tôi phải chống người vào ghế. Vị quan toà quan sát tôi với con mắt sắc bén và lẽ đương nhiên đã rút ra một dự cảm bất lợi từ cách xử sự của tôi.

Cậu con trai xác nhận câu chuyện của cha mình, nhưng khi Daniel Nugent được gọi lên thì anh ta lại quả quyết thề rằng ngay trước khi người bạn đồng hành của mình ngã xuống, anh ta có trông thấy một chiếc thuyền, bên trong chở theo một người đàn ông duy nhất, cách bờ một quãng ngắn; và theo như những gì anh ta có thể đánh giá được dựa trên ánh sáng toả xuống từ vài ngôi sao, thì đó cũng chính là chiếc thuyền mà tôi vừa dùng để cập bến.

Một người phụ nữ khai rằng cô sống gần bãi biển và trong lúc đang đứng trước cửa nhà, chờ đợi những người ngư dân trở lại, khoảng một giờ trước khi hay tin cái thi thể được phát hiện, cô nhìn thấy một chiếc thuyền với chỉ một người đàn ông ngồi bên trong rời khỏi phần bờ nơi xác chết về sau được tìm thấy.

Một người phụ nữ khác xác nhận câu chuyện những người ngư dân đã đưa cái thây vào nhà mình; nó không lạnh. Họ đặt nó lên giường và xoa bóp, rồi Daniel vào thị trấn để gọi một thầy lang, nhưng người kia đã chết hẳn rồi.

Thêm mấy người khác được thẩm vấn về vụ cập bến của tôi, và họ nhất trí rằng với cơn gió Bắc mạnh nổi lên trong đêm, rất có thể tôi đã bị quăng quật suốt nhiều tiếng đồng hồ và buộc phải trở về gần nơi mình từng rời đi. Hơn nữa, họ nhận định rằng có vẻ như tôi đã mang cái thây từ một nơi khác đến, và do tôi xem chừng không quen thuộc với bờ biển này, có khả năng tôi đã vào bến cảng mà không biết thị trấn cách chỗ tôi đã bỏ cái xác bao xa.

Khi nghe xong lời khai này, ông Kirwin muốn đưa tôi vào căn phòng nơi cái xác đang được đặt trong lúc chờ mai táng để xem nó sẽ tác động đến tôi như thế nào. Ý tưởng này có lẽ đã nảy sinh sau khi ông thấy sự kích động cực độ mà tôi bộc lộ lúc phương thức gây án được mô tả. Thế là tôi được vị quan toà và mấy người khác dẫn đến nhà trọ. Tôi không khỏi cảm thấy rúng động trước những sự trùng hợp kì lạ đã xảy ra trong đêm đầy biến cố này; nhưng vì biết rằng mình đã nói chuyện với một số người trên hòn đảo nơi tôi từng cư ngụ trong khoảng thời gian cái thây được tìm thấy, tôi hoàn toàn bình thản trước những hậu quả có thể nảy sinh từ vụ việc này.

Tôi bước vào căn phòng chứa xác chết, và được dẫn đến bên quan tài. Làm thế nào tôi có thể mô tả cảm giác của mình khi nhìn thấy nó đây? Tôi nay vẫn còn bị nỗi kinh hoàng thiêu đốt, và không thể nghĩ về khoảnh khắc khủng khiếp đó mà không rùng mình hay đau đớn. Cuộc kiểm tra, sự hiện diện của vị quan toà và các nhân chứng, trôi tuột đi như một giấc mơ trong kí ức khi tôi thấy tấm thân vô hồn của Henry Clerval nằm dài trước mắt mình. Tôi thở hổn hển và quăng mình lên cái xác, thốt lên rằng: "Ôi Henry thân yêu, phải chăng những mưu đồ chết chóc của tôi cũng đã tước đi mạng sống của anh nữa? Tôi đã huỷ hoại sẵn hai sinh mệnh rồi; những nạn nhân khác đang chờ đợi số kiếp của mình; nhưng còn anh, Clerval, bạn tôi, ân nhân của tôi..."

Cơ thể con người không còn có thể chống chịu nổi những nỗi đau đớn của tôi nữa, và tôi được đưa ra khỏi phòng trong tình trạng co giật đùng đùng.

Một cơn sốt ập đến liền sau đó. Tôi nằm bấp bênh bên ranh giới cái chết suốt hai tháng trời; những lời mê sảng của tôi, như sau này tôi được nghe kể lại, nghe thật đáng sợ; tôi tự gọi mình là kẻ đã giết William, giết Justine, và giết Clerval. Đôi khi tôi năn nỉ những người chăm sóc hãy giúp tôi tiêu diệt tên ác quỷ đang hành hạ mình; và vào những lúc khác, tôi cảm thấy những ngón tay của con quái vật đã túm lấy cổ mình, và hét tướng lên vì đau đớn và kinh hoàng. May mắn thay, khi tôi sử dụng ngôn ngữ mẹ đẻ, chỉ một mình ông Kirwin hiểu được tôi; nhưng các cử chỉ và tiếng gào la cay đắng của tôi vẫn đủ để làm những người khác khiếp đảm khi trông thấy.

Tại sao tôi lại không chết? Tôi khốn khổ hơn bất cứ con người nào từng tồn tại trên cõi đời này, thế mà tại sao tôi lại không được chìm vào quên lãng và yên nghỉ? Cái chết cướp đi nhiều đứa trẻ đang trong độ tuổi tươi như hoa nở, hi vọng duy nhất của những bậc cha mẹ tràn đầy thương yêu với chúng; đã hàng bao cô dâu và người tình trẻ trung mới ngày nào còn tràn căng sức khoẻ và hi vọng, rồi sang hôm sau thì thành mồi ăn cho sâu bọ và sự thối rữa của nấm mồ! Tôi được làm từ thứ gì mà lại có thể chống chịu được từng ấy cú sốc cứ như bánh xe quay đều, liên tục tái tra tấn mình?

Nhưng tôi bị buộc phải sống và sau hai tháng thì tôi thấy mình như tỉnh dậy từ một giấc mơ, trong một nhà tù, nằm dài trên chiếc giường tồi tàn, bị bao quanh bởi cai ngục, lính giữ chìa, then cài, và đủ mọi dụng cụ khốn khổ của ngục tối. Tôi nhớ lúc mình tỉnh trí để hiểu ra tình hình thì đang là buổi sáng; tôi đã quên hết các tình tiết cụ thể của những gì đã xảy ra và chỉ cảm thấy như thể một tai ương lớn nào đó đã bỗng dưng khiến mình bị choáng ngợp; nhưng khi tôi nhìn ngó xung quanh và thấy các cửa sổ gắn chấn song cùng với vẻ dơ dáy của căn phòng nơi tôi đang ở, tất cả lại loé lên trong trí nhớ của tôi và tôi rên rỉ đầy cay đắng.

Âm thanh này đánh thức một bà già khi ấy đang ngủ trên chiếc ghế cạnh tôi. Bà ta là một y tá làm thuê, vợ của một trong những người lính giữ chìa, và vẻ mặt của bà ta bộc lộ đủ mọi nét xấu xí thường vẫn là phẩm chất đặc trưng của tầng lớp ấy. Những đường nét trên khuôn mặt bà ta rắn đanh và thô thiển, hệt như những người đã quen nhìn cảnh khốn khổ mà chẳng cảm thông gì hết. Giọng bà ta thể hiện rõ sự thờ ơ hoàn toàn của con người này;

bà ta nói với tôi bằng tiếng Anh, và tôi cảm thấy đây là một trong những giọng nói mình đã nghe thấy trong lúc bị bạo bệnh hành hạ.

"Bây giờ cậu đã thấy khoẻ hơn chưa, thưa cậu?"

Tôi trả lời bằng cùng thứ ngôn ngữ ấy, với giọng yếu ớt: "Tôi tin mình khoẻ rồi; nhưng nếu tất cả đều là sự thật, nếu tôi thực sự không nằm mơ, tôi thật lấy làm tiếc là mình vẫn còn sống để cảm nhận cái nỗi đau khổ và kinh hoàng này."

Bà già trả lời: "Về chuyện này, nếu ý cậu muốn ám chỉ người đàn ông mình đã giết, tôi tin rằng cậu mà chết đi thì sẽ tốt hơn đấy, vì tôi tin nó sẽ hành hạ cậu rất nặng nề! Tuy nhiên, đó không phải là việc của tôi; tôi được cử đến để chăm sóc cậu và giúp cậu khoẻ lên; tôi thực hiện nhiệm vụ của mình với một lương tâm thanh thản; nếu người đời ai cũng làm được như vậy thì sẽ tốt biết bao."

Tôi ghê tởm quay đi khỏi người phụ nữ có thể thốt ra một bài nói vô cảm nhường ấy với một người chỉ vừa được cứu khỏi bờ vực của cái chết; nhưng tôi cảm thấy uể oải và không thể suy ngẫm về tất cả những gì đã xảy ra. Toàn bộ cuộc đời hiện ra trước mắt tôi như một giấc mơ; đôi khi tôi còn nghi ngờ không biết liệu tất cả có phải là sự thật hay không, bởi vì nó chẳng bao giờ xuất hiện trong tâm trí tôi một cách chân thực cả.

Khi những hình ảnh trôi nổi trước mắt tôi trở nên rõ ràng hơn, tôi bắt đầu phát sốt; một bóng tối đè nén khắp xung quanh tôi; không ai ở gần tôi xoa dịu tôi với giọng nói yêu thương dịu dàng cả; không có bàn tay thân yêu hỗ trợ tôi. Bác sĩ đến và kê đơn thuốc, bà già chuẩn bị chúng cho tôi; nhưng vị bác sĩ lộ rõ mười mươi vẻ cẩu thả, và khuôn mặt của bà già thì lại hằn in nét tàn nhẫn. Ai mà lại có thể quan tâm đến số phận của một kẻ giết người ngoại trừ người treo cổ sẽ được trả thù lao chứ?

Đây là những suy ngẫm đầu tiên của tôi, nhưng tôi sớm được biết rằng ông Kirwin đã đối đãi với tôi tốt bụng vô cùng. Ông đã chuẩn bị buồng giam tử tế nhất trong nhà tù cho tôi (tồi tàn thực sự đã là tốt nhất rồi); và chính ông là người đã thuê bác sĩ và y tá về. Đúng là ông hiếm khi đến gặp tôi, bởi lẽ mặc dù rất muốn giảm tải đau khổ của mọi con người, ông không muốn có mặt trong lúc một kẻ giết người đang lên cơn đau đớn và thốt ra những lời mê sảng đầy khổ sở. Bởi vậy, dù đôi khi vẫn đến để đảm bảo rằng công việc chăm sóc tôi không bị chểnh mảng, nhưng các chuyến thăm của ông thường ngắn và cách nhau rất xa.

Một ngày nọ, trong lúc đang dần hồi phục, tôi được cho ngồi trên ghế, mắt mở hờ và má tái nhợt như người sắp chết. Tôi bị nỗi u sầu và đau khổ đánh quỵ, thường xuyên nghĩ rằng tốt nhất mình nên tìm đến với cái chết hơn là thèm khát lưu lại trong một thế giới mà như tôi thấy thì chỉ đầy rẫy khổ cực. Đã có lần tôi còn cân nhắc liệu mình có nên nhận tội và gánh chịu hình phạt của pháp luật hay không, bởi tôi vốn chẳng vô tội bằng Justine đáng thương. Tôi đang suy nghĩ như thế thì cánh cửa phòng giam của tôi được mở ra và ông Kirwin bước vào. Thần sắc của ông lộ vẻ cảm thông và trắc ẩn; ông kéo một cái ghế lại gần tôi và nói chuyện với tôi bằng tiếng Pháp:

"Tôi e rằng đây là một nơi rất khó coi đối với cậu; tôi có thể làm bất cứ điều gì để giúp cậu trở nên thoải mái hơn không?"

"Xin cảm ơn ông, nhưng tất cả những điều ông đề cập đến đều chẳng là gì đối với tôi; chẳng có tiện nghi nào trên khắp cõi đời này mà tôi còn có thể đón nhận được nữa đâu."

"Tôi biết rằng sự cảm thông của một người xa lạ cùng lắm cũng sẽ chỉ có thể giúp xoa dịu được tí chút cho cậu, người đang bị một tai ương kì lạ nhường ấy đè nén. Nhưng tôi hi vọng cậu sẽ sớm được thoát khỏi cái chốn u sầu này, bởi chắc chắn bằng chứng giúp giải phóng cậu khỏi cáo buộc đã gây án sẽ có thể được trưng ra một cách dễ dàng."

"Tôi chẳng quan tâm đến điều đó; nhờ một chuỗi sự kiện kì lạ, tôi đã trở thành kẻ khốn khổ nhất nhân gian. Một khi đã và đang bị bức hại cũng như tra tấn như tôi thế này thì liệu cái chết có còn là điều xấu xa được nữa không?"

"Quả đúng là chẳng có gì đáng tiếc và đau đớn hơn những sự kiện kì lạ xảy ra gần đây. Nhờ một sự tình cờ đáng ngạc nhiên nào đó, cậu đã bị đánh dạt vào vùng bờ biển này, một chốn vốn trứ danh là hiếu khách, ngay lập tức bị bắt giữ, và bị cáo buộc tội giết người. Cảnh tượng đầu tiên được trình ra trước mắt cậu là thi thể của bạn cậu, bị sát hại theo một cách hết sức khó hiểu và rồi bị kẻ ác ôn đặt ngay trên đường đi của cậu."

Lúc ông Kirwin nói điều này, bất chấp cơn kích động mà tôi phải chịu đựng trong lúc những nỗi đau khổ của mình được điểm lại, tôi cũng cảm thấy khá bất ngờ trước lượng thông tin về tôi mà ông xem chừng sở hữu. Tôi đoán một phần sự sửng sốt đã lộ ra trên sắc mặt mình, bởi lẽ ông Kirwin vội nói:

"Ngay sau khi cậu đổ bệnh, tất cả các giấy tờ trên người cậu đã được mang đến cho tôi, và tôi đã kiểm tra chúng nhằm tìm kiếm manh mối để còn liên lạc với thân nhân của cậu, báo cho họ biết về cơn hoạn nạn cũng như chứng bệnh của cậu. Tôi đã tìm thấy vài lá thư, và trong số chúng có một bức mà nhờ lời mào đầu, tôi phát hiện ra nó là do cha cậu gửi. Tôi ngay lập tức gửi thư đến Genève; đã gần hai tháng trôi qua kể từ khi thư của tôi được gửi đi. Nhưng cậu bị ốm; ngay cả bây giờ cậu vẫn đang run rẩy; cậu không đủ sức khoẻ để chịu đựng bất kì sự kích động nào."

"Cảm giác hồi hộp này còn tệ hơn gấp ngàn lần so với ngay cả sự kiện kinh hoàng nhất; hãy nói cho tôi biết cảnh tượng chết chóc mới nào đã xảy ra đi, và bây giờ tôi sẽ phải than khóc cho vụ sát hại ai vậy?"

"Gia đình cậu vẫn hoàn toàn khoẻ mạnh," ông Kirwin dịu dàng đáp; "và có một ai đó, một người bạn, đang đến thăm cậu."

Tôi không biết cái ý tưởng ấy đã theo dòng suy nghĩ nào mà đến, nhưng đầu óc tôi ngay lập tức nghĩ rằng kẻ sát nhân đã đến để chế giễu sự khốn khổ của tôi và chế nhạo tôi về cái chết của Clerval, lấy đó làm chiêu bài khích bác mới hòng khiến tôi phải tuân theo những ham muốn khủng khiếp của hắn. Tôi đưa tay ra trước mắt và đau đớn gào lên.

"Hỡi ôi! Hãy đưa hắn đi đi! Tôi không thể gặp hắn được; lạy Chúa, đừng để hắn bước vào!"

Ông Kirwin nhìn tôi với vẻ mặt bối rối. Ông không khỏi cảm thấy tiếng kêu lên của tôi như một lời thú tội và nói với giọng điệu khá nghiêm khắc:

"Chàng trai trẻ à, tôi cứ nghĩ rằng sự xuất hiện của cha cậu sẽ được cậu chào đón cơ, chứ không phải khơi dậy một sự ghê tởm thô bạo đến vậy."

"Cha của tôi!" Tôi thốt lên, trong khi mọi đường nét cũng như mọi cơ bắp đều giãn ra, chuyển từ thống khổ sang vui sướng. "Cha tôi thực sự đã đến ư? Thật tử tế, thật quá là tử tế! Nhưng ông ấy đang ở đâu, tại sao ông ấy không nhanh chóng đến bên tôi?"

Sự thay đổi về thái độ của tôi làm vị quan toà vừa ngạc nhiên, vừa hài lòng; có thể ông nghĩ rằng lời kêu ban nãy của tôi là một khoảnh khắc tái phát mê sảng nhất thời, và bây giờ thì ông ngay lập tức lấy lại điệu bộ nhân từ trước đây của mình. Ông đứng dậy và rời khỏi buồng giam cùng với bà y tá của tôi, chỉ tích tắc sau cha tôi bước vào.

Lúc bấy giờ, không gì có thể mang lại cho tôi niềm vui lớn hơn sự xuất hiện của cha tôi cả. Tôi chìa tay về phía ông và thốt lên:

"Vậy là cha được an toàn - thế còn Elizabeth - và Ernest?"

Cha tôi trấn an tôi bằng những lời cam đoan về sức khoẻ của họ và cố gắng vực dậy tinh thần chán nản của tôi bằng cách bàn về những chủ đề tôi vốn rất đam mê; nhưng chẳng bao lâu sau ông cảm thấy rằng nhà tù không thể nào là một chốn khơi dậy niềm vui được. "Ôi con trai ta, cái nơi con ngự thật ngoài sức tưởng tượng!" Ông sầu não nhìn vào các cửa sổ gắn chấn song và vẻ thảm hại của căn phòng. "Con đi ngao du để tìm kiếm niềm hạnh phúc, nhưng dường như có một tai ương nào đó đang đuổi theo con. Và Clerval tội nghiệp..."

Tên người bạn xấu số đã bị sát hại của tôi là sự kích động ngoài sức chịu đựng đối với tôi trong trạng thái yếu đuối hiện tại; tôi rơi nước mắt.

"Ôi! Vâng, thưa cha," tôi đáp; "một số mệnh hết sức kinh khủng đang treo lơ lửng trên đầu con, và con phải sống để nó được ứng nghiệm, không thì chắc chắn con đã phải chết trên quan tài của Henry rồi."

Chúng tôi không được phép trò chuyện lâu, vì tình trạng sức khoẻ bấp bênh của tôi khiến cho mọi biện pháp phòng ngừa cần thiết đều phải được triển khai để có thể đảm bảo tôi sẽ được tĩnh tâm. Ông Kirwin bước vào và dứt khoát bảo rằng không nên để tôi bị kiệt sức vì cố gắng quá đà. Nhưng đối với tôi, sự xuất hiện của cha tôi chẳng khác nào một thiên thần tốt lành, và sức khoẻ tôi dần hồi phục.

Khi căn bệnh của tôi biến mất, tôi bị nuốt chửng bởi một nỗi u sầu ảm đạm và đen tối đến nỗi chẳng gì có thể xua tan nổi. Hình ảnh Clerval cứ vĩnh viễn hiện ra trước mắt tôi, trông đầy khủng khiếp và trong tình trạng đã bị sát hại. Đã hơn một lần cơn kích động mà những suy tư này gây ra cho tôi khiến người quanh tôi hãi sợ rằng một cơn tái phát nguy hiểm đang ập đến. Hỡi ôi! Tại sao họ lại cứ cố bảo vệ một kiếp đời khốn khổ và đáng ghê tởm như vậy? Chắc chắn là tôi sẽ hoàn tất số mệnh của mình, điều này đang tiến đến gần. Sớm thôi, ôi, rất sớm thôi, cái chết sẽ dập tắt những nhịp đập này và giải thoát tôi khỏi sức nặng khủng khiếp của nỗi thống khổ mà tôi phải mang cho đến tận ngày về với cát bụi; và sau khi được ban tặng cho công lí, tôi cũng sẽ chìm vào yên nghỉ. Hồi ấy thì cái chết hãy còn là một thứ xa vời, mặc dù mong ước ấy luôn luôn hiện diện trong các suy nghĩ của tôi; và tôi thường xuyên ngồi bất động và câm nín suốt hàng giờ, mong muốn một cơn biến động long trời lở đất nào đó xảy ra để chôn vùi cả tôi lẫn kẻ huỷ diệt tôi trong đống đổ nát của nó.

Mùa tổ chức các phiên xử đại hình đến gần. Tôi bấy giờ đã ở tù được ba tháng, và mặc dù vẫn còn yếu và luôn trong tình trạng có nguy cơ tái phát bệnh, tôi vẫn buộc phải di chuyển hơn trăm cây số đến cái thị trấn thôn quê nơi phiên toà diễn ra. Ông Kirwin tự lãnh trách nhiệm mời các nhân chứng đến và lo liệu công tác bào chữa cho tôi. Tôi tránh được cảnh phải nhục nhã chường mặt ra trước bàn dân thiên hạ trên danh nghĩa một kẻ tội phạm, vì vụ án không được đưa ra trước toà phân định phạm nhân sống chết ra sao. Bồi thẩm đoàn bác đơn kiện sau khi đã chứng minh được rằng vào lúc thi thể của bạn tôi được tìm thấy thì tôi đang ở trên quần đảo Orkney; và hai tuần sau khi lên đường đến đây, tôi được thả ra khỏi nhà tù.

Cha tôi vui sướng đến mê mẩn khi hay tin tôi đã không còn bị cáo buộc là đã phạm tội nữa, và tôi đã lại một lần nữa được phép hít thở bầu không khí trong lành và có thể trở về quê hương. Tôi không chia sẻ những cảm xúc ấy, bởi lẽ đối với tôi, những bức tường của ngục tối và cung điện đều đáng ghét như nhau. Chiếc cốc chứa đựng cuộc sống đã bị đầu độc mãi mãi, và mặc dù mặt trời toả rạng lên tôi, hệt như cách nó chiếu rọi lên những người mang tâm trạng hạnh phúc và vui tươi, tôi vẫn thấy xung quanh mình chẳng có gì ngoài một bóng tối dày đặc và đáng sợ, không được luồng sáng nào soi tỏ ngoại trừ ánh le lói của hai con mắt đang trừng trừng nhìn tôi. Đôi khi chúng là đôi mắt giàu biểu cảm của Henry, lờ đờ vì cái chết, những khối cầu tối màu bị mí mắt và hàng mi đen dài viền quanh che gần kín hết cả; đôi khi đó là đôi mắt ươn ướt, đục ngầu của con quái vật, hệt như những gì tôi lần đầu tiên trông thấy trong buồng của mình ở Ingolstadt.

Cha tôi cố gắng khơi dậy những cảm xúc yêu thương trong lòng tôi. Ông nhắc đến Genève, nơi tôi sẽ sớm được đến thăm, về Elizabeth và Ernest; nhưng những lời lẽ này chỉ khiến tôi rên lên những tiếng sâu lắng. Đôi khi, tôi quả thật cũng ao ước được hạnh phúc và nghĩ về người em họ yêu quý của mình với niềm vui sầu muộn hay thèm khát được một lần nữa nhìn ngắm hồ nước xanh và dòng sông Rhone chảy xiết với nỗi khắc khoải cồn cào, những thứ rất thân thuộc với tôi hồi còn nhỏ; nhưng về tổng thể, xúc cảm của tôi cứ lờ đờ uể oải, và trong trạng thái ấy thì một nhà tù cũng sẽ được hoan nghênh chẳng kém gì khung cảnh thiên nhiên thần thánh nhất; những đợt trầm uất như thế hiếm khi bị ngắt ngang bởi thứ gì ngoài các cơn đau đớn và tuyệt vọng bột phát. Vào những lúc như thế này, tôi thường xuyên tìm cách chấm dứt cái kiếp đời tồn tại mà mình thấy ghê tởm, và mọi người cứ phải không ngừng theo dõi, để ý ngăn chừng tôi thực hiện một hành động bạo lực đáng sợ nào đó.

Nhưng tôi vẫn còn một nhiệm vụ cần làm, và khi nhớ lại nó thì cuối cùng tôi cũng đánh bại được nỗi tuyệt vọng ích kỉ của mình. Tôi cần phải khẩn trương trở về Genève, về lại đó để canh gác cho sinh mệnh những người tôi vô cùng yêu thương và chực chờ kẻ sát nhân, để nếu trời run rủi dẫn tôi đến nơi ẩn náu của hắn, hay nếu hắn lại dám nguyền rủa tôi bằng cách xuất đầu lộ diện, tôi sẽ có thể, với một quyết tâm sắt đá, đặt dấu chấm hết cho sự tồn tại của cái tấm thân quái thai đã được mình ban tặng cho một thứ thậm chí còn quái đản hơn cái cơ thể kia, chẳng khác nào sự nhạo báng đối với linh hồn người. Cha vẫn muốn trì hoãn việc lên đường của chúng tôi, sợ rằng tôi không thể chịu đựng được sự mệt mỏi của một chuyến hành trình, bởi vì tôi là một kẻ suy nhược tàn tạ - là một cái bóng chứ không còn là con người nữa. Sức lực của tôi đã biến mất. Tôi chỉ là một bộ xương, và cơn sốt ngày đêm giày vò tấm thân hom hem của tôi.

Dẫu vậy, vì tôi cứ bồn chồn và nôn nóng thúc giục rời Ireland, cha tôi nghĩ rằng tốt nhất là nên nhượng bộ. Chúng tôi lên tàu đi về phía Havre-de-Grace và dong buồm rời khỏi bờ biển Ireland với một cơn gió thuận hướng. Lúc đó là nửa đêm. Tôi nằm trên boong tàu nhìn ngắm những vì sao và lắng nghe tiếng sóng vỗ rì rào. Tôi đón chào bóng tối che khuất Ireland khỏi tầm mắt của mình, và tim tôi đập với một niềm vui cuồng nhiệt khi nghĩ đến việc mình sẽ sớm trông thấy Genève. Tôi cảm thấy quá khứ của mình chỉ như một giấc mơ đáng sợ; ấy nhưng con tàu nơi tôi đang ở, cơn gió thổi tôi ra khỏi bờ biển Ireland đáng ghét, cùng với đại dương bao quanh tôi, khẳng định với tôi một cách rất thô bạo rằng tôi không bị giấc mơ nào lừa dối hết và Clerval, người bạn và người đồng hành thân yêu nhất của tôi, đã trở thành nạn nhân của tôi và con quái vật do chính tôi tạo ra. Tôi sống lại cả cuộc đời mình trong hồi tưởng; niềm hạnh phúc bình lặng khi sống cùng gia đình ở Genève, cái chết của mẹ tôi, và chuyến khởi hành đến Ingolstadt. Tôi rùng mình nhớ lại lòng nhiệt tâm điên cuồng đã thúc đẩy tôi tạo ra kẻ thù gớm ghiếc của mình, và cái đêm hắn lần đầu sống dậy. Tôi không thể lần theo mạch suy nghĩ ấy; cả ngàn xúc cảm đè nén lên tôi, và tôi cay đắng khóc.

Kể từ khi hồi phục sau cơn sốt, tôi đã hình thành thói quen uống một lượng cồn thuốc phiện nhỏ mỗi đêm, bởi lẽ chỉ nhờ loại thuốc này tôi mới có thể ngơi nghỉ được đủ mức để còn tiếp tục sống. Lúc bấy giờ, vì bị kí ức về hàng bao bất hạnh của mình đè nén, tôi uống gấp đôi liều lượng thông thường và chẳng bao lâu sau đã chìm vào giấc ngủ sâu. Nhưng ngay cả giấc ngủ cũng không đủ để cho tôi tạm thời quên được đi những suy tư và đau khổ; những giấc mơ của tôi trưng ra cả ngàn thứ khiến tôi kinh hãi. Đến gần sáng, tôi bị một cơn ác mộng xâm chiếm; tôi cảm thấy nắm tay tên ác quỷ trên cổ mình và không thể vùng ra được khỏi nó; những tiếng rên rỉ và gào khóc vang lên trong tai tôi. Cha tôi, bấy giờ đang theo dõi canh chừng tôi, nhận ra tôi trăn trở, và liền đánh thức tôi dậy; những cơn sóng ào ạt vỗ vào mạn tàu ở khắp xung quanh: bầu trời đầy mây nằm trên đầu, tên ác quỷ không có ở đây: một cảm giác an toàn, cảm giác rằng một thoả thuận đình chiến giữa thời điểm hiện tại và cái tương lai thảm khốc không thể tránh được kia đã được thành lập giúp truyền cho tôi sự quên lãng đầy thanh thản; và với bản chất cấu tạo của mình, tâm trí con người luôn rất dễ chìm đắm vào trong đấy.

CHƯƠNG V

HÀNH TRÌNH ĐI ĐẾN HỒI KẾT. Chúng tôi cập bến, và
tiếp tục lên đường tới Paris. Chẳng bao lâu sau tôi nhận
ra rằng mình đã cố gắng quá sức và phải nghỉ ngơi trước
khi có thể tiếp tục hành trình của mình. Cha quan tâm và
săn sóc cho tôi không biết mệt mỏi, nhưng ông không biết
nguồn gốc những đau khổ của tôi là gì và toàn viện đến các
phương pháp sai lầm nhằm chạy chữa cho chứng bệnh nan y
ấy. Ông muốn tôi giao du với thiên hạ cho tiêu sầu. Tôi ghê
tởm khuôn mặt của con người. Ôi, không phải là ghê tởm!
Họ là anh em của tôi, đồng loại của tôi, và tôi cảm giác
ngay cả những kẻ đáng ghét nhất trong số họ cũng thu hút
mình, như thể đó là những sinh vật mang bản chất thánh
thiện và sở hữu thân thể thiên thần. Nhưng tôi thấy rằng
mình không có quyền giao thiệp với họ. Tôi đã thả sổng
một kẻ thù vào giữa cuộc đời của họ, một kẻ với niềm vui
là gây cảnh máu chảy đầu rơi cho họ và hoan hỉ tắm mình
trong tiếng rên rỉ của họ. Nếu họ mà hay biết về những
hành động vô đạo đức của tôi, cũng như các tội ác khởi
nguồn từ chính tôi, thì tất cả mọi người trong số họ sẽ đều
ghê tởm và xua đuổi tôi khỏi thế giới này!

Một thời gian sau, cha tôi đành nhượng bộ mong muốn xa lánh người đời của tôi và cố gắng xua tan sự tuyệt vọng của tôi bằng đủ kiểu lí lẽ khác nhau. Đôi khi ông nghĩ rằng nỗi nhục của việc phải thanh minh trước một cáo buộc tội giết người đã làm tôi tổn thương sâu sắc, và ông cố gắng chứng minh cho tôi thấy sự vô ích của niềm kiêu hãnh.

"Ôi! Cha à," tôi nói, "cha biết thật quá ít về con. Con người, các xúc cảm và dục vọng của họ, quả thật sẽ bị sỉ nhục nếu một kẻ đê tiện như con cảm thấy kiêu hãnh. Justine, Justine bất hạnh tội nghiệp, ngây thơ chẳng kém gì con, và cô ta cũng đã bị cáo buộc tội tương tự; cô ta đã chết vì nó; và con chính là nguyên nhân của chuyện ấy - con đã giết cô ta. William, Justine, và Henry - tất cả bọn họ đều đã bị chính đôi bàn tay con giết chết."

Cha tôi đã thường xuyên nghe tôi đưa ra khẳng định tương tự trong quãng thời gian tôi hãy còn phải ngồi tù; khi tôi tự buộc tội mình như thế, ông đôi khi xem chừng muốn được nghe một lời giải thích, và vào những lúc khác thì ông dường như coi đó là hệ quả của cơn mê sảng, rằng trong thời gian tôi bị bệnh, một ý tưởng nào đó kiểu như thế đã xuất hiện trong tâm trí của tôi, và kí ức về nó vẫn còn đọng lại trong giai đoạn tôi hồi sức. Tôi tránh đưa ra lời giải thích và không ngừng giữ im lặng về cái sinh vật xấu xa mình đã tạo ra. Tôi tin rằng mình sẽ bị người khác tưởng là điên, và chính thế mà tôi mới khư khư giữ mồm giữ miệng. Hơn nữa, tôi không nỡ lòng tiết lộ một bí mật sẽ khiến người nghe không khỏi khiếp đảm và làm cho lồng ngực người ấy tràn ngập nỗi sợ hãi cũng như sự kinh hoàng phi tự nhiên. Bởi vậy, tôi kìm nén niềm khao khát được cảm thông đầy nôn nóng của mình và giữ im lặng ngay cả khi bản thân sẵn sàng đánh đổi mọi thứ trên đời để được tiết lộ cái bí mật chết người này. Dẫu vậy, những lời lẽ tương tự những gì tôi đã chia sẻ vẫn cứ buột ra khỏi miệng tôi một cách không kiểm soát nổi. Tôi không thể đưa ra nổi một lời giải thích nào cho chúng, nhưng sự thật chúng chứa đựng phần nào làm nỗi đau khổ bí ẩn của tôi nhẹ gánh đi.

Khi chuyện này xảy ra, cha tôi đã nói với một nét biểu cảm sửng sốt tột độ: "Victor con yêu, cơn cuồng dại này là thế nào vậy? Con trai thân mến, ta khẩn cầu con đừng bao giờ đưa ra một tuyên bố như vậy nữa."

"Con không điên," tôi kịch liệt gào lên; "mặt trời và thiên đàng, những người đã theo dõi các hoạt động của con, có thể làm chứng là con nói thật. Con chính là kẻ đã giết những nạn nhân hoàn toàn vô tội đó; họ đã chết bởi mưu đồ của con. Con sẵn sàng hiến máu của bản thân cả ngàn lần, từng giọt một, để cứu mạng họ; nhưng cha à, con không thể, con thực sự không thể hi sinh toàn bộ loài người."

Phần kết của bài nói này đã thuyết phục cha tôi rằng đầu óc tôi đã bị loạn trí, và ông ngay lập tức thay đổi chủ đề cuộc trò chuyện của chúng tôi, cố gắng thay đổi hướng suy nghĩ của tôi. Ông chỉ ước mình có thể xoá đi kí ức về những gì đã xảy ra ở Ireland và không bao giờ đả động gì đến chúng hay bắt tôi phải khốn khổ nói về những bất hạnh của mình.

Về sau, tôi dần bình tĩnh hơn; nỗi khốn khổ đã đến ngự trong tim tôi, nhưng tôi không còn nói về những tội ác của mình theo cái kiểu lảm nhảm như thế nữa; ý thức được về chúng là đã quá đủ với tôi rồi. Tôi dồn hết sự hung bạo của mình ra hòng kìm nén cái giọng đầy cấp bách của nỗi bất hạnh kia, thứ đôi khi cứ muốn được gào tướng lên cho toàn thế giới biết đến sự hiện diện của mình, và phong thái hành xử của tôi trở nên bình tĩnh và điềm đạm hơn bao giờ hết kể từ cái hồi tôi chu du ra biển băng.

Vài ngày trước khi chúng tôi rời Paris để đến Thụy Sĩ, tôi nhận được bức thư sau từ Elizabeth:

> Bạn thân mến của em,
>
> Em vui sướng vô cùng khi nhận được một lá thư từ chú với địa chỉ gửi ở Paris; anh không còn ở xa cách muôn trùng non núi nữa, và em có thể hi vọng sẽ được gặp lại anh trong vòng chưa đầy hai tuần nữa. Ôi anh họ đáng thương của em, anh hẳn đã phải chịu đựng biết bao khốn khổ! Em đoán sẽ thấy anh trông thậm chí còn ốm yếu hơn hồi rời Genève. Mùa đông này đã trôi qua một cách khốn khổ vô cùng, bởi lẽ em như bị cảnh chờ đợi khắc khoải đầy lo lắng tra tấn; ấy nhưng em hi vọng sẽ được thấy vẻ bình yên trên sắc mặt của anh, an lạc và thanh bình không hoàn toàn vắng bóng trong trái tim anh.
>
> Tuy nhiên, em e rằng những xúc cảm từng khiến anh rất đau khổ hồi một năm trước nay lại tồn tại, thậm chí có thể trầm trọng thêm theo thời gian. Em sẽ không làm phiền anh trong giai đoạn này, khi hàng bao bất hạnh đang nặng đè lên anh, nhưng một cuộc trò chuyện giữa em và cha anh trước khi chú lên đường đã

khiến cho em cần thiết phải giải thích đôi điều trước khi chúng ta gặp nhau.

Giải thích đôi điều ư! Có thể anh sẽ nói thế, Elizabeth có gì để mà giải thích đây? Nếu anh thực sự nói điều này, thì các câu hỏi của em đều đã được trả lời và tất cả những nghi ngờ của em đều đã tiêu tan. Nhưng anh đang ở xa em, chưa biết chừng anh sẽ hãi sợ nhưng lại lấy làm hài lòng với lời giải thích này; và có khả năng trường hợp này là đúng, em không còn dám trì hoãn việc viết một điều mà trong lúc anh vắng mặt, em thường xuyên muốn bày tỏ với anh nhưng chưa bao giờ đủ can đảm để bắt đầu.

Victor à, anh biết rất rõ rằng kể từ khi chúng ta còn nhỏ, hôn phối giữa hai ta vốn là kế hoạch ưng ý nhất của cha mẹ anh. Chúng ta đã được cho biết về điều này từ hồi thơ bé, và được dạy là hãy ngóng trông nó như một sự kiện chắc chắn sẽ diễn ra. Chúng ta từng cùng thương yêu chơi đùa với nhau thuở còn thơ dại, và - em tin là - trở thành những người bạn thân yêu và đầy quý mến của nhau khi trưởng thành. Nhưng vì anh chị em thường xuyên có tình cảm mạnh mẽ với nhau dù không muốn gắn kết với đối phương theo một cách mật thiết hơn, chẳng phải đó cũng có thể sẽ là trường hợp của chúng ta đấy ư? Hãy cho em biết đi, Victor yêu dấu ơi. Nhân danh niềm hạnh phúc chung của chúng ta, em khẩn cầu anh hãy trả lời em với sự thật đơn giản - Anh có yêu người nào khác không?

Anh đã đi đây đi đó; anh đã sống vài năm cuộc đời tại Ingolstadt; và người bạn thân mến của em ơi, em xin được thú nhận với anh rằng khi gặp anh vào mùa thu năm ngoái trong tình trạng vô cùng bất hạnh, lao đầu vào chốn cô độc và tránh giao du với tất cả mọi người, em không khỏi nghi ngờ rằng có thể anh cảm thấy hối hận về mối quan hệ giữa hai chúng ta và tin rằng danh dự buộc anh phải thực hiện mong muốn của cha mẹ, mặc dù chúng đi ngược lại với những gì anh muốn. Nhưng lập luận kiểu đấy là sai lầm. Em xin được thú nhận với anh, hỡi bạn em, là em yêu anh và trong những giấc mơ bay bổng về tương lai của mình, anh luôn là người bạn tâm giao kiêm bạn đời của em. Nhưng điều em mong muốn là cả anh lẫn chính bản thân em đều được hạnh phúc, và chính bởi vậy nên em mới tuyên bố với anh rằng cuộc hôn nhân của chúng ta sẽ khiến em mãi mãi đau khổ, trừ khi chính anh tự lựa chọn như thế. Ngay cả bây giờ đây, em vẫn bật khóc khi nghĩ rằng sau khi anh đã bị những bất hạnh tàn nhẫn tột cùng đè nén, mọi hi vọng của anh về tình yêu và hạnh phúc, thứ duy nhất có thể giúp anh bình phục lại như cũ, có thể sẽ bị dập tắt bởi hai chữ *danh dự*. Em - người vốn dành cho anh một tình cảm đầy vô tư - có thể sẽ làm đau khổ của anh tăng lên gấp mười lần bằng cách trở thành một vật cản trở các mong muốn của anh. Ôi! Victor, hãy yên tâm rằng cô em họ, bạn chơi đùa của anh yêu anh một cách vô cùng chân thành, thế nên sẽ không cảm thấy đau khổ bởi cái giả thuyết này đâu. Hãy tìm đến với hạnh phúc đi, hỡi bạn của em; và nếu anh thuận theo yêu cầu duy nhất này của em, hãy cứ an tâm rằng sẽ chẳng có gì trên cõi đời này đủ sức phá hoại sự thanh bình của em đâu.

Đừng để bức thư này làm anh phiền lòng; đừng trả lời ngay ngày mai, hay ngày hôm sau, hay thậm chí cho đến khi anh quay về, nếu nó làm cho anh cảm thấy đau đớn. Chú sẽ cập nhật cho em tin tức về tình hình sức khoẻ của anh, và nếu được thấy dù chỉ một nụ cười trên môi anh thôi khi chúng ta gặp nhau, nở ra nhờ bức thư này hay bất kì nỗ lực nào khác của em, em sẽ không cần niềm hạnh phúc nào nữa cả.

                          ELIZABETH LAVENZA
                    Genève, ngày 18 tháng Năm, 17-

Bức thư này khơi dậy trong kí ức tôi điều mà tính đến nay tôi đã quên khuấy mất, lời đe doạ của tên ác quỷ - "Ta sẽ ở bên ngươi trong đêm tân hôn của ngươi!" Đó là bản án của tôi, và vào đêm đó, tên ác quỷ sẽ sử dụng mọi chiêu trò để tiêu diệt và giằng xé tôi ra khỏi chút hạnh phúc le lói hứa hẹn sẽ phần nào an ủi những đau khổ của tôi. Hắn đã quyết tâm rằng vào đêm đó, hắn sẽ hoàn tất các tội ác của mình với cái chết của tôi. Rồi, hãy cứ để mọi sự diễn ra như thế đi; khi ấy, một cuộc giao tranh sinh tử chắc chắn sẽ diễn ra, và nếu hắn giành được phần thắng thì tôi sẽ được thanh thản và hắn không còn có thể thao túng được gì tôi nữa. Nếu hắn mà bị đánh bại, tôi sẽ trở thành một người tự do. Than ôi! Tự do kiểu gì đây? Chính là cái sự tự do của một người nông dân sau khi gia đình đã bị tàn sát ngay trước mắt, nhà cửa đã bị đốt cháy, ruộng đồng bị tàn phá, và bản thân anh ta phải mang kiếp phiêu bạt, vô gia cư, không một xu dính túi, một thân một mình, nhưng được tự do. Đó sẽ chính là sự tự do của tôi, chỉ có điều tôi vẫn được sở hữu một kho báu, ấy chính là Elizabeth của tôi, dù hỡi ôi, bù lại cho kho báu đó sẽ là những nỗi kinh hoàng do sự hối hận và cảm giác tội lỗi mang lại, thứ sẽ đeo bám lấy tôi cho đến tận khi nhắm mắt xuôi tay.

Elizabeth ngọt ngào và yêu dấu! Tôi đọc đi đọc lại bức thư của nàng, cảm giác dịu nhẹ lén đột nhập vào trong tim tôi và dám cả gan thì thầm gợi ra những giấc mộng cực lạc về tình yêu và niềm vui; nhưng quả táo đã bị cắn, và cánh tay của thiên thần đã giương lên để tước hết mọi hi vọng của tôi. Ấy nhưng tôi sẵn sàng chết để nàng được hạnh phúc. Nếu con quái vật thực hiện lời đe doạ của mình, cái chết sẽ là điều không thể tránh khỏi; cơ mà, một lần nữa, tôi cân nhắc xem liệu cuộc hôn nhân có khiến số phận của mình mau đến hơn hay không. Cái chết của tôi quả là có thể sẽ ập đến sớm hơn một vài tháng, nhưng nếu kẻ tra tấn tôi trở nên nghi ngờ rằng tôi đã trì hoãn nó, do bị những lời đe doạ của hắn tác động, hắn chắc chắn sẽ tìm đến với các phương thức trả thù khác và có lẽ còn đáng sợ hơn. Hắn đã thề sẽ *ở bên tôi trong đêm tân hôn của tôi*, ấy nhưng hắn không coi lời đe doạ kia như một điều ràng buộc, bắt bản thân phải ngồi yên trong quãng thời gian ấy, vì như thể để cho tôi thấy rằng hắn vẫn chưa uống no máu, con quái vật ấy đã giết Clerval ngay sau khi tuyên bố những lời đe doạ của mình. Bởi vậy, tôi quyết rằng nếu việc tôi lập tức kết hôn với em họ mình có thể góp phần mang lại hạnh phúc cho nàng hay cha tôi, thì tôi không nên để những mưu mô mà kẻ địch bày ra nhằm hãm hại mình gây trì hoãn cho nó dù chỉ một giờ.

Trong tâm thái ấy, tôi viết thư cho Elizabeth. Bức thư của tôi rất bình tĩnh và đầy trìu mến. "Hỡi người con gái yêu dấu của anh, anh e rằng trên cõi đời này chẳng còn mấy hạnh phúc dành cho chúng ta đâu; ấy nhưng tất cả những hạnh phúc mà một ngày nào đó anh có thể sẽ được tận hưởng đều nằm gọn cả trong em. Hãy xua tan những nỗi sợ hãi không căn cứ của em đi; em là người duy nhất anh sẽ hiến dâng cả cuộc đời mình cũng như nỗ lực mang đến sự hài lòng nơi em. Anh có một bí mật, Elizabeth à, một bí mật kinh khủng; khi được tiết lộ cho em biết, bí mật ấy sẽ làm cho người em buốt lạnh đi vì kinh hoàng, và rồi, thay vì ngạc nhiên trước sự khốn khổ của anh, em sẽ chỉ lấy làm lạ là anh lại sống sót qua được những gì anh từng phải chịu đựng. Anh sẽ kể lại câu chuyện đau khổ và hãi hùng này cho em vào ngày sau hôm tổ chức đám cưới của chúng ta, bởi vì, em họ ngọt ngào của anh ạ, chúng ta phải hoàn toàn tin tưởng lẫn nhau. Nhưng cho đến lúc đó, anh khẩn cầu em hãy đừng đề cập đến hay ám chỉ gì đến nó. Anh tha thiết mong em sẽ làm vậy, và anh biết em sẽ thuận lòng anh."

Khoảng một tuần sau khi lá thư của Elizabeth đến, chúng tôi về tới Genève. Người con gái ngọt ngào kia chào đón tôi với tình cảm đầy nồng hậu, ấy nhưng mắt nàng ngấn lệ khi nàng nhìn vào tấm thân hốc hác và đôi má ửng màu cơn sốt của tôi. Tôi cũng thấy nàng có sự thay đổi. Nàng gầy hơn và đã đánh mất phần lớn bản tính hoạt bát tuyệt trần mà trước đây từng khiến tôi mê mệt; nhưng vẻ hoà nhã cũng như ánh nhìn từ bi dịu dàng của nàng khiến nàng càng thêm phần phù hợp làm người bầu bạn với một kẻ bị nguyền rủa và khốn khổ như tôi.

Sự thanh bình mà tôi bấy giờ tận hưởng chẳng tồn tại lâu. Kí ức mang điên rồ đến theo cùng mình, và khi tôi nghĩ về những gì đã xảy ra, một cơn điên thực sự lại xâm chiếm lấy tôi; đôi khi tôi trở nên hung dữ và bừng bừng lửa giận, đôi khi ủ ê và tuyệt vọng. Tôi chẳng nói năng hay nhìn ngó ai hết, mà chỉ ngồi bất động, ngơ ngẩn cả người trước vô số nỗi khổ đã lấn át mình.

Chỉ một mình Elizabeth mới đủ sức kéo tôi ra khỏi những cơn bột phát đó; giọng nói dịu dàng của nàng xoa dịu tôi mỗi khi tôi bị xúc cảm cuốn trôi đi và truyền cho tôi những cảm tình của con người mỗi lần tôi chìm đắm trong cơn lờ đờ. Nàng khóc với tôi và khóc vì tôi. Khi tôi tỉnh táo trở lại, nàng sẽ khuyên can và cố gắng giúp tôi biết cam chịu. Ôi! Cam chịu là một điều tốt đối với những người bất hạnh, song những kẻ có tội thì không thể yên ổn được. Những cơn đau đớn vì hối hận đầu độc cảm giác khoái trá mà đáng lẽ ra ta đôi khi sẽ được cảm nhận khi buông thả đắm mình trong bể buồn đau.

Chẳng bao lâu sau khi trở về, cha tôi nhắc đến việc lập tức tổ chức hôn lễ cho tôi và Elizabeth. Tôi lặng thinh.

"Vậy có phải là con hãy còn vương bận việc gì không?"

"Không còn bất cứ việc gì cả đâu. Con yêu Elizabeth và vui sướng trông ngóng cuộc hôn nhân của bọn con. Vậy nên cha hãy cứ ấn định sẵn ngày đó đi; và vào hôm ấy thì bất kể sống chết thế nào, con cũng sẽ hiến dâng trọn cuộc đời mình để mang lại hạnh phúc cho em."

"Victor thân mến, đừng nói như vậy. Nhiều tai ương bi thảm đã giáng xuống đầu chúng ta, nhưng hãy cùng xích lại gần hơn những gì còn sót lại và chuyển tình yêu vốn dành cho những người đã mất của chúng ta sang cho những người hãy còn sống. Lượng người thân yêu của chúng ta ít ỏi, nhưng sẽ gắn bó rất khăng khít với nhau nhờ quan hệ tình cảm cũng như nỗi bất hạnh ta cùng san sẻ. Và khi thời gian đã làm dịu nỗi tuyệt vọng của con rồi, những đối tượng cần chăm sóc mới và yêu thương sẽ được sinh ra để thay thế những người đã bị tước đoạt khỏi cuộc đời chúng ta một cách tàn nhẫn."

Đó là những bài học cha tôi ban tặng. Nhưng đối với tôi, hồi ức về lời đe doạ lại trỗi dậy; với cả, vì tên ác quỷ tính đến nay luôn thể hiện mình là kẻ toàn năng khi thực hiện những hành động đầy máu me của mình, anh cũng chẳng có cớ gì để ngạc nhiên trước việc tôi gần như coi hắn là kẻ bất khả chiến bại, và khi hắn tuyên bố "Ta sẽ ở bên ngươi trong đêm tân hôn của ngươi", tôi nên coi cái số kiếp bị hăm doạ ấy là điều không thể tránh khỏi. Nhưng cái chết chẳng có gì tệ hại đối với tôi nếu đem ra so sánh với việc để mất Elizabeth, và bởi vậy, với một vẻ mặt mãn nguyện thậm chí còn vui vẻ, tôi đồng ý với cha rằng nếu em họ của tôi đồng ý, buổi lễ sẽ được tổ chức sau mười ngày nữa, và trong mường tượng của tôi, số phận của tôi thế là đã an bài.

Ôi lạy Chúa! Nếu mà ngờ được chút gì về ý định xấu xa của kẻ thù hung ác của mình, dù chỉ trong thoáng chốc, tôi sẽ thà tự vĩnh viễn trục xuất bản thân khỏi mảnh đất quê hương và lang bạt tứ phương như một kẻ bị ruồng bỏ cô độc hơn là đồng ý tổ chức hôn lễ khốn khổ này. Nhưng, như thể nắm giữ quyền năng ma thuật, con quái vật đã làm tôi đui mù, không nhìn ra được các ý định thực sự của hắn; và trong lúc đang đinh ninh rằng mình chỉ đang dọn đường cho cái chết của chính bản thân, tôi kì thực đã khiến cái chết nhanh chóng tìm đến với một nạn nhân thân yêu hơn nhiều.

Khi quãng thời gian đã được ấn định cho hôn lễ của chúng tôi đến gần, tôi cảm thấy trái tim mình như trĩu nặng, không rõ là do hèn nhát hay linh cảm gây ra. Nhưng tôi che giấu cảm xúc của mình bằng một vẻ vui tươi, khiến cho khuôn mặt của cha tôi ánh lên vẻ tươi cười và hân hoan, nhưng gần như chẳng tài nào đánh lừa nổi con mắt vốn luôn thận trọng và sắc sảo hơn của Elizabeth. Nàng trông ngóng hôn lễ của chúng tôi với vẻ toại nguyện tĩnh lặng; có điều, vì đã bị những bất hạnh trong quá khứ tác động, nàng vẫn pha lẫn chút e sợ rằng niềm hạnh phúc hiện đang tưởng chừng có vẻ đầy chắc chắn và rõ ràng có thể sẽ sớm tan biến vào trong một giấc mộng bay bổng và không để lại dấu vết nào ngoại trừ tiếc nuối sâu đậm và kéo dài vô tận.

Công tác chuẩn bị cho sự kiện này đã được triển khai, các vị khách ghé thăm chúc mừng đã được tiếp đón, và tất cả đều mang vẻ tươi cười. Tôi dồn toàn bộ sức lực nhồi chặt trong tim nỗi lo lắng cứ giày vò mình và tỏ vẻ sốt sắng tham gia thực hiện các kế hoạch của cha, mặc dù chúng chỉ có thể đóng vai trò vật trang trí cho tấn bi kịch của tôi. Nhờ những nỗ lực của cha tôi, một phần tài sản thừa kế của Elizabeth đã được chính phủ Áo trao trả lại cho nàng. Một miếng đất nhỏ bên bờ hồ Como thuộc quyền sở hữu của nàng. Chúng tôi đã nhất trí rằng ngay sau lễ cưới, cả hai sẽ tới Villa Lavenza và dành những ngày hạnh phúc đầu tiên bên cạnh hồ nước xinh đẹp gần đó.

Trong khi ấy, tôi triển khai mọi biện pháp nhằm bảo vệ bản thân để phòng trường hợp tên ác quỷ công khai tấn công mình. Tôi mang theo súng lục và lúc nào cũng có một con dao găm bên mình, luôn luôn cảnh giác để phòng những mưu mô gian xảo, và nhờ những biện pháp này mà tôi cảm thấy thanh bình hơn hẳn. Trên thực tế, khi quãng thời gian ấy đến gần, lời đe doạ có vẻ giống với một ảo tưởng nhiều hơn, không đáng để tôi phải cảm thấy bất an, còn niềm hạnh phúc tôi hi vọng sẽ được đón nhận từ cuộc hôn nhân của mình thì càng lúc lại càng có vẻ chắc chắn hơn khi ngày ấn định tổ chức hôn lễ đến gần, và tôi liên tục nghe thiên hạ nhắc đến nó như một sự kiện sẽ không biến cố nào có thể ngăn cản được.

Elizabeth trông có vẻ hạnh phúc; thái độ an bình của tôi giúp xoa dịu tâm trí nàng phần nhiều. Nhưng vào cái ngày mong muốn cũng như số mệnh của tôi sẽ trở thành hiện thực, nàng lại trở nên u sầu, và một linh cảm bất lành xâm chiếm lấy nàng; cũng có thể nàng nghĩ về bí mật khủng khiếp mà tôi đã hứa sẽ tiết lộ cho nàng vào ngày hôm sau. Trong khi ấy, cha tôi thì lại vui mừng khôn xiết, và, giữa lúc tất bật chuẩn bị, ông chỉ cho rằng vẻ u sầu của nàng là sự rụt rè của mọi cô dâu.

Sau buổi lễ, một bữa tiệc lớn được tổ chức tại nhà cha tôi, nhưng tất cả nhất trí rằng Elizabeth và tôi nên thực hiện chuyến hành trình của mình bằng đường thuỷ, nghỉ đêm tại Evian và tiếp tục hành trình vào ngày hôm sau. Ngày hôm ấy đẹp trời, gió thổi thuận chiều; vạn vật đều mỉm cười trong chuyến trăng mật của chúng tôi.

Đó là những khoảnh khắc cuối cùng trong đời mà tôi còn được tận hưởng cảm giác hạnh phúc. Chúng tôi đi rất nhanh; mặt trời nóng nực, nhưng lớp mái che chắn chúng tôi khỏi những tia nắng trong khi chúng tôi tận hưởng vẻ đẹp của cảnh quan, đôi khi ở một bên bờ hồ, nơi chúng tôi trông thấy núi Salêve, các vùng bờ dễ chịu của hồ Montalègre, và ở phía đằng xa, vươn mình lên trên tất cả, là Mont Blanc xinh đẹp, cùng với cụm núi tuyết nỗ lực ganh đua với nó một cách vô ích; đôi khi, trong lúc đi men theo phía bên bờ đối diện, chúng tôi nhìn thấy dãy Jura hùng vĩ quay mạn sườn tối về phía những ai nuôi tham vọng rời khỏi quê hương của mình, và một rào cản gần như không thể vượt qua nổi đối với những kẻ xâm lược muốn nô lệ hoá nó.

Tôi nắm lấy bàn tay Elizabeth. "Em đang phiền muộn, hỡi tình yêu của anh. Chao ôi! Nếu em mà biết anh từng phải chịu đựng những gì và sẽ còn phải gánh chịu gì nữa, em sẽ nỗ lực để anh được tận hưởng sự yên tĩnh và thoát li khỏi nỗi tuyệt vọng mà ít nhất cái ngày hôm nay cũng cho phép anh thưởng thức."

"Hãy hạnh phúc lên đi, Victor thân mến ơi," Elizabeth đáp; "em hi vọng rằng chẳng có gì làm anh phải thấy buồn nản; và hãy cứ yên tâm rằng ngay cả nếu trên mặt em không hiện lên một niềm vui sôi nổi, tim em vẫn đang mãn nguyện. Một điều gì đó thì thầm mách bảo em rằng đừng quá tin tưởng vào viễn cảnh mở ra trước mắt đôi ta, nhưng em sẽ không buồn lắng nghe một giọng nói nham hiểm như vậy. Hãy nhìn mà xem chúng ta đang di chuyển nhanh như thế nào và cách những đám mây, đôi khi che khuất và đôi khi vượt trên đỉnh của ngọn Mont Blanc, khiến cho khung cảnh đẹp đẽ này càng thêm phần thú vị hơn. Hãy nhìn cả vào vô số những con cá đang bơi lội dưới làn nước trong vắt kia đi, nơi chúng ta có thể trông thấy rõ rệt từng viên sỏi nằm dưới đáy. Thật là một ngày tuyệt diệu! Toàn bộ thiên nhiên trông thật hạnh phúc và thanh bình biết bao!"

Cứ thế, Elizabeth cố gắng hướng dòng suy nghĩ của bản thân cũng như của tôi khỏi mọi đề tài u sầu. Song tâm tính của nàng cứ dao động; niềm vui ánh lên trong mắt nàng trong vài tích tắc, nhưng nó liên tục nhường chỗ cho vẻ xao lãng và mơ màng.

Mặt trời hạ xuống thấp trên nền trời; chúng tôi băng qua sông Drance và quan sát nó luồn lách qua các khe vực của những ngọn đồi cao và thung lũng hẹp của những quả đồi thấp. Dãy Alps ở đây men ra sát hồ hơn, và chúng tôi đến gần những dãy núi vòng cung cấu thành ranh giới phía Đông của nó. Tháp chuông của thị trấn Evian loé sáng dưới những khu rừng bao quanh nó và rặng núi trùng trùng nhô ra ở trên nó.

Lúc hoàng hôn buông, cơn gió tính đến nay đã đưa đẩy chúng tôi đi với tốc độ nhanh chóng đáng kinh ngạc dịu thành một cơn gió nhẹ; làn gió êm ái chỉ làm mặt nước gợn sóng lăn tăn và khiến cây cối xao động một cách đầy dễ chịu khi chúng tôi tiến đến gần bờ, đồng thời toả ra hương hoa và cỏ khô mê mẩn vô cùng. Mặt trời hạ xuống dưới đường chân trời khi chúng tôi cập bến, và khi chạm vào bờ, tôi cảm thấy những lo âu và hãi sợ kia lại trỗi lên, chẳng bao lâu nữa sẽ siết chặt và vĩnh viễn bám lấy tôi.

CHƯƠNG VI

CHÚNG TÔI LÊN BỜ VÀO LÚC TÁM GIỜ; CHÚNG TÔI ĐI BỘ TRÊN BỜ MỘT LÁT, TẬN HƯỞNG NỐT CHÚT ÁNH SÁNG CHẲNG MẤY NỮA SẼ TÀN, RỒI LUI VỀ NHÀ TRỌ VÀ CHIÊM NGƯỠNG KHUNG CẢNH SÔNG HỒ VÀ RỪNG NÚI MĨ LỆ, BỊ CHE KHUẤT TRONG BÓNG TỐI, ẤY NHƯNG VẪN PHÔ RA NHỮNG ĐƯỜNG VIỀN ĐEN CỦA MÌNH.

Cơn gió ban nãy đã lắng xuống ở phía Nam giờ lại nổi lên mạnh mẽ phía mạn Tây. Mặt trăng đã lên đến thiên đỉnh và đang bắt đầu hạ xuống; những đám mây lướt ngang qua với tốc độ nhanh hơn cả kền kền và khiến ánh trăng mờ nhạt đi, trong khi mặt hồ phản chiếu khung cảnh vòm trời sôi động, được những làn sóng xáo động bấy giờ vừa bắt đầu nổi lên khiến cho càng thêm phần tất bật. Bỗng một cơn mưa bão lớn trút xuống.

Lúc ban ngày thì tôi vẫn bình tĩnh, nhưng ngay khi đêm che khuất hình hài sự vật, cả ngàn nỗi hãi sợ xuất hiện trong tâm trí tôi. Tôi cứ bồn chồn và cảnh giác, trong khi tay phải thì nắm khư khư lấy một khẩu súng lục được giấu trong ngực; mọi âm thanh đều làm tôi khiếp sợ, nhưng tôi quyết tâm sẽ không bán rẻ cuộc đời mình và sẽ chẳng chùn bước trước cuộc chạm trán ấy cho đến khi sinh mạng của bản thân tôi hay của kẻ thù tôi đã bị triệt tiêu.

Elizabeth quan sát sự kích động của tôi một hồi trong im lặng, đầy rụt rè và sợ hãi, nhưng ánh mắt tôi mang nét gì đó khiến nàng cảm thấy kinh hãi, và nàng run rẩy hỏi: "Thứ gì khiến anh kích động thế, Victor ơi? Anh sợ gì vậy?"

"Hỡi ôi! Cứ bình tĩnh, cứ bình tĩnh, tình yêu của anh à," tôi đáp; "chỉ cần qua đêm nay thôi, và tất cả sẽ được an toàn; nhưng đêm này thì lại thật khủng khiếp, rất khủng khiếp."

Sau một giờ trong tâm trạng như thế, tôi tự nhiên nghĩ rằng trận chiến mà tôi dự đoán xảy ra chỉ trong giây lát nữa thôi sẽ đáng sợ đến nhường nào đối với vợ mình, và tôi tha thiết nài nỉ nàng hãy lui về nghỉ, quyết tâm sẽ không vào nghỉ cùng nàng cho đến khi đã nắm bắt được thông tin nào đó về tình hình kẻ thù của mình.

Nàng bỏ tôi đấy, và tôi tiếp tục đảo qua đảo lại các lối đi trong nhà thêm một hồi nữa kiểm tra mọi ngóc ngách có thể cung cấp cho kẻ thù của mình một chốn ẩn náu. Nhưng tôi không phát hiện ra dấu vết nào của hắn và đang lúc bắt đầu phỏng đoán rằng một sự kiện may mắn nào đó đã xảy ra và ngăn cản hắn thực hiện những lời đe doạ của mình thì đột nhiên tôi nghe thấy một tiếng thét chói tai và khủng khiếp. Nó vọng đến từ căn phòng mà Elizabeth đã lui vào để nghỉ. Khi tôi nghe thấy nó, toàn bộ sự thật ập vào trong tâm trí tôi, cánh tay tôi buông thống xuống, chuyển động của mọi bắp thịt và thớ cơ đều ngừng bặt; tôi có thể cảm thấy máu chảy trong huyết quản của mình và tứ chi ngứa ran. Trạng thái này chỉ kéo dài trong tích tắc; tiếng hét lại vang lên, và tôi xộc vào trong căn phòng.

Ôi lạy Chúa! Tại sao tôi không chết luôn lúc đó cơ chứ! Tại sao tôi ở đây để thuật lại cái chết của niềm hi vọng tốt đẹp nhất, tạo vật thuần khiết nhất trần đời? Nàng nằm đó, bất động và vô hồn, bị quẳng cho vắt ngang giường, đầu gục xuống, những đường nét nhợt nhạt và méo xẹo của nàng bị mái tóc che khuất một phần. Bất kể có quay đi đâu, tôi cũng trông thấy cùng một bóng hình - những cánh tay tái nhợt và tấm thân mềm oặt của nàng bị kẻ sát nhân quẳng lên cỗ quan tài tân hôn của mình. Liệu tôi có thể trông thấy điều đó mà vẫn còn sống không? Hỡi ôi! Sự sống vốn cố chấp và càng bị căm ghét bao nhiêu thì nó lại càng bám víu lấy sát hơn. Trong một thoáng ngắn ngủi, tôi không còn nhớ được gì nữa; tôi ngã lăn xuống đất, mê man bất tỉnh.

Khi bình phục, tôi thấy bao quanh mình là những người tại nhà trọ; sắc mặt của họ bộc lộ nỗi kinh hoàng ngạt thở, nhưng vẻ hãi hùng của những người khác lại chẳng khác nào một sự nhạo báng, chẳng thấm vào đâu so với những cảm xúc đang đè nén tôi. Tôi rời khỏi chỗ bọn họ để đến căn phòng nơi thi thể của Elizabeth đang nằm, tình yêu của tôi, vợ tôi, cách đây chưa lâu hãy còn sống, thân yêu vô cùng, cao quý vô cùng. Nàng đã được dịch khỏi tư thế ban đầu mà tôi nhìn thấy lúc trước; bây giờ, trông cảnh nàng nằm tựa đầu lên cánh tay và được một chiếc khăn tay vắt ngang mặt và cổ, tôi có khi còn ngỡ tưởng nàng đang nằm ngủ. Tôi lao về phía nàng và điên cuồng ôm chầm lấy nàng, nhưng sự oặt ẹo đầy chết chóc và lạnh ngắt của tứ chi nơi nàng nói với tôi rằng thứ tôi đang ôm trong tay đã không còn là Elizabeth mà mình từng yêu thương và trân trọng nữa. Vết nắm tay tàn sát của tên ác quỷ hẳn in trên cổ nàng, và hơi thở đã không còn phà ra từ đôi môi nàng.

Giữa lúc vẫn đang ôm nàng trong nỗi đau đớn tuyệt vọng, tôi tình cờ ngước lên nhìn. Lúc trước, các cửa sổ của căn phòng đã bị che tối om, và tôi cảm thấy phần nào hoảng loạn khi trông thấy ánh trăng vàng nhạt soi tỏ căn phòng. Cửa chớp đã bị mở tung ra, và với một cảm giác kinh hoàng không thể diễn tả được, tôi thấy ở bên ô cửa sổ mở là một hình hài gớm ghiếc và đáng ghê tởm tột cùng. Một nụ cười nhoẻn ra trên khuôn mặt của con quái vật; trông hắn cứ như đang chế nhạo, bởi vì hắn chĩa ngón tay hung ác của mình về phía xác vợ tôi. Tôi lao về phía cửa sổ, rút khẩu súng lục ra từ ngực mình, và khai hoả; nhưng hắn né tôi, nhảy xuống khỏi vị trí của mình, và chạy vụt đi nhanh như chớp, lao xuống hồ.

Tiếng nổ của khẩu súng lục đã kéo một đám đông vào trong căn phòng. Tôi chỉ vào nơi hắn đã biến mất, và chúng tôi lấy thuyền lần theo dấu hắn; lưới được giăng ra, nhưng chẳng thu lượm được gì. Sau mấy tiếng, chúng tôi thất vọng quay trở về, với hầu hết những người đi cùng tôi tin rằng đó chỉ là một hình hài do trí óc của tôi mường tượng ra mà thôi. Sau khi lên bờ, họ bắt tay vào lùng sục khắp toàn vùng, chia thành nhiều nhóm đi theo các hướng khác nhau giữa rừng và các vườn nho.

Tôi cố gắng đi cùng họ và đã cách ngôi nhà một quãng ngắn, nhưng đầu tôi cứ quay cuồng, bước chân của tôi cứ như một gã say rượu, và cuối cùng tôi đã rơi vào trạng thái kiệt quệ toàn bộ sức lực; một lớp màng che mờ mắt tôi, và da tôi khô rang vì cơn sốt. Tôi được đưa trở lại trong tình trạng như vậy và cho nằm trên giường, hầu như không nhận thức được chuyện gì đã xảy ra; mắt tôi đảo khắp phòng như thể muốn tìm kiếm thứ gì đó mà mình đã đánh mất.

Một thời gian sau tôi tỉnh dậy, và như thể theo bản năng, tôi bò vào căn phòng nơi xác chết người yêu tôi nằm. Quanh đó có mấy người phụ nữ đang khóc lóc; tôi đứng bên và hoà chung những giọt nước mắt buồn bã của mình với họ; trong suốt quãng thời gian ấy, không ý tưởng cụ thể nào xuất hiện trong đầu tôi cả, mà các suy nghĩ của tôi cứ lan man chạy khắp nhiều chủ đề khác nhau, bối rối suy ngẫm về những bất hạnh của tôi và nguyên nhân của chúng. Tôi cảm thấy hoang mang, chìm trong một đám mây sửng sốt và kinh hoàng mịt mù. Cái chết của William, vụ xử tử Justine, vụ sát hại Clerval, và cuối cùng là vợ tôi; ngay cả lúc đó, tôi cũng chẳng biết rằng liệu những người thân yêu duy nhất còn sót lại của mình có đang được an toàn trước các ngón đòn thâm hiểm của tên ác quỷ hay không; thậm chí cha tôi có thể hiện đang quần quại dưới bàn tay của hắn, và Ernest có thể đã nằm chết ngắc dưới chân hắn. Ý nghĩ này khiến tôi rùng mình và thúc tôi phải hành động. Tôi vùng dậy và quyết tâm trở về Genève nhanh nhất có thể.

Không có ngựa để thuê, và tôi phải về bằng cách băng qua hồ; nhưng gió bấy giờ đang thổi ngược hướng, và trời thì mưa như trút nước. Tuy nhiên, trời mới chỉ hửng sáng, và hi vọng tôi sẽ về được đến nhà vào ban đêm thì cũng chẳng xa vời lắm. Tôi thuê người chèo thuyền và bản thân cũng nhấc mái chèo lên, bởi vì vận động tay chân vốn luôn giúp tôi cảm thấy đỡ bị dằn vặt tâm trí hơn. Nhưng nỗi khốn khổ ngập tràn mà tôi hiện đang cảm thấy cũng như cơn kích động quá độ mà tôi phải chịu đựng đã khiến tôi không thể dùng được chút sức nào. Tôi quẳng mái chèo xuống, và dựa đầu lên tay, buông lỏng cho mọi ý tưởng u ám trỗi dậy. Nếu nhìn lên, tôi sẽ thấy những khung cảnh mình đã quen mặt trong quãng thời gian hãy còn hạnh phúc, mới được thưởng ngoạn ngay ngày hôm trước thôi bên người phụ nữ nay chỉ còn là một cái bóng và hồi ức. Nước mắt tôi tuôn rơi. Trận mưa đã tạm ngớt, và tôi thấy những con cá chơi đùa trong làn nước hệt như cách chúng đã làm vài giờ trước đó; khi ấy chúng đã được Elizabeth quan sát. Đối với tâm trí con người, không gì có thể đau đớn hơn một sự thay đổi lớn lao và đột ngột. Dù mặt trời có soi rọi hay những đám mây có sà xuống thì tôi cũng chẳng thấy có thứ gì còn như ngày hôm trước nữa. Một kẻ ác ôn đã cướp đi mọi hi vọng về hạnh phúc trong tương lai của tôi; không một sinh linh nào từng đau khổ đến như tôi; sự kiện ấy kinh khủng đến nỗi trở thành vô tiền khoáng hậu trong lịch sử của con người.

Nhưng tại sao tôi lại phải bàn kĩ về những gì xảy ra sau sự kiện ngoài sức chịu đựng cuối cùng ấy? Câu chuyện của tôi vốn đã đầy rẫy những nỗi kinh hoàng; tôi đã thuật đến phần cao trào của nó, và những điều tôi bây giờ phải kể ra chắc chắn sẽ rất tẻ nhạt với anh. Hãy cứ biết rằng những người thân yêu của tôi đã lần lượt bị tước đoạt đi; tôi chỉ còn lại một mình. Sức lực của tôi đã cạn kiệt, và tôi phải thuật vắn tắt phần còn lại trong câu chuyện kinh khủng của tôi.

Tôi đến Genève. Cha tôi và Ernest vẫn còn sống, nhưng cha quỵ ngã dưới những tin tức mà tôi mang đến. Ngay bây giờ đây, tôi cũng có thể trông thấy ông cụ tuyệt vời và đáng kính đó! Mắt ông vô hồn nhìn lan man, bởi vì chúng đã mất đi nét tử tế và niềm vui của mình - Elizabeth của ông, người còn hơn cả một cô con gái với ông, người được ông cưng chiều với mọi tình cảm yêu thương mà một người đàn ông có thể sở hữu trong giai đoạn tuổi đã xế chiều, khi chẳng còn mấy họ hàng thân thích nữa, thế nên càng bám víu một cách tha thiết hơn vào với những người còn sót lại. Thật đáng nguyền rủa, đáng nguyền rủa xiết bao tên ác quỷ đã mang nỗi khốn khổ đến giáng xuống mái đầu bạc của ông và khiến ông phải chịu kiếp hao mòn dần trong cùng khổ! Ông không thể sống nổi dưới những nỗi kinh hoàng cứ tích tụ lại xung quanh mình; nguồn sống đột nhiên tắt ngấm; ông không thể ra khỏi giường được, và chỉ vài ngày sau, ông qua đời trong vòng tay tôi.

Sau đó thì điều gì đã xảy đến với tôi? Tôi không biết nữa; tôi mất sạch mọi cảm giác, và xiềng xích và bóng tối là những thứ duy nhất đè nén lên tôi. Đôi khi, tôi thậm chí còn mơ thấy mình lang thang trong những đồng cỏ đầy hoa và thung lũng êm đềm cùng với những người thương yêu thời trẻ của mình, nhưng rồi tôi thức dậy và thấy mình đang trong ngục tối. Theo sau đó là nỗi sầu muộn, nhưng dần dần tôi ý thức được rõ ràng về những khốn khổ và hoàn cảnh của mình, nhờ đó mà đã được thả ra khỏi nhà tù. Theo như tôi hiểu thì người ta tưởng tôi bị điên, và trong suốt nhiều tháng, phòng giam cô độc đã là nơi ở của tôi.

Tuy nhiên, nếu lúc lấy lại được lí trí mà không đồng thời cảm thấy muốn trả thù thì tự do đã chẳng khác nào một món quà vô dụng đối với tôi. Khi kí ức về những bất hạnh trong quá khứ đè nặng lên mình, tôi bắt đầu suy ngẫm về nguyên nhân của chúng - con quái vật mà tôi đã tạo ra, con ác quỷ khốn khổ mà tôi đã để sống ra ngoài thế giới để huỷ hoại tôi. Tôi bị cơn thịnh nộ điên cuồng xâm chiếm khi nghĩ về hắn, và vừa khao khát, vừa khẩn thiết cầu nguyện hắn có thể lọt vào trong tầm tay mình để giáng một đòn trả thù mạnh mẽ và phi thường xuống cái đầu đáng nguyền rủa của hắn.

Lòng căm hận của tôi không bó buộc bản thân trong giới hạn những ao ước vô dụng lâu; tôi bắt đầu suy nghĩ xem phương thức nào sẽ là tốt nhất để bắt hắn; và để phục vụ mục đích này, khoảng một tháng sau khi được thả ra, tôi tìm đến chỗ một vị quan toà hình sự trong thị trấn và nói với ông ấy rằng mình muốn đưa ra một lời cáo buộc, rằng tôi biết danh tính kẻ đã tàn phá gia đình mình, và tôi yêu cầu ông ấy phải sử dụng toàn bộ quyền lực của mình để bắt giữ kẻ giết người.

Vị quan toà thật tử tế và chăm chú lắng nghe tôi. "Hãy yên tâm, thưa cậu," ông ấy nói, "tôi sẽ không quản ngại bất kì gian khổ hay mệt mỏi nào để phát hiện bằng ra quân ác ôn."

"Cảm ơn ông," tôi đáp; "vậy thì xin hãy lắng nghe lời cung khai tôi sẽ đưa ra. Đây thực sự là một câu chuyện kì lạ đến nỗi tôi e là ông sẽ không tin nếu không phải vì sự thật luôn mang một nét gì đó buộc người ta phải tin, bất kể nó có phi thường đến nhường nào. Câu chuyện quá mạch lạc để có thể bị nhầm lẫn là một giấc mơ, và tôi không

có động cơ nào để bày đặt chuyện giả dối cả." Phong thái
của tôi trong lúc nói chuyện với ông ấy vừa đầy ấn tượng
mà vẫn vừa điềm đạm; trong tim, tôi đã hạ sẵn quyết tâm
theo đuổi kẻ huỷ hoại mình đến tận khi chết, và quyết tâm
này đã làm dịu nỗi đau đớn của tôi, tạm thời giúp tôi cảm
thấy chịu đựng được cuộc đời. Thế là tôi thuật lại đầu đuôi
câu chuyện của mình một cách ngắn gọn nhưng đầy kiên
quyết và chính xác, nêu ra ngày tháng một cách rất chuẩn
xác và không bao giờ lan man buông ra những lời thoá mạ
hay ca than.

Mới đầu vị quan toà trông có vẻ hoài nghi tột độ,
nhưng tôi càng nói thì ông ấy càng trở nên chăm chú và
quan tâm hơn; tôi thấy đôi khi ông ấy rùng mình vì hãi
hùng; có lúc thì một vẻ sửng sốt đầy sinh động, không pha
lẫn chút nghi ngờ nào, lại hẳn in trên mặt của ông ấy.

Sau khi đã chốt lại câu chuyện của mình, tôi bảo: "Đấy
chính là tạo vật mà tôi buộc tội, đồng thời là kẻ tôi đề nghị
ông hãy tung toàn bộ quyền lực của mình ra để bắt giữ
và trừng phạt. Đó là nhiệm vụ của ông trên cương vị một
quan toà, tôi tin và hi vọng rằng các xúc cảm con người
của ông sẽ không khiến ông thấy ghê tởm quá mà không
thực hiện trọng trách của mình trong trường hợp này."

Bài nói ấy đã khiến diện mạo vị thính giả của tôi thay
đổi hẳn. Ông ấy đã lắng nghe câu chuyện của tôi với một
thái độ bán tín bán nghi mà người ta vẫn hay thể hiện
đối với một câu chuyện ma mị và các sự kiện siêu nhiên;
nhưng sau đó khi được yêu cầu chính thức ra tay hành
động, toàn bộ sự hoài nghi của ông ấy quay trở lại. Tuy
nhiên, ông ấy vẫn trả lời nhẹ nhàng: "Tôi sẵn sàng cung cấp

cho cậu mọi sự hỗ trợ trong vụ việc này, nhưng sinh vật cậu nhắc đến xem chừng sở hữu những sức mạnh có thể thách thức mọi nỗ lực của tôi. Ai lại có thể bám theo một con dã thú vượt được biển băng cũng như cư ngụ trong những cái động và hang ổ nơi không con người nào dám mạo hiểm xâm nhập? Hơn nữa, đã mấy tháng trôi qua kể từ khi tội ác của hắn diễn ra, và không ai có thể phỏng đoán nổi hắn đã lang thang đến chốn nào hay hiện đang sống ở vùng nào."

"Tôi tin chắc rằng hắn lảng vảng gần nơi tôi sống, và nếu quả thực đã chui lên dãy Alps trú ẩn, hắn có thể bị săn đuổi như sơn dương và bị tiêu diệt như một con mồi. Nhưng tôi có thể nhìn thấu những suy nghĩ của ông; ông không tin câu chuyện của tôi và không có ý định truy đuổi kẻ thù của tôi để ban cho hắn hình phạt thích đáng."

Trong lúc tôi nói, cơn thịnh nộ ánh lên trong mắt tôi; vị quan toà sợ hãi. "Cậu nhầm rồi," ông ấy bảo. "Tôi sẽ cố gắng hết sức, và nếu tôi mà có khả năng bắt giữ con quái vật ấy, hãy cứ yên tâm rằng hắn sẽ phải gánh chịu hình phạt tương xứng với tội ác của mình. Nhưng căn cứ trên những gì chính bản thân cậu đã miêu tả về các khả năng của hắn, tôi e rằng đây sẽ một chuyện không thực tế; và bởi vậy, trong khi mọi biện pháp phù hợp đang được triển khai, cậu cũng nên chuẩn bị tinh thần đối diện với thất vọng đi."

"Không thể như vậy được; nhưng tất cả những gì tôi có thể nói sẽ chẳng ích gì hết. Sự trả thù của tôi không phải là việc quan trọng đối với ông; ấy nhưng, mặc dù tôi công nhận rằng đó là một điều xấu xa, tôi xin thú nhận đó là xúc cảm cháy bỏng nhất và đồng thời cũng là duy nhất của tâm hồn tôi. Cơn thịnh nộ của tôi luôn dâng lên đến mức không bút nào tả xiết mỗi khi tôi ngẫm nghĩ về việc kẻ sát nhân, thứ tạo vật tôi đã thả sổng ra ngoài xã hội, vẫn đang tồn tại. Ông từ chối yêu cầu chính đáng của tôi; tôi chỉ có duy nhất một nguồn lực thôi, và tôi sẽ dành trọn cả cuộc đời mình, bất kể sống chết ra sao, để tiêu diệt hắn."

Tôi run rẩy vì kích động tột cùng khi nói ra điều này; phong thái của tôi mang một nét cuồng điên, và tôi tin chắc rằng còn cả một phần vẻ hung tợn hiên ngang mà theo lời đồn đại thì những người tử vì đạo thời xưa vẫn hay thể hiện. Nhưng đối với một quan toà Genève, người hay mải bận nghĩ về những tư tưởng không chút liên quan đến lòng tận tụy và đức tính anh dũng, trạng thái kích động tâm trí này trông rất giống với một cơn điên. Ông ấy cố gắng xoa dịu tôi như một y tá xoa dịu trẻ con và coi câu chuyện của tôi như hệ quả của chứng mê sảng.

"Ôi," tôi thốt lên, "lòng tự phụ về trí tuệ đã làm ông trở nên thật mê muội! Hãy dừng lại đi; ông không biết mình đang nói gì đâu."

Tôi rời khỏi ngôi nhà với tâm trạng tức giận và khó chịu, lui về để suy nghĩ tìm một phương án hành động khác.

CHƯƠNG VII

BẤY GIỜ, TÔI RƠI VÀO TÌNH CẢNH MẤT SẠCH MỌI SUY NGHĨ TỰ NGUYỆN, BỞI CHÚNG ĐỀU ĐÃ BỊ NUỐT CHỬNG HẾT. Tôi bị cơn giận dữ cuốn trôi đi; chỉ mình ham muốn trả thù là ban cho tôi sức mạnh và sự điềm tĩnh; nó nhào nặn cảm xúc của tôi và cho phép tôi có thể thận trọng tính toán, giữ bình tĩnh tại những thời điểm mà tôi đáng lẽ phải lên cơn mê sảng hoặc lăn ra chết.

Quyết định đầu tiên của tôi là rời khỏi Genève mãi mãi; đất nước của tôi, nơi vốn là chốn mến yêu với tôi hồi tôi còn hạnh phúc và được yêu thương, nay đã trở thành đáng ghét khi tôi gặp nghịch cảnh. Tôi mang theo một khoản tiền, cùng vài món nữ trang từng thuộc về mẹ tôi, và rời đi.

Và bây giờ thì quãng đời lang bạt của tôi bắt đầu, nó sẽ chỉ kết thúc khi sinh mệnh tôi đã tàn. Tôi đã chu du khắp phần lớn cõi nhân gian và kinh qua tất cả những nhọc nhằn mà các lữ khách tại những miền sa mạc và các quốc gia man rợ luôn phải đối mặt. Tôi gần như chẳng tài nào hiểu nổi sao mình lại vẫn sống; đã nhiều lần tôi duỗi dài cặp tay chân suy yếu của mình trên đồng bằng cát và cầu khẩn cái chết hãy đến nhanh. Nhưng ham muốn trả thù đã giữ cho tôi sống; tôi không dám chết và bỏ mặc cho kẻ thù của mình tiếp tục tồn tại.

Khi tôi rời khỏi Genève, công việc đầu tiên của tôi là tìm bằng được manh mối để tôi có thể theo dấu đường đi nước bước kẻ thù hung ác của mình. Nhưng kế hoạch của tôi không được vạch ra rõ ràng, và tôi vơ vẩn loanh quanh trong thị trấn suốt hàng mấy tiếng liền, không biết nên lựa con đường nào để đi. Khi màn đêm dần buông xuống, tôi thấy mình đứng bên lối vào nghĩa trang nơi William, Elizabeth, và cha tôi yên nghỉ. Tôi tiến vào trong đó và đến gần tấm bia mộ đánh dấu nấm mồ của họ. Vạn vật đều tĩnh lặng ngoại trừ những chiếc lá cây, bấy giờ đang được gió khẽ lay động; màn đêm đã gần tối mịt, ngay cả một người thờ ơ cũng sẽ thấy khung cảnh này rất trang nghiêm và xúc động. Linh hồn của những người quá cố như thể lượn lờ xung quanh và hắt bóng lên đầu của người thăm viếng, một cái bóng có thể được cảm nhận nhưng không thể nhìn thấy.

Nỗi đau buồn sâu sắc mà cảnh tượng này mới đầu khơi dậy nhanh chóng nhường chỗ cho cơn thịnh nộ và sự tuyệt vọng. Họ đã chết, còn tôi thì vẫn sống; kẻ giết họ cũng vẫn còn sống, và để tiêu diệt hắn thì tôi phải tiếp tục kéo dài cái sự tồn tại mệt mỏi của mình. Tôi quỳ xuống lớp cỏ và hôn lên mặt đất, và với đôi môi run rẩy kêu lên: "Nhân danh mảnh đất thiêng liêng nơi tôi đang quỳ xuống, nhân danh những bóng hình đang quanh quẩn gần tôi, nhân danh nỗi đau sâu thẳm và vĩnh cửu mà tôi cảm thấy, tôi xin thề; và nhân danh ngài, hỡi Màn Đêm, cùng những linh hồn ngự trị nơi ngài, tôi xin thề sẽ truy đuổi con ác quỷ đã gây ra sự khốn khổ này, cho đến khi hắn hoặc tôi sẽ chết trong một cuộc tử chiến. Vì mục đích ấy, tôi sẽ bảo tồn sinh mệnh của mình; để thực hiện cuộc trả thù mình rất coi trọng này, tôi sẽ một lần nữa nhìn ngắm mặt trời và giẫm lên cây cỏ xanh mướt của nền đất, thứ đáng lẽ đã phải biến mất khỏi mắt tôi mãi mãi. Và tôi kêu gọi các ngài, hỡi những linh hồn của người chết, và cả các ngài nữa, hỡi những công sứ báo thù phiêu bạt, hãy hỗ trợ và dẫn dắt tôi thực hiện công việc của mình. Hãy để con quái vật đáng nguyền rủa và xấu xa kia phải uống thật nhiều đau đớn; hãy để hắn nếm trải sự tuyệt vọng bấy giờ đang hành hạ tôi."

Tôi bắt đầu lời tuyên thệ của mình một cách đầy trang trọng và kính sợ, khiến tôi gần như tin chắc rằng linh hồn những người thân yêu bị sát hại của tôi đã nghe thấy và tán thành sự tận tâm của tôi, nhưng nỗi tức giận xâm chiếm lấy tôi lúc tôi chốt lại, và cơn thịnh nộ đã bóp nghẹt lời nói của tôi.

Qua sự tĩnh lặng của màn đêm, tôi được đáp lời bằng một tiếng cười oang oang và thâm hiểm. Nó vang vọng rất lâu và nặng nề trong tai tôi; những ngọn núi dội lại âm thanh đấy, và tôi cảm thấy như thể toàn bộ địa ngục đang bủa vây tôi với những lời nhạo báng và tiếng cười. Trong khoảnh khắc đó, đáng lẽ tôi đã phải nổi cơn điên và kết liễu sự tồn tại khốn khổ của mình, chỉ có điều lời thề của tôi đã được nghe thấy và tôi phải giữ mạng để báo thù. Khi tiếng cười lắng xuống, một giọng nói đầy quen thuộc và gớm ghiếc, có vẻ ở gần sát tai tôi, nói với tôi bằng một tiếng thì thầm rõ rệt: "Ta hài lòng rồi, hỡi quân bất hạnh khốn khổ! Ngươi đã quyết tâm sống, và ta hài lòng rồi." Tôi lao tới chỗ âm thanh phát ra, nhưng tên ác quỷ thoát khỏi tầm tay tôi. Bất chợt, cái vành to tròn của vầng trăng nhô lên và chiếu rọi toàn bộ thân hình ghê rợn và biến dạng của hắn trong khi hắn chạy trốn với tốc độ nhanh hơn hẳn người thường.

Tôi đuổi theo hắn, và suốt nhiều tháng liền, đây là nhiệm vụ của tôi. Dưới sự lèo lái của một manh mối mong manh, tôi lần theo con sông Rhone quanh co, nhưng chỉ vô ích. Địa Trung Hải xanh mát xuất hiện, và nhờ một sự tình cờ kì lạ, tôi nhìn thấy tên ác quỷ chui lên nấp trong một chiếc tàu tiến về phía Biển Đen vào giữa đêm. Tôi cũng lên cùng con tàu ấy, nhưng hắn vẫn trốn thoát, bằng cách nào thì tôi chịu.

Giữa những miền hoang dã của Tartary và Nga, mặc dù hắn vẫn lẩn trốn tôi, tôi vẫn không ngừng lần theo dấu vết của hắn. Đôi khi có những người nông dân bị con quỷ khủng khiếp ấy làm phát hoảng, và họ cho tôi biết hắn đi theo hướng nào; đôi khi bản thân hắn cũng để lại một số dấu mốc để hướng dẫn tôi, vì e rằng nếu mất sạch dấu tích của hắn thì tôi sẽ tuyệt vọng và chết. Những trận tuyết đổ xuống trên đầu, và tôi thấy dấu chân khổng lồ của hắn hằn in trên cánh đồng trắng. Với một người vừa mới bước vào đời như anh, lo lắng hãy còn là điều xa lạ và đau đớn vẫn chưa biết mùi, làm thế nào mà anh có thể hiểu nổi những gì tôi đã và đang cảm thấy? Lạnh lẽo, thiếu thốn, và mệt mỏi là những nỗi đau nhỏ nhặt nhất mà tôi buộc phải chịu đựng; tôi đã bị một con quỷ nguyền rủa và phải mang theo mình địa ngục vĩnh cửu; ấy nhưng vẫn có vị thần thiện bám theo sau và đưa đường chỉ lối cho tôi, mỗi khi tôi gặp cảnh hết sức khổ đau, vị thần ấy sẽ đột nhiên giải thoát tôi khỏi những khó khăn ngỡ tưởng không thể vượt qua. Đôi khi, theo đúng lẽ tự nhiên, lúc bị cơn đói đánh quy, gục ngã vì kiệt sức, một bữa ăn sẽ được bày ra trước mắt tôi trên sa mạc, giúp phục hồi sức lực và truyền thêm động lực cho tôi. Quả là đồ ăn rất đạm bạc, kiểu như những món đám dân quê vẫn ăn, nhưng tôi tin chắc rằng nó được chính những linh hồn mà tôi từng kêu gọi hãy hỗ trợ mình đặt ở đó. Thường xuyên, những khi đất đai khô cong, trời không có lấy một gợn mây, và tôi khát đến khô cổ, một đám mây nhỏ sẽ che mờ bầu trời, thả rơi vài giọt nước để tôi như được hồi sinh và rồi biến mất.

Tôi bám theo các dòng sông mà đi mỗi khi có thể; nhưng con ác quỷ thường tránh chúng, vì dân tình ở đất nước này chủ yếu tụ tập quanh đấy. Ở những nơi khác thì hiếm khi thấy bóng con người, và tôi thường phải sống nhờ những con thú hoang mình bắt gặp trên đường. Tôi có mang tiền theo mình và đánh bạn được với dân làng bằng cách đem tiền đi phân phát; hoặc tôi sẽ mang mớ đồ ăn mình đã giết được đến, và sau khi giữ lại một phần nhỏ, tôi luôn đem tặng cho những người đã cung cấp cho tôi lửa cũng như dụng cụ để nấu ăn.

Cuộc đời của tôi cứ trôi qua như thế, quả thực tôi rất chán ghét nó, và chỉ trong giấc ngủ tôi mới có thể được nếm niềm vui. Ôi giấc ngủ tốt lành! Trong những giờ phút đau khổ nhất, tôi thường toàn chìm vào giấc ngủ, và những giấc mơ thậm chí còn ru tôi vào trong một trạng thái sung sướng mê li. Những linh hồn bảo vệ tôi đã cung cấp cho tôi những khoảnh khắc hạnh phúc này, hay đúng hơn là những tiếng hạnh phúc, để tôi có thể giữ được sức lực và thực hiện cuộc hành hương của mình. Nếu mà bị tước mất quãng thời gian nghỉ ngơi này, tôi đáng lẽ đã ngã quỵ dưới những gian nan của mình. Niềm hi vọng về màn đêm đã giúp tiếp sức và truyền động lực cho tôi lúc ban ngày, vì trong lúc ngủ tôi được gặp những người thân yêu của tôi, vợ tôi, và đất nước yêu dấu của tôi; một lần nữa tôi lại được thấy vẻ mặt nhân từ của cha, được nghe thấy những tông lanh canh trong giọng nói của Elizabeth, và được nhìn ngắm Clerval tận hưởng sức trẻ. Mỗi khi bị một chuyến đi mệt mỏi vắt kiệt sức, tôi thường xuyên thuyết phục bản thân rằng từ giờ cho đến khi màn đêm buông xuống thì mình chỉ đang mơ mà thôi, và khi đêm đến tôi sẽ được tận hưởng thực tại trong vòng tay những người yêu dấu nhất trần đời của mình. Niềm mến thương tôi dành cho họ mới đau đớn làm sao! Tôi bấu víu lấy dáng hình thân yêu của họ chặt vô cùng, vì đôi khi họ thậm chí còn ám ảnh cả những giờ khắc thức tỉnh của tôi, và tôi thuyết phục bản thân rằng họ vẫn còn sống! Vào những lúc như vậy, sự báo thù vốn bùng cháy trong tim tôi sẽ tắt ngấm, và tôi coi công việc tiêu diệt con ác quỷ của mình giống với một nhiệm vụ do Thượng Đế chỉ định, như một thôi thúc đẩy máy móc của một thế lực mà tôi không hay biết đến, hơn là khát khao mãnh liệt của chính tâm hồn tôi.

Tôi không thể biết nổi những xúc cảm của kẻ mình theo đuổi là gì. Đôi khi, hắn thậm chí còn để lại dấu tích bằng cách viết lên trên vỏ cây hay khắc chữ vào đá để chỉ đường cho tôi và kích động cơn giận dữ của tôi. "Giai đoạn ngự trị của ta vẫn chưa kết thúc đâu" - tôi có thể đọc được những câu chữ ấy trong một bản ghi - "ngươi còn sống, và ta nắm quyền lực tuyệt đối. Hãy theo ta; ta tìm đến với những miền băng giá vĩnh cửu ở phương Bắc, nơi ngươi sẽ được cảm nhận nỗi đau khổ mà cái lạnh giá mang lại, thứ ta vốn chẳng nề hà. Nếu bám theo ta không quá lề mề, ngươi sẽ tìm thấy gần nơi này có một con thỏ chết; hãy ăn nó cho khoẻ người. Cố lên nào, kẻ thù của ta; chúng ta vẫn chưa vật lộn tử chiến với nhau, nhưng ngươi sẽ phải chịu đựng hàng bao giờ phút khó khăn và khổ sở cho đến khi thời điểm đó đến."

Con quỷ ấy móc mỉa tôi! Một lần nữa, tôi thề sẽ báo thù; một lần nữa, tôi nguyền cho quân hung ác khốn nạn kia phải nếm mùi tra tấn và cái chết. Tôi sẽ không bao giờ từ bỏ cuộc tìm kiếm của mình, cho đến khi hắn hay tôi đã thiệt mạng; và sau đó thì tôi sẽ sung sướng về với Elizabeth cùng những người thân yêu đã mất của tôi, những con người ngay cả bây giờ đây cũng đang chuẩn bị sẵn phần thưởng cho những khổ nhọc nhàm chán và cuộc hành hương khủng khiếp của tôi!

Trên đường tôi tiếp tục thực hiện chuyến hành trình về phía Bắc của mình, những trận tuyết rơi dày hơn và cái lạnh tăng lên đến mức gần như khắc nghiệt ngoài sức chịu đựng. Đám nông dân cứ ru rú ở trong những túp lều của mình, và chỉ một vài người mình đồng da sắt nhất là dám mạo hiểm ra ngoài để bắt những con thú vì đói mà buộc phải rời khỏi nơi ẩn náu của mình để tìm kiếm con mồi.

Các con sông bị băng phủ kín, và không thể bắt được con cá nào hết; thế là nguồn thức ăn chính của tôi đã bị cắt cụt.

Tôi càng phải lao lực khổ nhọc thì kẻ thù của tôi càng thêm phần đắc thắng. Một bức thông điệp hắn để lại có nội dung như sau: "Hãy chuẩn bị đi! Các gian khổ của ngươi chỉ mới bắt đầu mà thôi; hãy quấn mình trong lông thú và kiếm đồ ăn, vì chẳng bao lâu nữa chúng ta sẽ bước vào một cuộc hành trình gây cho ngươi bao đau khổ, đủ để làm thoả mãn lòng thù hận vĩnh cửu của ta."

Lòng can đảm và sự kiên trì của tôi được truyền thêm lửa nhờ những lời chế giễu này; tôi quyết tâm sẽ không để nhiệm vụ mình bị thất bại, và sau khi kêu gọi thiên đàng hãy phù hộ mình, tôi tiếp tục vượt qua những hoang mạc mênh mông với một lòng hăng hái không chút suy giảm, cho đến khi đại dương xuất hiện ở một khoảng xa và tạo thành ranh giới cùng cực của đường chân trời. Hỡi ôi! Nó mới khác những vùng biển xanh của miền Nam làm sao! Đại dương phủ kín băng, chỉ có thể phân biệt với đất liền nhờ bản chất hoang vu và trập trùng vượt trội của mình. Người Hy Lạp đã khóc vì sung sướng khi họ nhìn thấy Địa Trung Hải từ những ngọn đồi ở châu Á, và reo vang đón mừng mốc giới hạn cho những gian truân của mình. Tôi không khóc, nhưng tôi quỳ xuống, và với một trái tim căng đầy, cảm ơn linh hồn dẫn đường của mình vì đã đưa tôi đến nơi an toàn mà bất chấp lời chế nhạo của kẻ thù mình, tôi hi vọng sẽ được giáp mặt và đương đầu với hắn.

Vài tuần trước thời điểm ấy, tôi đã mua một chiếc xe trượt tuyết và chó, nhờ thế mà đã băng qua được miền băng tuyết với tốc độ ngoài sức tưởng tượng. Tôi không biết liệu tên ác quỷ có nắm giữ những lợi thế tương tự hay không, nhưng tôi phát hiện ra rằng thay vì ngày nào cũng bị thua thiệt trong cuộc rượt đuổi như hồi trước, tôi bây giờ đã bắt kịp hắn, đến mức mà khi tôi lần đầu tiên nhìn thấy đại dương, hắn chỉ hơn được tôi có một ngày đường, và tôi hi vọng sẽ chặn đầu được hắn trước khi hắn có thể ra đến bãi biển. Do đó, với một lòng can đảm mới, tôi tiếp tục dấn bước, và hai ngày sau đặt chân đến một cái ấp tồi tàn trên bờ biển. Tôi hỏi han người dân tại đấy về tên ác quỷ và nhận được thông tin rất cụ thể. Họ nói rằng một con quái vật khổng lồ đã đến đây vào đêm hôm trước, mang theo một khẩu súng trường và rất nhiều súng lục, khiến cho gia chủ một gian nhà lẻ loi phải bỏ chạy vì khiếp sợ trước diện mạo khủng khiếp của hắn. Hắn đã lấy đi chỗ thực phẩm dự trữ mùa đông của họ, và đặt nó vào trong một chiếc xe trượt tuyết. Để kéo xe, hắn đã bắt nguyên một đàn chó rất đông, đã được huấn luyện đầy đủ, đóng cương cho chúng, và trong cùng đêm hôm ấy, trước sự vui mừng của những người dân làng khiếp đảm, hắn đã lên đường băng qua biển theo một hướng không hề dẫn đến đất liền; và họ phỏng đoán rằng hắn hẳn sẽ nhanh chóng bỏ mạng bởi băng nứt vỡ hay bị đông cứng bởi cái giá băng vĩnh cửu.

Khi được nghe thông tin này, tôi thoáng cảm thấy tuyệt vọng. Hắn đã trốn thoát khỏi tay tôi, và tôi phải thực hiện một cuộc hành trình tàn khốc và gần như bất tận qua các tảng núi băng của đại dương, giữa cái lạnh mà dân địa phương chẳng mấy ai có thể chịu đựng được lâu, còn tôi, một kẻ vốn đến từ một miền khí hậu ôn hoà và đầy nắng, không thể hi vọng sẽ sống sót. Ấy nhưng khi nghĩ đến cảnh tên ác quỷ sẽ được sống và giành chiến thắng, cơn thịnh nộ và ham muốn báo thù của tôi lại ập về, và như một làn sóng thuỷ triều khổng lồ, nhấn chìm mọi cảm giác khác. Sau khi nghỉ ngơi một chút, và cứ bị những linh hồn của người chết lượn lờ xung quanh và thôi thúc tôi phải chuyên chú trả thù, tôi tiến hành chuẩn bị cho cuộc hành trình của mình.

Tôi đổi chiếc xe trượt dùng trên đất liền của mình để lấy một thứ được thiết kế để đi được trên địa hình nhấp nhô của biển băng, và sau khi mua một lượng lớn nhu yếu phẩm, tôi rời khỏi đất liền.

Tôi không thể đoán nổi kể từ đó đến nay đã bao nhiêu ngày trôi qua, nhưng tôi đã phải kinh qua cảnh khổ cực mà chẳng thứ gì khác ngoài cái ham muốn được tung ra một đòn trừng phạt thích đáng cứ hừng hực cháy trong trái tim tôi, mãi không dập tắt, mới có thể giúp tôi chịu đựng nổi nó. Những núi băng mênh mông và lởm chởm thường xuyên cản đường tôi, và tôi rất hay nghe thấy tiếng mặt biển nghiến như sấm rền, đe doạ sẽ tiêu diệt tôi. Nhưng một lần nữa, sương giá lại đến và khiến cho các tuyến đường vượt biển trở nên an toàn.

Căn cứ vào số lượng thức ăn mình đã tiêu thụ, tôi đoán rằng hành trình này của mình đã kéo dài tầm ba tuần; và cảnh hi vọng cứ liên tục phải bị đùn đẩy lại, hết lần này đến lần khác, thường xuyên khiến cho những giọt lệ cay đắng và đau buồn chảy ra từ mắt tôi. Nỗi tuyệt vọng thực sự đã gần như tóm hẳn được con mồi của nó, và tôi chẳng bao lâu nữa sẽ sụp xuống bên dưới nỗi khốn khổ này. Một lần, sau khi lũ thú đáng thương đã hùng hục dốc sức chở tôi lên đỉnh một ngọn núi băng dốc, với một con đã ngã quỵ vì kiệt sức, lăn ra chết, và tôi đang nhìn ngắm miền đất mênh mông trước mắt mình một cách đầy thống khổ, thì đột nhiên mắt tôi bắt gặp một đốm đen trên vùng bình nguyên nhập nhoạng. Tôi căng mắt ra để xem nó có thể là gì và thốt ra một tiếng kêu ngây ngất rồ dại khi tôi nhìn ra một chiếc xe trượt tuyết và bên trong là tấm thân lệch lạc của một dạng hình rất quen thuộc. Hỡi ôi! Hi vọng ùa trở lại trong tim tôi một cách cháy bỏng tột cùng! Những giọt lệ ấm áp đong đầy trong mắt tôi, và tôi vội vã lau đi để chúng không thể cản trở khả năng theo dõi con ác quỷ của tôi; nhưng tầm nhìn của tôi vẫn bị che mờ đi bởi những giọt nước mắt nóng hôi hổi, cho đến khi tôi đầu hàng những cảm xúc đang đè nén mình, và lớn tiếng bật khóc.

Nhưng giờ không phải là lúc để trì hoãn; tôi gỡ con chó đã chết cho những con còn lại không bị vướng víu, cho chúng lượng lớn thức ăn, và sau một tiếng nghỉ ngơi, dù tối cần thiết nhưng tôi vẫn thấy khó chịu vô cùng, tôi tiếp tục lên đường. Chiếc xe trượt tuyết vẫn còn trông thấy được, và tôi cũng chẳng để mất dấu nó thêm một lần nào nữa, ngoại trừ những lúc một tảng đá băng nào đấy thoáng che khuất nó đi với những bức vách ngáng đường của mình. Tôi ngày một bắt kịp nó thấy rõ, và sau một hành trình kéo dài gần hai ngày, tôi nhìn thấy kẻ thù của mình ở cách không quá một dặm, tim tôi nhảy loạn lên trong người.

Nhưng bấy giờ, khi tôi xem chừng đã gần như chỉ còn cách kẻ thù của mình một tầm tay, hi vọng của tôi đột nhiên bị dập tắt, và tôi để mất mọi dấu vết của hắn một cách tột cùng hơn bao giờ hết. Có tiếng biển động; tiếng biển dâng lên như sấm trong khi làn nước cuộn và dềnh lên bên dưới tôi cứ mỗi tích tắc trôi qua lại càng thêm phần đáng sợ và kinh khủng hơn. Tôi cố gắng đi tiếp, nhưng chỉ vô ích. Gió nổi lên; biển gầm rú; và, như thể bị xung chấn mạnh mẽ của một trận động đất tàn phá, nó chẻ đôi và nứt toác ra với một âm thanh inh tai nhức óc và ngoài sức chịu đựng. Hiện tượng ấy nhanh chóng kết thúc; chỉ sau vài phút, một vùng biển dậy sóng cuồn cuộn chắn giữa tôi và kẻ thù của tôi, và tôi bị bỏ mặc cho lênh đênh trên một mảnh băng trôi cứ liên tục thu bé lại, và bày ra sẵn cho tôi một cái chết khủng khiếp.

Hàng bao tiếng kinh hoàng đã trôi qua như thế; vài con chó của tôi đã chết, và bản thân tôi cũng đang sắp sửa quy ngã dưới bao đau khổ chất chồng thì tôi nhìn thấy con tàu của anh đang neo đậu và mang đến cho tôi hi vọng mình sẽ được cứu vớt và toàn mạng. Tôi không hề biết rằng lại có tàu bè đi tít lên tận miền Bắc thế này và đã rất kinh ngạc trước cảnh tượng ấy. Tôi phá huỷ ngay một phần chiếc xe trượt tuyết để chế ra mái chèo, và nhờ chúng mà sau khi dốc sức đến kiệt quệ, tôi đã đưa được chiếc bè băng của mình về hướng con tàu của anh. Tôi hạ quyết tâm rằng nếu anh mà đang trên đường tiến về phía Nam, tôi sẽ tiếp tục phó mặc bản thân cho biển cả tuỳ ý định đoạt hơn là từ bỏ mục đích của mình. Tôi hi vọng sẽ thuyết phục được anh cấp cho một chiếc thuyền để có thể

đuổi theo kẻ thù của mình. Nhưng anh đi về hướng Bắc.
Anh đưa tôi lên tàu khi sức lực của tôi đã cạn kiệt, đồng
thời cũng là khi muôn vàn cơ cực đã sắp sửa đánh quy tôi,
đẩy tôi vào một cái chết mà bản thân vẫn còn đang hãi sợ,
vì nhiệm vụ của tôi chưa được hoàn tất.

Hỡi ôi! Bao giờ thì linh hồn dẫn đường của tôi mới
cho phép tôi được tận hưởng sự an nghỉ mình vô cùng
thèm khát bằng cách đưa tôi đến với con ác quỷ; hay cái
số của tôi là phải chết, còn hắn thì được sống? Nếu quả
đúng vậy, hãy thề với tôi đi, Walton, rằng hắn sẽ không
trốn thoát, rằng anh sẽ truy tìm hắn và để cái chết của hắn
làm tròn công cuộc báo thù của tôi. Và liệu tôi có dám yêu
cầu anh thực hiện cuộc hành hương của tôi, chịu đựng
những nhọc nhằn mà tôi đã trải nghiệm không? Không;
tôi không ích kỉ như vậy. Tuy nhiên, khi tôi đã chết, nếu
hắn mà xuất hiện, nếu các công sứ báo thù đưa đẩy hắn
đến chỗ anh, hãy thề rằng hắn sẽ không được sống - hãy
thề rằng hắn sẽ không được hả hê trước những đau đớn
dồn tụ của tôi và sống sót để bổ sung thêm vào danh sách
những tội ác đen tối của mình. Hắn ăn nói rất hùng hồn
và thuyết phục, đã có lần lời lẽ của hắn thậm chí còn từng
làm lay động tim tôi; nhưng đừng tin tưởng hắn. Linh
hồn hắn cũng xấu xa chẳng kém gì hình hài của hắn, tràn
đầy phản phúc và mang ác tâm như quỷ sứ. Đừng lắng
nghe hắn; hãy xướng lên tên của William, Justine, Clerval,
Elizabeth, cha tôi, cùng Victor khốn khổ, và cắm ngập
thanh kiếm của anh vào tim hắn. Tôi sẽ lượn lờ gần đó và
điều khiển lưỡi thép đâm trúng mục tiêu.

WALTON, kể tiếp.

Ngày 26 tháng Tám, 17-

Chị đã đọc câu chuyện kì lạ và khủng khiếp này rồi, chị Margaret à; và chẳng lẽ chị lại không cảm thấy máu mình đông quánh lại vì kinh hoàng, hệt như cách nỗi hãi hùng ngay cả bây giờ vẫn còn khiến máu em đông cứng? Đôi khi, vì bị đau đớn đột ngột xâm chiếm, anh ta không thể tiếp tục câu chuyện của mình; có những lúc, giọng anh ta run rẩy, ấy nhưng vẫn đâm thấu ruột gan, chật vật thốt ra những lời lẽ tràn đầy sự thống khổ. Đôi mắt đẹp đẽ và đáng yêu của anh ta lúc thì long lên vì phẫn nộ, lúc thì lắng xuống thành một vẻ buồn rầu u ám và đong đầy nét cùng khổ vô bờ. Đôi khi anh ta kiểm soát được vẻ mặt và giọng điệu của mình, thuật lại những sự kiện kinh hoàng nhất với giọng bình thản, kìm nén mọi biểu hiện kích động; thế rồi, như một ngọn núi lửa phun trào, khuôn mặt anh ta sẽ bỗng dưng bộc lộ cơn thịnh nộ điên cuồng trong khi anh ta gào rú buông ra những lời chửi rủa kẻ hành hạ mình.

Câu chuyện của anh ta rất liền mạch và được kể lại theo một cách nghe chừng đúng là chẳng có gì ngoài sự thật giản đơn, ấy nhưng em xin thú nhận với chị rằng chính những lá thư của Felix và Safie mà anh ta đã cho em xem cùng với sự xuất hiện của con quái vật mà bọn em đã thấy từ trên tàu của mình mới khiến cho em tin tưởng hơn vào sự thật trong câu chuyện ấy, chứ không phải là những lời cam đoan của anh ta, cho dù chúng rất trung thực và mạch lạc. Vậy là một con quái vật như thế thực sự tồn tại! Em không thể nghi ngờ điều đó, nhưng ngập tràn trong em là sự ngạc nhiên và ngưỡng mộ. Đôi khi em cố gắng gặng hỏi Frankenstein về các thông tin cụ thể liên quan đến quá trình tạo ra sinh vật của anh ta, nhưng riêng về khoản này thì anh ta miệng kín như bưng.

"Anh bị điên ư, hỡi bạn tôi?" Anh ta nói em thế. "Hoặc không thì sự tò mò điên rồ của anh sẽ dẫn anh đến đâu đây? Anh định cũng sẽ tạo ra cho mình và thế giới một kẻ thù quỷ quái sao? Bình tĩnh, bình tĩnh lại! Hãy nghe về những đau khổ của tôi đi và đừng tìm cách khiến mình khổ thêm làm gì."

Frankenstein phát hiện ra rằng em đã ghi chép lại quá khứ của anh ta; anh ta yêu cầu được đọc chúng và sau đó đã đích thân chỉnh sửa, thêm thắt ở nhiều đoạn, nhưng chủ yếu là truyền thêm độ sinh động và thổi hồn vào cho các cuộc trò chuyện từng diễn ra giữa mình và kẻ thù. "Vì anh đã lưu giữ câu chuyện của tôi," anh ta nói, "tôi sẽ không để cho một phiên bản lệch lạc bị lưu truyền cho hậu thế."

Một tuần đã trôi qua như vậy, và trong quãng thời gian ấy, em đã lắng nghe câu chuyện kì lạ nhất mà trí tưởng tượng có thể nghĩ ra. Các suy nghĩ của em và mọi xúc cảm trong tâm hồn đều bị vị khách của mình chi phối, bởi lẽ câu chuyện kia cùng phong thái thanh cao và nhẹ nhàng của anh ta hết sức thú vị. Em muốn xoa dịu anh ta, song liệu em có thể khuyên một người đau khổ tột cùng như thế, tuyệt đối không còn chút hi vọng sẽ được an ủi nào như thế, tiếp tục sống không? Ồ, không! Niềm vui duy nhất mà bây giờ anh ta có thể tận hưởng sẽ là khi anh ta để cho tinh thần tan tác của mình đi vào cõi yên bình và chết chóc. Ấy nhưng anh ta vẫn được nếm trải một niềm an ủi, khởi sinh từ sự cô độc và cơn mê sảng; anh ta tin rằng khi ở trong những giấc mơ, anh ta được trò chuyện với những người thân yêu của mình, và chính thông qua việc giao tiếp với họ như vậy mà anh ta đã kiếm được sự an ủi cho những đau khổ của bản thân hay khơi dậy lòng ham muốn trả thù của anh ta, tin rằng họ không phải là thành phẩm do trí tưởng tượng của mình tạo ra, mà quả thật chính là những sinh linh ấy đến thăm mình từ những vùng miền của một thế giới xa xôi. Niềm tin này mang lại cho những mộng tưởng của anh ta một nét trang nghiêm, khiến em cảm thấy chúng cũng ghê gớm và thú vị gần như chẳng kém gì sự thật.

Các cuộc trò chuyện của bọn em không phải lúc nào cũng chỉ giới hạn trong phạm vi quá khứ và những bất hạnh của anh ta. Anh ta thể hiện một vốn kiến thức vô biên cũng như khả năng thấu hiểu đầy nhanh nhạy và sâu sắc đối với mọi đề tài học vấn nói chung. Khả năng ăn nói hùng hồn của anh ta vừa đầy sức thuyết phục lại vừa dễ gây xúc động; và em cũng không thể lắng nghe mà không nhỏ nước mắt mỗi khi anh ta kể lại một sự kiện thảm thương hay cố gắng khơi dậy lòng trắc ẩn hay tình thương. Anh ta hẳn phải là một con người hiển hách vô cùng trong thời hãy còn phong độ, bởi ngay cả trong cảnh cùng khổ mà anh ta vẫn cao quý và thần thánh đến nhường ấy! Anh ta dường như có thể cảm nhận được giá trị của bản thân và cả việc mình đã sa sút nặng nề cỡ nào.

Anh ta kể: "Khi còn trẻ, tôi tin rằng mình có số sẽ làm nên nghiệp lớn. Tôi có những xúc cảm rất sâu đậm, nhưng lại sở hữu một óc phán xét trầm tĩnh, giúp tôi dễ đạt được những thành tựu lẫy lừng. Ý thức về giá trị của bản chất cá nhân mình nắm giữ ấy đã hỗ trợ cho tôi trong những tình cảnh đủ sức đè bẹp người khác, bởi lẽ tôi coi việc phí hoài những tài năng có thể sẽ hữu ích đối với đồng loại của mình trong buồn đau vô dụng là một tội ác. Khi tôi suy ngẫm về công việc mình đã hoàn thiện được, tối thiểu cũng là đã tạo ra một sinh vật có xúc cảm và lí trí, tôi không thể đặt mình ngang hàng với cái ngữ vẽ vời hoạch định tầm thường. Nhưng suy nghĩ ấy, thứ đã hỗ trợ tôi hồi mới bắt đầu khởi sự, giờ chỉ tổ khiến cho tôi càng lún sâu thêm vào trong cát bụi. Tất cả những suy đoán và hi vọng của tôi đều trở thành vô nghĩa, và cũng như vị tổng lãnh thiên thần từng khao khát sẽ đoạt được quyền năng vô hạn, tôi đã bị xiềng vào một địa ngục vĩnh cửu. Trí tưởng tượng của tôi rất sống động, đồng thời khả năng phân tích cùng với sự siêng năng của tôi cũng rất phi thường; sự kết hợp giữa những phẩm chất này đã khiến tôi nghĩ ra ý tưởng chế tạo một con người và thực hiện nó. Ngay cả bây giờ, tôi cũng không thể hồi tưởng lại những mộng tưởng của mình hồi công việc hãy còn dang dở mà không cảm thấy xúc động. Các suy nghĩ của tôi đưa tôi lên đến tận thiên đường, khi thì hân hoan với các tài cán của mình, khi thì hừng hực nhiệt huyết lúc nghĩ về những gì chúng có thể thực hiện được. Từ thời thơ ấu, tôi đã được chỉ dạy cho thấm nhuần những hi vọng lớn lao và tham vọng cao cả; nhưng giờ tôi đã sa cơ lỡ vận nghiêm trọng! Hỡi ôi! Anh bạn ơi, nếu anh mà biết tôi hồi trước ra sao thì anh sẽ chẳng nhận ra nổi tôi trong tình trạng sa sút thế này. Sự tuyệt vọng từng hiếm khi bén mảng vào trong trái tim tôi; một định mệnh lớn lao dường như đã đưa đẩy tôi, cho đến khi tôi ngã xuống, không bao giờ, không một lần nào nữa còn có thể vươn về như cũ."

Thế chẳng lẽ em lại phải để mất con người đáng ngưỡng mộ này ư? Em từng mong mỏi sẽ kiếm được một người bạn; em đã cất công tìm kiếm một người sẽ thông cảm và yêu quý mình. Hãy nhìn mà xem, em đã tìm thấy một nhân vật như vậy trên những vùng biển hoang vắng này, nhưng em e rằng mình tìm thấy anh ta chỉ để được biết về giá trị của con người này và rồi đánh mất anh ta. Em muốn thuyết phục anh ta tiếp tục sống, nhưng anh ta ghê tởm ý tưởng ấy.

Anh ta bảo: "Xin cảm ơn anh, Walton à, vì anh đã có thiện chí với một kẻ khốn khổ nhường này; nhưng khi nhắc đến những mối quan hệ mới và những con người mới để yêu thương, phải chăng anh nghĩ rằng có bất kì ai có thể thay thế những người đã mất ư? Liệu có người đàn ông nào có thể sánh bằng Clerval đối với tôi, hay bất kì người phụ nữ nào có khả năng trở thành một Elizabeth khác không? Ngay cả trong những trường hợp không có bất kì điểm nổi trội tuyệt vời nào khiến tình cảm ta dành cho nhau trở nên đặc biệt mạnh mẽ, những người bạn đồng hành trong thời thơ ấu của chúng ta vẫn luôn có thể phần nào tác động đến tâm trí ta theo một cách mà gần như chẳng một người bạn nào sau này làm được nổi. Họ biết tính khí thời trẻ của chúng ta, thứ dù sau này có thể bị thay đổi nhưng vẫn không bao giờ bị xoá bỏ hẳn; và khi nhìn nhận các hành động của chúng ta, họ sẽ có thể đưa ra những kết luận chắc chắn hơn về việc liệu động cơ của chúng ta có chính trực hay không. Một người chị em hoặc anh em sẽ chẳng bao giờ nghi ngờ họ hàng ruột thịt của mình bày trò lừa đảo hay gian dối gì hết, trừ khi họ bộc lộ dấu hiệu mình mang bản chất ấy ngay từ lúc đầu đời, trong một người bạn khác thì có thể sẽ vẫn không khỏi cảm thấy hồ nghi, bất kể có gắn bó khăng khít đến đâu. Nhưng tôi yêu mến bạn bè mình không chỉ bởi vì đã quen họ lâu và sống gần gũi với họ, mà còn bởi vì bản thân những đức tính họ sở hữu nữa; và cho dù tôi có ở đâu, giọng nói êm dịu từ Elizabeth của tôi và lời trò chuyện của Clerval sẽ luôn thì thầm bên tai tôi. Họ đã chết, và trong cảnh cô độc như vậy thì chỉ duy nhất một cảm giác mới có thể thuyết phục nổi tôi giữ lấy mạng mình. Nếu tôi lãnh nhiệm vụ thực hiện bất kì công việc hay hoạch định cao cả nào đấy, mang lại rất nhiều lợi ích cho đồng loại của tôi, thì tôi có thể sống để hoàn thành nó. Nhưng đó không phải là định mệnh của tôi; tôi phải theo đuổi và tiêu diệt sinh vật mà mình đã ban tặng sự sống; khi ấy thì trách nhiệm của tôi trên cõi dương gian sẽ được hoàn tất và tôi sẽ có thể nhắm mắt xuôi tay."

Ngày 2 tháng Chín

Chị thân mến của em,

Em viết thư gửi chị trong tình cảnh đang bị hiểm nguy bủa vây và không biết liệu mình có còn được trời run rủi cho gặp lại Anh Quốc thân yêu cũng như những con người thậm chí còn thân yêu hơn đang sống tại đấy hay không. Em hiện đang bị bao quanh bởi những núi băng, chẳng có lấy một đường thoát và không ngừng đe doạ sẽ nghiền nát tàu của em. Những con người dũng cảm mà em đã thuyết phục đồng hành cùng với mình hướng về phía em hòng nhận được sự giúp đỡ; nhưng em chẳng có gì để trao cho họ hết. Tình hình của bọn em có phần kinh khủng tột cùng, ấy nhưng lòng can đảm và hi vọng của em vẫn chưa biến mất. Dẫu vậy, nghĩ đến chuyện sinh mệnh của tất cả những con người này đều đang vì em mà bị đẩy vào vòng hiểm nguy mới kinh khủng làm sao. Nếu bọn em mà có bỏ mạng, kế hoạch điên rồ của em sẽ chính là nguyên nhân.

Chị Margaret ơi, tâm trí chị sẽ trở thành như thế nào đây? Chị sẽ không hay biết về cái chết của em, và chị sẽ lo lắng chờ đợi em quay trở về. Nhiều năm rồi trôi qua, và chị sẽ nhiều lần bị tuyệt vọng ghé thăm, ấy nhưng lại bị hành hạ bởi hi vọng. Chao ôi! Chị thân mến à, đối với em, viễn cảnh không đáp ứng được những mong mỏi não lòng của chị thậm chí còn khủng khiếp hơn cả cái chết của chính mình. Nhưng chị có một người chồng và những đứa con đáng yêu; chị có thể được hạnh phúc. Mong trời phù hộ cho chị và giúp chị được hưởng điều ấy!

Vị khách bất hạnh của em đối đãi với em bằng lòng trắc ẩn hết sức trìu mến. Anh ta cố gắng tiếp cho em hi vọng và nói chuyện như thể mình coi cuộc đời như một thứ đáng quý trọng. Anh ta nhắc cho em nhớ rằng những vụ việc tương tự vẫn thường xuyên xảy đến với những nhà hàng hải từng thử băng qua vùng biển này, và bất chấp mọi thứ, anh ta vẫn khiến em không khỏi tràn đầy những dự cảm tươi vui. Ngay cả các thuỷ thủ cũng bị lay động trước tài diễn thuyết hùng hồn của anh ta; khi nghe anh ta nói, họ không còn tuyệt vọng nữa; anh ta khơi dậy năng lượng trong họ, và cứ mỗi khi nghe giọng của anh ta, họ lại tin rằng những ngọn núi băng khổng lồ kia chẳng qua chỉ là những đụn đất, kiểu gì cũng sẽ biến mất trước lòng quyết tâm của con người. Những cảm giác ấy chỉ mang tính nhất thời; mỗi ngày phải trì hoãn chờ đợi lại khiến họ thêm sợ hãi, và em phần nào e ngại rằng sự tuyệt vọng này sẽ gây ra một cuộc nổi loạn.

Ngày 5 tháng Chín

Vừa có một sự kiện xảy ra, và nó bất thường đến nỗi mặc dù rất có khả năng những bức thư này sẽ chẳng bao giờ đến được tay chị, em vẫn không thể không ghi lại nó được.

Bọn em vẫn bị những núi băng bao vây, vẫn có nguy cơ sắp bị nghiền nát đến nơi khi chúng va nhau. Cái lạnh buốt giá tột cùng, nhiều người đồng chí xấu số của em bấy giờ đã mồ yên mả đẹp giữa miền hiu quạnh này. Sức khoẻ của Frankenstein cứ suy giảm theo từng ngày; một ngọn lửa hừng hực vẫn ánh lên trong mắt anh ta, nhưng anh ta đã kiệt sức, và mỗi khi phải đột nhiên gắng sức, anh ta luôn nhanh chóng rơi trở lại vào trạng thái mê man như cái xác không hồn.

Trong lá thư trước, em đã đề cập đến việc mình e sợ sẽ có một cuộc nổi loạn. Sáng nay, trong lúc đang ngồi nhìn ngắm gương mặt xanh xao của bạn mình - mắt anh ta khép hờ và tay chân của anh ta uể oải buông thõng - em bị nửa tá thuỷ thủ dựng dậy, yêu cầu được cho vào cabin. Họ bước vào, và thủ lĩnh của họ nói chuyện với em. Anh ta bảo với em rằng anh ta và những người đi cùng đã được các thuỷ thủ khác chọn để làm đại diện đến gặp em và đưa ra cho em một yêu cầu, công bằng mà nói, em không thể từ chối nó được. Bọn em đang bị giam cầm trong băng và có lẽ sẽ không bao giờ thoát ra được, nhưng vẫn có khả năng băng tan và một tuyến đường thông thoáng sẽ rộng mở, họ sợ rằng nếu tình huống ấy xảy ra, em sẽ đủ liều lĩnh để tiếp tục hành trình của mình và dẫn họ vào trong những nguy hiểm mới, ngay sau khi họ vừa mới sung sướng vượt qua tai ách này. Bởi vậy, họ khăng khăng yêu cầu em long trọng hứa rằng nếu con tàu mà có thoát được ra, em sẽ ngay lập tức quay đầu về phía Nam.

Bài phát biểu này làm em rối bời lòng dạ. Em chưa hề tuyệt vọng, cũng như nghĩ đến chuyện quay trở lại nếu được giải phóng. Song liệu từ chối yêu cầu này có là hợp lẽ không, hay liệu em thậm chí có thể từ chối không? Em lưỡng lự trước khi trả lời, và đúng khi ấy thì Frankenstein, người lúc đầu còn giữ im lặng, và thật tình mà nói thì trông như thể chẳng đủ sức lực để lắng nghe, nhổm dậy; mắt anh ta long sòng sọc, còn má thì ửng đỏ lên nhờ một sinh lực thoáng trỗi dậy. Anh ta quay về phía những người kia, cất lời:

"Ý các người là sao? Các người đòi hỏi điều gì ở thuyền trưởng của mình vậy? Vậy ra các người có thể dễ dàng quay lưng lại với hoạch định của bản thân thế ư? Không phải các người đã gọi đây là một cuộc thám hiểm vinh quang sao? Và nhờ đâu mà nó lại vinh quang? Không phải bởi vì hành trình diễn ra suôn sẻ và êm đềm như tại một vùng biển miền Nam, mà bởi vì nó đầy rẫy những nguy hiểm và nỗi kinh hoàng, bởi vì cứ mỗi biến cố mới xảy ra, nghị lực của các người sẽ được hiệu triệu và lòng can đảm của

các người sẽ được phô ra, bởi vì nguy hiểm và chết chóc
bủa vây nó, và đây là những chướng ngại mà các người
phải tỏ hùng dũng đương đầu và khắc chế. Chính bởi thế
mà nó mới là một công việc vinh quang, chính bởi thế mà
nó mới là một công việc đáng trân trọng. Từ nay về sau,
các người sẽ được ca tụng như những ân nhân của loài
người, tên tuổi của các người sẽ được tôn thờ như những
anh hùng dũng cảm đã đối mặt với tử thần vì danh dự
và lợi ích của nhân loại. Và bây giờ, nhìn mà xem, ngay
khi mới chỉ lần đầu mường tượng đến hiểm nguy, hay thử
thách ghê gớm và khủng khiếp đầu tiên đối với lòng can
đảm của các người, nếu các người muốn gọi nó như thế,
các người đã co rúm lại và chấp nhận để cho mình bị lưu
danh là những kẻ không đủ sức chịu đựng cái buốt giá và
nguy hiểm; và thế là những sinh linh đáng thương kia cảm
thấy rét và đã quay trở về bên lò sưởi ấm áp của mình. Ôi,
điều ấy không đòi hỏi phải chuẩn bị lằng nhằng thế này
đâu; các người không cần phải cất công lặn lội đến tận đây
và khiến cho thuyền trưởng của mình phải trải nghiệm
một thất bại nhục nhã chỉ để chứng tỏ mình là những kẻ
hèn nhất. Hỡi ôi! Hãy hành xử cho đáng mặt đàn ông đi,
hoặc vượt lên hơn cả người thường. Hãy kiên định với
mục đích của các người và vững tâm như bàn thạch. Chỗ
băng này không được cấu thành từ những thứ đã tạo nên
trái tim của các người; nó có thể được biến đổi và chẳng
thể trụ vững trước các người nếu các người bảo rằng nó sẽ
không thể làm vậy. Đừng trở về với gia đình của các người
với vết nhơ ô nhục hằn in trên vầng trán. Hãy trở về như
những anh hùng đã chiến đấu và chinh phục, chưa từng
biết mùi quay lưng lại với kẻ thù là gì."

Anh ta nói những điều này bằng giọng trầm bổng rất khớp với các xúc cảm khác nhau được thể hiện trong lúc thực hiện bài diễn thuyết của mình, cùng với một cặp mắt đầy những hoạch định lớn lao và vẻ anh dũng, thế nên liệu có gì là lạ không khi những con người kia đã phải động lòng? Họ nhìn nhau và không thể trả lời nổi. Em lên tiếng; em bảo họ hãy đi nghỉ và cân nhắc về những điều đã được nói ra, rằng em sẽ không dẫn họ tiến xa thêm về phía Bắc nếu họ thực sự mong muốn điều ngược lại, nhưng em hi vọng rằng sau khi suy nghĩ, lòng can đảm của họ sẽ quay trở lại.

Họ về nghỉ và em quay về phía bạn mình, nhưng anh ta bấy giờ đã chìm trong uể oải và gần như kiệt quệ sạch sinh lực.

Em không biết tất cả mọi thứ sẽ có hồi kết như thế nào, nhưng em thà chết còn hơn quay trở về trong nhục nhã, với mục đích của mình hãy còn dang dở. Song em e rằng đó sẽ là số kiếp của em; những người thuỷ thủ không được các ý niệm về vinh quang và danh dự hỗ trợ sẽ chẳng bao giờ có thể sẵn sàng tiếp tục chịu đựng những khó khăn hiện tại của mình.

Ngày 7 tháng Chín

Quyết định đã được đưa ra; em đồng ý sẽ quay trở về nếu bọn em không bị tiêu diệt. Hi vọng của em đã bị phá hoại bởi sự hèn nhát và thiếu quyết đoán như vậy đấy; em trở về trong tình trạng vẫn không biết gì và đầy thất vọng. Cần phải có một vốn triết lí sống sâu rộng hơn những gì em sở hữu thì mới kiên nhẫn chịu đựng nổi sự bất công này.

Ngày 12 tháng Chín

Mọi sự đã an bài; em đang trở về Anh Quốc. Em đã mất hết hi vọng sẽ đóng góp được cho đời và tận hưởng vinh quang; em đã mất người bạn của mình. Nhưng em sẽ cố gắng thuật lại tường tận những sự kiện cay đắng ấy cho chị nghe, người chị thân mến của em ạ; và trong quá trình được đưa đẩy về phía Anh Quốc và về phía chị, em sẽ không ngã lòng.

Ngày mùng 9 tháng Chín, chỗ băng bắt đầu di chuyển, và bọn em có thể nghe thấy những tiếng gầm như sấm sét vang lên từ phía đằng xa khi các đảo băng chẻ đôi và nứt toác đi tứ tung. Bọn em lâm vào tình cảnh ngàn cân treo sợi tóc, nhưng vì chỉ có thể nằm thụ động, em chủ yếu chú tâm đến vị khách xấu số của mình, lúc bấy giờ bệnh tình đã trở nên trầm kha tới mức anh ta nằm bẹp giường hẳn. Băng nứt răng rắc phía sau bọn em và bị đẩy thốc về phía Bắc; một cơn gió thổi đến từ phía Tây, và vào hôm ngày 11, tuyến đường dẫn về phía Nam trở nên thông thoáng hoàn toàn. Khi các thuỷ thủ nhìn thấy điều này và nhận thấy đường trở về quê hương của mình xem chừng đã được đảm bảo, họ rộ lên một tràng hò reo vui mừng đầy huyên náo, ồn ã và mãi chẳng ngớt. Frankenstein, bấy giờ đang thiu thiu ngủ, dậy và hỏi vì sao mà ồn ào thế. Em trả lời: "Họ la hét như vậy bởi vì chẳng bao lâu nữa họ sẽ được trở về Anh Quốc."

"Vậy là anh sẽ thực sự quay đầu trở lại?"

"Ôi! Vâng; tôi không thể chống đối yêu cầu của họ. Tôi không thể dẫn họ vào vòng nguy hiểm trong khi họ không muốn, và tôi quay lại."

"Hãy cứ làm như vậy đi, nếu anh muốn; nhưng tôi thì sẽ không đâu. Anh có thể từ bỏ nhiệm vụ của mình, nhưng nhiệm vụ tôi thì lại là do Thiên Đàng giao phó, và tôi không dám làm thế. Tôi mang thể trạng yếu ớt, nhưng chắc chắn những linh hồn hỗ trợ công cuộc báo thù của tôi sẽ ban cho tôi đủ sức mạnh." Sau khi nói điều này, anh ta cố gắng nhảy bật xuống khỏi giường, nhưng nỗ lực ấy quá khó nhọc đối với con người này; anh ta ngã ngửa ra sau và mê man bất tỉnh.

Phải rất lâu sau anh ta mới hồi tỉnh, và em thường xuyên ngỡ tưởng rằng ngọn lửa sinh lực của anh ta đã tắt ngấm. Một hồi sau, anh ta mở mắt ra; anh ta hít thở một cách khó nhọc và không thể nói được. Bác sĩ cho anh ta một liều thuốc an thần và ra lệnh cho bọn em không được quấy rầy anh ta. Trong khi ấy, bác sĩ nói với em rằng bạn của em chắc chắn không còn nhiều thời giờ để sống nữa.

Bản án của anh ta đã được đưa ra, và em chỉ còn biết sầu đau, kiên nhẫn đợi. Em ngồi bên giường anh ta, quan sát anh ta; mắt anh ta nhắm nghiền, và em cứ tưởng anh ta đã ngủ; nhưng chẳng bao lâu sau anh ta cất tiếng gọi em bằng một giọng yếu ớt, và sau khi bảo em đến gần, anh ta nói rằng: "Hỡi ôi! Chỗ sức lực tôi cậy nhờ đã biến mất; tôi cảm thấy rằng mình sẽ sớm giã từ cõi đời, và hắn - kẻ thù, kẻ tra tấn của tôi, có thể sẽ vẫn tồn tại. Walton à, chớ nghĩ rằng trong những giây phút lâm chung, tôi lại cảm thấy cái nỗi căm hận cháy bỏng cũng như khao khát trả thù mãnh liệt mà mình từng miêu tả; nhưng tôi cảm thấy việc mình mong muốn kẻ thù của bản thân chết đi như vậy vẫn là chính đáng. Trong những ngày cuối cùng này, tôi đã chú tâm soi xét lại các hành vi trong quá khứ của mình; và tôi cũng không thấy chúng có gì đáng trách. Trong một cơn điên dại đầy nhiệt huyết, tôi đã tạo ra một sinh vật có lí trí và, trong phạm vi những gì mình có thể, có trách nhiệm đảm bảo cho hắn được hạnh phúc và an lành. Đây là nhiệm vụ của tôi, nhưng vẫn còn một nhiệm vụ nữa cũng quan trọng không kém. Nhiệm vụ của tôi đối với những con người đồng loại của chính mình cần phải được tôi chú ý đến hơn, bởi lẽ mức độ hạnh phúc hay đau khổ cấu thành từ đó sẽ có quy mô lớn hơn. Với quan điểm ấy, tôi đã từ chối tạo một kẻ bầu bạn cho cái sinh vật mình đã chế ra đầu tiên kia, và tôi từ chối như thế là đúng. Hắn đã bộc lộ sự thâm hiểm và lòng ích kỉ ác độc vô song; hắn đã tiêu diệt những người thân yêu của tôi; hắn dồn toàn tâm toàn ý vào việc huỷ hoại những sinh vật sở hữu các xúc cảm, niềm hạnh phúc, cũng như trí tuệ tinh tế; và tôi cũng chẳng biết khát vọng báo thù này sẽ kết thúc ở đâu. Tên này là hiện thân của sự khốn khổ, đến mức để không ai khác phải rơi vào cảnh khốn khổ, hắn sẽ phải chết. Nhiệm vụ diệt trừ hắn là của tôi, nhưng tôi đã thất bại. Khi bị những động cơ ích kỉ và xấu xa thúc đẩy, tôi đã nhờ anh thực hiện công việc còn dang dở của mình, và bây giờ tôi lại một lần nữa đưa ra yêu cầu ấy, khi tôi chỉ đang được lí trí và đức hạnh xui khiến.

"Tuy nhiên, tôi không thể yêu cầu anh từ bỏ đất nước và bạn bè của mình để hoàn thành nhiệm vụ này; và vì bây giờ anh đang trở về Anh Quốc, anh sẽ có rất ít cơ hội gặp hắn. Nhưng tôi sẽ để anh tự mình suy ngẫm về những điều này, và cân đo tính toán giữa những gì anh có thể coi là nhiệm vụ của mình; khả năng phán xét và suy nghĩ của tôi bây giờ đã bị cái chết cận kề làm cho nhiễu loạn. Tôi không dám yêu cầu anh làm những gì tôi nghĩ là đúng, vì có thể tôi vẫn đang bị xúc cảm làm cho mê muội.

"Việc hắn sẽ được sống để gây chuyện bất hảo khiến tôi không khỏi lo lắng; về những khía cạnh khác thì khoảnh khắc này, khi tôi kì vọng chỉ giây lát nữa thôi mình sẽ được giải phóng, là thời điểm hạnh phúc duy nhất mà đã bao năm rồi tôi mới được tận hưởng. Bóng hình những người thân yêu quá cố lượn lờ phía trước mắt tôi, và tôi đang nhanh chóng tiến vào trong vòng tay của họ. Vĩnh biệt nhé, Walton! Hãy tìm kiếm hạnh phúc trong sự yên bình và tránh xa tham vọng, ngay cả khi nó trông có vẻ chỉ là một điều vô hại như gây dựng thanh danh cho bản thân trong lĩnh vực khoa học và khám phá. Nhưng tại sao tôi lại nói ra điều này nhỉ? Dẫu bản thân tôi đã thất bại khi theo đuổi hi vọng này, một người khác có thể sẽ thành công."

Càng nói thì giọng của anh ta càng trở nên yếu ớt hơn, và cuối cùng, kiệt sức vì nỗ lực của mình, anh ta chìm vào im lặng. Khoảng nửa giờ sau đó anh ta lại cố gắng cất lời nhưng không thể; anh ta yếu ớt nắm lấy bàn tay em, và đôi mắt anh ta nhắm lại mãi mãi, trong khi nét rạng rỡ của một nụ cười dịu dàng biến mất khỏi môi anh ta.

Chị Margaret à, em có thể bình luận được gì về sự ra đi đột ngột của sinh linh tuyệt vời này đây? Em có thể nói gì để giúp chị hiểu được nỗi buồn của em sâu sắc nhường nào? Tất cả những lời lẽ em đưa ra sẽ đều không đủ tương xứng và xoàng xĩnh. Nước mắt em tuôn rơi;

tâm trí của em bị đám mây mù thất vọng phủ kín. Nhưng em đang trên đường trở về Anh Quốc, và có thể em sẽ tìm thấy niềm an ủi ở đó.

Em bị ngắt ngang. Những âm thanh này báo hiệu điều gì vậy? Bây giờ đang là nửa đêm; gió thổi nhè nhẹ, và người gác trên boong gần như chẳng hề nhúc nhích. Một lần nữa, có âm thanh như giọng nói của con người vang lên, nhưng nghe khàn hơn; nó vọng đến từ cabin nơi thi hài của Frankenstein vẫn đang nằm. Em phải dậy và kiểm tra đây. Chúc ngủ ngon nhé, chị yêu mến.

Ôi lạy Chúa! Cảnh vừa diễn ra thật phi thường làm sao! Đầu óc em vẫn còn quay cuồng khi hồi tưởng lại nó. Em gần như chẳng biết liệu mình có đủ sức mô tả lại nó không; ấy nhưng câu chuyện mà em đã ghi lại sẽ không được đầy đủ nếu thiếu đi thảm hoạ phi thường cuối cùng này.

Em bước vào cabin, nơi đặt thi hài người bạn xấu số và đáng ngưỡng mộ của mình. Đứng lù lù bên anh ta là một hình hài mà em không kiếm ra nổi từ nào để mô tả hết - vóc người thì khổng lồ, ấy nhưng trông lại thô thiển và người ngợm thì méo mó. Khi hắn cúi mình trên cỗ quan tài, mặt hắn bị những lọn tóc dài bù xù che khuất; nhưng một bàn tay to lớn đang chìa ra, và trông sắc màu cùng với kết cấu thì chẳng khác nào một cái xác ướp. Khi nghe thấy tiếng em lại gần, hắn ngừng thốt lên những lời buồn đau và hãi hùng, nhào về phía cửa sổ. Em chưa bao giờ trông thấy một cảnh tượng nào khủng khiếp như mặt hắn cả, mang một vẻ gớm guốc đáng ghê tởm ấy nhưng lại rất đáng sợ. Em bất giác nhắm mắt lại và cố gắng nhớ xem nhiệm vụ của mình đối với kẻ tàn phá này là gì. Em kêu hắn hãy ở lại.

Hắn dừng lại, nhìn em với vẻ ngạc nhiên, và lại một lần nữa quay người về phía tấm thân vô tri vô giác thuộc về Đấng Sáng Tạo của mình, hắn dường như đã quên biến mất sự hiện diện của em, và mọi đường nét cũng như cử chỉ xem chừng đều được khơi ra do một cơn thịnh nộ điên cuồng nảy sinh từ một xúc cảm không thể kiểm soát được nào đó.

"Đó cũng là nạn nhân của tôi!" Hắn thốt lên. "Các tội ác của tôi đã hoàn tất với vụ sát hại hắn; quãng đời khốn khổ của tôi đang đi đến hồi kết! Ôi, Frankenstein! Hỡi con người hào phóng và tận tụy! Bây giờ mà có yêu cầu ngươi tha thứ cho ta thì còn ích gì nữa? Ta, kẻ đã huỷ hoại ngươi theo cách không thể vãn hồi bằng việc tiêu diệt tất cả những người ngươi yêu thương nhất. Hỡi ôi! Hắn đã lạnh ngắt rồi, hắn không thể trả lời tôi được."

Giọng của hắn nghe có vẻ nghẹn ngào, và những thôi thúc đầu tiên của em, thứ đã gợi cho em nhớ về nhiệm vụ tuân theo yêu cầu hãy tiêu diệt kẻ thù của mình mà bạn em đã đưa ra trong thời khắc lâm chung, giờ đã bị tạm gác lại bởi một sự pha trộn giữa óc tò mò và lòng trắc ẩn. Em tiếp cận sinh vật khổng lồ này; em không dám ngước mắt lên nhìn mặt hắn nữa, bởi lẽ sự xấu xí của hắn mang một nét gì đó rất đáng sợ và kinh khủng. Em cố gắng cất lời, nhưng lời lẽ tắt lịm trên môi em. Con quái vật tiếp tục thốt lên những lời tự trách móc bản thân man dại và không mạch lạc lảm nhảm. Một lúc sau, em dồn quyết tâm để nói chuyện với hắn giữa lúc cơn bão xúc cảm của hắn lắng xuống.

"Sự ăn năn của ngươi," em nói, "bây giờ chỉ là thừa. Nếu ngươi mà chịu lắng nghe tiếng nói của lương tâm và chú ý đến sự buốt nhói của lòng hối hận trước khi thúc đẩy sự báo thù hiểm ác của mình đến mức cực đoan như thế này, Frankenstein giờ sẽ vẫn còn sống."

"Và anh có nằm mơ không?" Con ác quỷ đáp trả. "Anh nghĩ rằng bởi vậy mà tôi không thể đau đớn và hối hận ư? Hắn," hắn nói tiếp, chỉ vào cái xác chết, "hắn không phải chịu đau khổ khi hành động ấy kết thúc. Hỡi ôi! Đau khổ của hắn không bằng một phần mười nghìn nỗi thống khổ của tôi trong quá trình thực hiện nó đầy lâu la. Một sự ích kỉ đáng sợ đã thúc đẩy tôi, trong khi tim tôi bị hối hận đầu độc. Anh nghĩ rằng những tiếng rên rỉ của Clerval như âm nhạc rót vào tai tôi ư? Tim tôi được thiết kế để rung động trước tình yêu và sự cảm thông, và khi bị sự khốn khổ đẩy đến nước phải gây chuyện đồi bại và hận thù, nó đã bị tra tấn theo một cách anh thậm chí còn không thể mường tượng ra nổi khi phải chịu đựng sự thay đổi đầy bạo lực ấy.

"Sau khi giết Clerval, tôi trở về Thụy Sĩ, vừa đau lòng vừa mất tinh thần. Tôi thương hại Frankenstein, sự thương hại của tôi biến thành nỗi kinh hoàng; tôi ghê tởm chính mình. Nhưng khi tôi phát hiện ra rằng hắn, kẻ đồng thời chịu trách nhiệm cho sự tồn tại của tôi cũng như những đau đớn không bút nào tả xiết của nó, dám hi vọng sẽ được hạnh phúc, rằng trong khi chất chồng khốn khổ và tuyệt vọng lên trên đầu tôi, hắn lại tìm kiếm niềm vui cho riêng mình thông qua những xúc cảm và đam mê nảy sinh từ vui thú mà tôi vĩnh viễn bị cấm tận hưởng, sự ghen tị bất lực cùng cơn phẫn nộ cay đắng khiến cơn khát báo thù vô độ tràn ngập trong tôi. Tôi nhớ lại lời đe doạ của mình và quyết rằng nó cần được thực hiện. Tôi biết rằng mình đang chuẩn bị để cho bản thân chịu đựng một sự tra tấn chết người, nhưng tôi là nô lệ chứ không phải là chủ nhân của một thôi thúc mà tôi căm ghét song lại không thể không tuân theo. Tuy vậy khi cô ta chết! Không, khi ấy thì tôi không hề đau khổ. Tôi đã trút bỏ mọi cảm giác, khuất phục mọi nỗi thống khổ, tận hưởng sự tuyệt vọng ngập tràn của mình. Kể từ đó, cái ác đã trở thành điều tốt đối với tôi. Khi bị đẩy đến tận nước này, tôi không có lựa chọn nào khác ngoài thay đổi bản chất của mình để thích nghi với một tình cảnh mà mình đã tự nguyện dấn thân vào. Việc hoàn thành mưu đồ quỷ quái của tôi trở thành một niềm đam mê vô phương dập tắt. Và bây giờ thì nó đã kết thúc; kia chính là nạn nhân cuối cùng của tôi!"

Mới đầu em đã lấy làm cảm động trước những lời lẽ mô tả nỗi khổ đau của hắn; nhưng rồi em nhớ lại những gì Frankenstein đã nói về miệng lưỡi hùng hồn cũng như khả năng thuyết phục của hắn, và khi em một lần nữa hướng mắt về phía tấm thân vô hồn của bạn mình, cơn phẫn nộ lại tái bùng lên trong em. Em thốt lên: "Quân đê tiện! Ngươi quả là tử tế khi đến đây để than vãn về cảnh hoang tàn mà chính mình đã gây ra. Ngươi quẳng một ngọn đuốc vào giữa một cụm nhà, và khi chúng bị thiêu rụi, ngươi ngồi giữa đống đổ nát và thở than về cảnh suy tàn. Quân đạo đức giả khốn kiếp! Nếu như người mà ngươi khóc thương hãy còn sống, anh ta sẽ vẫn là mục tiêu cho cái màn báo thù đáng nguyền rủa của ngươi, một lần nữa trở thành con mồi của ngươi. Điều ngươi cảm thấy không phải là tiếc thương; ngươi than khóc chỉ đơn giản bởi vì nạn nhân của lòng hiểm độc của ngươi đã bị tước khỏi tay ngươi."

Sinh vật kia ngắt lời em. "Ôi, sự tình không phải như vậy - không phải như vậy đâu. Nhưng căn cứ vào những gì trông có vẻ chính là mục đích cho các hành động của tôi, đó hẳn sẽ là ấn tượng anh nhận được. Song tôi không muốn tìm người đồng cảm với sự khốn khổ của mình. Tôi sẽ không bao giờ có thể tìm được sự cảm thông. Khi lần đầu tôi tìm kiếm nó, thứ tôi muốn được cùng tham gia tận hưởng là tình yêu và đức hạnh, và tràn ngập trong lòng tôi cảm giác hạnh phúc và mến thương. Nhưng bây giờ, vì đức hạnh đã trở thành một cái bóng đối với tôi, và hạnh phúc cùng lòng mến thương đã bị biến thành nỗi tuyệt vọng cay đắng và ghê tởm, tôi nên tìm kiếm sự cảm thông ở đâu đây? Tôi sẵn lòng chịu đựng khổ đau một mình chừng nào những đau khổ của tôi còn tồn tại; khi tôi chết, tôi sẵn sàng chấp nhận rằng thiên hạ sẽ nhớ về tôi với sự ghê tởm và sỉ nhục. Từng có thời tâm trí tôi được xoa dịu với những mộng tưởng về đức hạnh, danh tiếng, và vui thú. Từng có thời tôi hi vọng một cách lầm lạc rằng sẽ được gặp gỡ những con người sẵn sàng tha thứ cho vẻ ngoài của tôi, và yêu tôi vì những phẩm chất tuyệt vời mà tôi có thể phô ra. Tôi được nuôi dưỡng với những suy nghĩ cao cả về danh dự và sự tận tâm. Nhưng bây giờ tội ác đã khiến tôi sa đoạ xuống bên dưới con vật bần tiện nhất. Không một cảm giác tội lỗi nào, không mối hại nào, không sự thâm hiểm nào, không nỗi khốn khổ nào trên đời có thể sánh bằng những gì tôi đã trải nghiệm. Khi điểm lại danh mục tội lỗi đáng sợ của mình, tôi không thể tin nổi rằng mình vẫn là cái sinh vật từng một thời mang đầy trong tâm tưởng những mơ mộng cao thượng và siêu việt về cái đẹp cũng như sự vĩ đại của cái tốt. Nhưng sự đời là như vậy; thiên thần sa ngã trở thành ác quỷ độc địa. Ấy nhưng ngay cả kẻ thù của Chúa và loài người cũng có bạn bè cùng kẻ đồng loã trong kiếp u sầu của mình; tôi thì chỉ có một mình.

"Anh, người coi Frankenstein là bạn, dường như có biết về các tội ác của tôi và những bất hạnh của hắn. Nhưng các chi tiết xoay quanh chúng mà hắn cung cấp cho anh không thể tóm gọn hết nổi hàng bao thời khắc và tháng ngày đau khổ mà tôi đã phải chịu đựng, hao mòn dần trong những xúc cảm bất lực. Nguyên do là bởi khi phá huỷ hi vọng của hắn, tôi vẫn chẳng thoả mãn được những ham muốn của riêng mình. Chúng vĩnh viễn cháy bỏng và cồn cào; tôi vẫn khao khát tình yêu cùng tình bằng hữu, và tôi vẫn bị hắt hủi. Chẳng lẽ việc này lại không có gì bất công ư? Chẳng lẽ tôi lại bị coi là kẻ tội phạm duy nhất, trong khi tất cả loài người đều phạm tội chống lại tôi? Tại sao anh không ghét Felix, người đã đuổi bạn mình ra khỏi nhà mình một cách vô lễ? Tại sao anh không nguyền rủa gã nhà quê đã tìm cách tiêu diệt vị cứu tinh của con mình? Không, đây là những sinh vật đoan chính và không một vết nhơ! Tôi, kẻ khốn khổ và bị bỏ rơi, lại là một tạo vật dị dạng, phải bị chà đạp, phải bị ăn đá, và chà đạp. Ngay cả bây giờ đây, máu tôi vẫn sôi sùng sục lên khi nhớ về sự bất công này.

"Nhưng quả đúng tôi là một kẻ đê tiện. Tôi đã giết hại những con người đáng yêu và bất lực; tôi đã bóp cổ những người vô tội trong khi họ đang say ngủ và siết chết họng người chưa từng làm hại tôi hay bất kì sinh vật sống nào khác. Tôi đã đẩy Đấng Sáng Tạo của mình, nhân vật ưu tú đại diện cho tất cả những gì xứng đáng được người đời yêu thương và ngưỡng mộ, vào cảnh khổ sở; tôi thậm chí còn truy đuổi cho đến khi hắn đã bị huỷ hoại một cách vô phương vãn hồi. Hắn nằm đó, trắng bệch và lạnh ngắt vì đã chết rồi. Anh ghét tôi, nhưng sự ghê tởm của anh không thể sánh bằng cái cách tôi tự nhìn nhận bản thân mình. Tôi nhìn vào đôi bàn tay đã gây ra chuyện ấy; tôi nghĩ về trái tim đã sản sinh ra cái mường tượng ấy và chỉ khát khao khoảnh khắc những bàn tay này che đi mắt mình, khi mường tượng ấy sẽ không ám ảnh các suy nghĩ của tôi nữa.

"Đừng lo lắng rằng tôi sẽ gây chuyện xấu xa trong tương lai. Công việc của tôi sắp hoàn thành rồi. Để kết thúc quãng đời tồn tại của tôi cũng như hoàn tất những việc phải làm thì sẽ chẳng việc gì phải cần đến cái chết của cả anh lẫn bất kì con người nào hết, mà chỉ cần mình tôi chết thôi. Đừng nghĩ rằng tôi sẽ lề mề trì trệ việc hi sinh này. Tôi sẽ rời khỏi con tàu của anh bằng chiếc bè băng đã đưa tôi đến đây và sẽ tìm đến miền cực Bắc của địa cầu; tôi sẽ thu thập củi lửa hoả thiêu cho mình và để cho tấm thân khốn khổ này cháy thành tro, nhằm đảm bảo tàn tích của nó sẽ không cung cấp được thông tin gì giúp cho bất kì kẻ khốn nạn tò mò và phàm tục nào tạo ra một sinh vật khác tương tự như tôi. Tôi sẽ chết. Tôi sẽ không còn cảm thấy những nỗi đau đớn bấy giờ đang tàn phá tôi hay trở thành con mồi cho những xúc cảm không được thoả mãn, ấy nhưng chẳng bao lâu sau nguôi ngoai. Kẻ cho tôi chào đời đã chết; và khi tôi không còn trên cõi đời nữa, hồi ức về cả hai chúng tôi sẽ nhanh chóng biến mất. Tôi sẽ không còn nhìn thấy mặt trời hay những vì sao hay cảm thấy những cơn gió thổi vào má mình nữa. Ánh sáng, cảm giác, và tri giác sẽ biến đi; và tôi sẽ tìm được hạnh phúc cho mình trong tình cảnh này. Vài năm trước, khi những hình ảnh mà thế giới này có lần đầu tiên mở ra trước mắt tôi, khi tôi cảm thấy sự ấm áp tươi vui của mùa hè và nghe thấy tiếng xào xạc của những chiếc lá cùng tiếng chim hót líu lo, và những điều ấy là tất cả đối với tôi, và tôi đáng lẽ đã khóc khi phải chết; bây giờ thì nó là niềm an ủi duy nhất của tôi. Bị vấy bẩn bởi tội ác và bị giằng xé bởi sự hối hận cay đắng tột cùng, tôi còn có thể tìm thấy sự yên nghỉ ở đâu ngoài cái chết đây?

"Vĩnh biệt! Tôi sẽ rời anh, và anh sẽ là con người cuối cùng mà đôi mắt này nhìn thấy. Vĩnh biệt, Frankenstein! Nếu ngươi vẫn còn sống và ấp ủ khát khao trả thù ta thì để ta sống sẽ giúp ngươi được thoả mãn hơn là huỷ diệt ta. Nhưng sự tình lại không phải vậy; ngươi đã tìm cách tiêu diệt ta, để đảm bảo ta không thể gây ra sự đau khổ nào khủng khiếp hơn nữa; và nếu, dưới một dạng thức nào đó mà ta không biết, ngươi vẫn chưa ngừng suy nghĩ và cảm nhận, ngươi sẽ không muốn giáng xuống đầu ta một đòn trả thù nào nặng nề hơn những gì ta cảm thấy đâu. Dù ngươi đã thân tàn ma dại nhường ấy, nỗi đau đớn của ta vẫn não nề hơn hẳn ngươi, vì sự cắn rứt đầy cay đắng của nỗi hối hận sẽ không ngừng giày vò trong các vết thương của ta cho đến khi cái chết sẽ mãi mãi khép chúng lại.

"Nhưng chẳng bao lâu nữa," hắn thốt lên với một lòng nhiệt huyết đầy buồn bã và nghiêm trang, "tôi sẽ chết, và những gì tôi hiện đang cảm thấy sẽ không còn được cảm thấy nữa. Chẳng bao lâu nữa, những đau khổ cháy bỏng này sẽ nguội tắt. Tôi sẽ đắc thắng bước lên giàn hoả thiêu của mình và hân hoan trong nỗi đau mà ngọn lửa tra tấn mang lại. Ánh sáng của đám cháy đó sẽ biến mất, tro cốt của tôi sẽ bị gió cuốn ra ngoài biển. Linh hồn của tôi sẽ ngủ yên, hoặc nếu nó có suy nghĩ gì, nó chắc chắn cũng sẽ không nghĩ về những điều như hiện tại. Vĩnh biệt."

Khi nói điều này, hắn nhảy ra khỏi cửa sổ cabin và đáp trên chiếc bè băng nằm sát con tàu. Chẳng mấy chốc hắn đã bị sóng biển cuốn đi, chìm biến vào trong bóng tối và khoảng xa.

- HẾT -

LỜI GIỚI THIỆU CỦA TÁC GIẢ
TRONG ẤN BẢN NĂM 1831

KHI LỰA CHỌN *FRANKENSTEIN* ĐỂ XUẤT BẢN TRONG tủ sách TIỂU THUYẾT CHUẨN[(1)], bên xuất bản bày tỏ nguyện vọng nhờ tôi thuật lại đôi chút về nguồn gốc của câu chuyện. Tôi rất sẵn lòng làm điều ấy, bởi thông qua việc này, tôi sẽ đưa ra được một lời đáp chung cho câu hỏi mình rất thường xuyên nhận được - "Làm thế nào mà ngay từ hồi còn trẻ, tôi lại nghĩ ra được một ý tưởng gớm ghiếc đến nhường ấy, và còn phát triển thêm được nó nữa?" Quả đúng là tôi rất không thích viết về bản thân; nhưng bởi lẽ câu chuyện của tôi sẽ chỉ xuất hiện dưới dạng phụ lục cho một tác phẩm từng được ấn hành, và vì nó sẽ được giới hạn trong khuôn khổ những đề tài chỉ liên quan đến công việc sáng tác của tôi, tôi không thể coi đây như là để lẫn chuyện đời tư vào tác phẩm.

Vì là con gái của hai nhân vật tiếng tăm lỗi lạc trong văn giới, chẳng có gì là lạ khi tôi đã nghĩ đến nghiệp viết

---

(1) *Standard Novels*: Tủ sách do nhà xuất bản Henry Colburn & Richard Bentley phát hành, bao gồm phiên bản in gộp thành một tập thống nhất của các cuốn tiểu thuyết hồi trước được xuất bản thành nhiều tập. Trong lần in này, Mary Shelley đã kiểm duyệt và sửa đổi rất nhiều chi tiết trong *Frankenstein* từ ấn bản phát hành lần đầu tiên vào năm 1818.

từ rất sớm. Hồi còn nhỏ, tôi toàn nguệch ngoạc viết lách linh tinh; và trong những lúc được nghỉ ngơi, thú tiêu khiển yêu thích của tôi là "viết truyện". Tuy nhiên, tôi vẫn có một trò vui bản thân thậm chí còn thích hơn, ấy là dựng lên những lâu đài giữa không trung - đắm chìm trong những mộng tưởng - theo đuổi những dòng suy nghĩ với chủ đề là tạo dựng lên một chuỗi những sự kiện tưởng tượng. Những giấc mơ của tôi vừa kì ảo, vừa thú vị hơn các câu chữ tôi viết ra. Về khoản viết lách thì tôi chỉ chuyên đi nhái lại thôi - làm đúng những gì người khác từng làm, chứ không phải ghi chép lại những thứ tâm trí bản thân đề xuất ra. Những thứ tôi viết ra tối thiểu cũng được để cho một người khác đọc - người bạn chơi và đồng hành từ thuở thơ ấu của tôi; nhưng các giấc mơ là của riêng tôi; tôi không kể lại chúng cho ai hết; chúng là nơi ẩn náu mỗi khi tôi cảm thấy khó chịu - thú vui yêu thích nhất của tôi những khi rảnh rỗi.

Hồi nhỏ tôi sống chủ yếu ở quê, và dành khá nhiều thời gian ở Scotland. Tôi thỉnh thoảng vẫn ghé thăm những miền phong cảnh hữu tình hơn; nhưng nơi ở thường trực của tôi là trên khu bờ trống trải và ảm đạm tại mạn phía Bắc của sông Tay, gần Dundee. Sau này ngẫm lại thì tôi mới nói nơi ấy trống trải và ảm đạm; hồi tôi ở đó thì tôi không thấy như vậy. Nơi ấy là cái tổ của tự do, và miền đất dễ chịu, một nơi mà nếu không bị ai nhòm ngó, tôi có thể trò chuyện với các sinh vật mình mường tượng ra. Hồi ấy tôi cũng có viết - nhưng văn phong hết sức tầm thường. Bên dưới những tán cây trên sân nhà, hoặc trên các sườn hoang vắng của những rặng núi trơ trụi gần đấy, mới là nơi những tác phẩm đích thực của tôi, những chuyến chu du bay bổng bằng trí tưởng tượng của tôi, chào đời và được nuôi dưỡng. Tôi không để bản thân là nhân vật chính trong những câu chuyện của mình. Như tôi thấy thì cuộc sống của bản thân mình quá tầm thường. Tôi không mường tượng ra nổi cảnh mình sẽ được trải nghiệm khổ đau tình trường hay sự kiện phi thường nào hết; nhưng tôi không bị giới hạn trong mỗi cái danh tính của bản thân, và ở tầm tuổi ấy thì tôi có thể tiêu khiển bằng cách nghĩ ra những tạo vật thú vị gấp bội so với những cảm nhận cá nhân của mình.

Sau giai đoạn đó thì cuộc đời tôi bận rộn hơn, và thực tại thế chân những điều tưởng tượng. Tuy nhiên, chồng tôi ngay từ đầu đã rất muốn tôi chứng minh rằng mình xứng đáng với dòng dõi gia đình, và để cho thanh danh nổi như cồn. Anh không ngừng hối thúc tôi xây dựng danh tiếng trên văn đàn, và hồi ấy thì ngay cả chính tôi cũng muốn làm như vậy, mặc dù kể từ đó đến nay thì tôi đã trở nên vô cùng thờ ơ với nó. Lúc bấy giờ, anh muốn tôi cầm bút viết, chẳng phải vì nghĩ là tôi có thể sáng tác được thứ gì tử tế, mà là vì nếu tôi làm thế, anh sẽ có thể đánh giá được triển vọng sau này của tôi hứa hẹn đến mức nào. Tuy nhiên tôi vẫn chẳng làm gì cả. Công việc đi đây đi đó cũng như chăm lo cho gia đình choán hết thời gian của tôi; hoạt động văn chương duy nhất tôi tham gia chỉ bao gồm học tập thông qua nghiên cứu sách vở hoặc bồi dưỡng cho những tư tưởng của mình nhờ trò chuyện với khối óc học sâu hiểu rộng gấp bội của anh.

Vào mùa hè năm 1816, chúng tôi ghé thăm Thụy Sĩ, và trở thành hàng xóm của Nam tước Byron[1]. Mới đầu chúng tôi nhàn tản giết thời giờ trên hồ, hay tản bộ trên bờ hồ; và Nam tước Byron, bấy giờ đang viết đoạn ba của bài thơ *Childe Harold*, là người duy nhất trong số chúng tôi ghi chép lại những suy tưởng của mình. Ngài lần lượt trình cho chúng tôi xem những suy tưởng được khoác lên mình ánh sáng và vần điệu của thơ ca ấy. Chúng như khiến cho những nét lộng lẫy của đất trời mà chúng tôi thưởng thức cùng với ngài thêm phần tuyệt diệu.

Nhưng mùa hè năm ấy lại rất ướt át, xấu trời, và những trận mưa dầm dề thường xuyên khiến chúng tôi phải ru rú suốt cả ngày trong nhà. Chúng tình cờ kiếm được mấy cuốn truyện ma, được dịch từ tiếng Đức sang tiếng Pháp. Có câu chuyện về một người tình lẳng lơ, và trong đó, khi nhân vật chính ngỡ tưởng mình đã ôm lấy cô dâu bản thân đã hẹn biển thề non, hắn lại thấy mình đang trong vòng tay nhợt nhạt của hồn ma người con gái mình đã ruồng bỏ. Có câu chuyện về người tổ tiên dòng họ tội lỗi với một kiếp đời khốn khổ, ấy là phải trao cho tất cả những đứa con trai thứ trong gia tộc mình nụ hôn tử thần khi chúng đến tuổi tràn đầy hứa hẹn. Vào lúc nửa đêm, dưới ánh trăng khi tỏ khi mờ, ta sẽ có thể nhìn thấy tấm thân khổng lồ, hư ảo của lão, với giáp mặc kín người như hồn ma trong *Hamlet*, nhưng mũ sắt thì để lật lên, chậm rãi lê bước dọc con đường thê lương. Bóng hình ấy chìm đi bên dưới bóng những bức tường của toà lâu đài;

---

(1) George Gordon Byron (1788 - 1824): Nhà thơ, chính trị gia người Anh, được coi là một trong những nhân vật hàng đầu của trào lưu văn học Lãng mạn.

nhưng chẳng bao lâu sau, cánh cổng bật tung, có tiếng bước chân, cửa buồng bị mở, và lão tiến đến bên chiếc giường của mấy thằng bé đang tuổi như hoa bung nở, chìm đắm trong giấc ngủ yên lành. Một vẻ buồn đau vĩnh hằng hẳn trên mặt lão trong khi lão cúi xuống và hôn lên trán bọn trẻ, từ đó trở đi, chúng trở nên héo úa như những bông hoa bị ngắt lìa khỏi cuống. Từ đó đến nay tôi chưa đọc lại các câu chuyện đó; nhưng những sự kiện diễn ra trong chúng vẫn rõ rệt trong tâm trí của tôi như thể vừa mới đọc ngày hôm qua.

"Mỗi người chúng ta sẽ viết một câu chuyện ma," Nam tước Byron bảo vậy; và đề xuất của ngài được tán thành. Có bốn người chúng tôi. Vị thi sĩ quý tộc bắt đầu viết một câu chuyện, mà về sau một trích đoạn đã được ngài in ở cuối bài thơ *Mazeppa* của mình. Do vốn quen với việc thể hiện các ý tưởng và xúc cảm của mình qua những hình ảnh lộng lẫy, và thông qua giai điệu những vần thơ du dương nhất mà ngôn ngữ của chúng ta sở hữu, chứ không phải chế tác các tình tiết của một câu chuyện, Shelley[1] bắt tay vào viết một câu chuyện dựa trên những trải nghiệm thời trẻ của mình. Polidori[2] tội nghiệp thì nảy ra một ý tưởng khủng khiếp về một người phụ nữ đầu lâu, bị trừng phạt như thế bởi đã nhìn trộm qua một lỗ khoá - cô ta nhìn thấy những gì thì tôi quên mất rồi - hiển nhiên phải là một cái gì đó rất sững sờ và sai trái; nhưng khi cô ta rơi vào

---

(1) Ý chỉ Percy Bysshe Shelley - chồng của tác giả. Hai người chưa kết hôn vào thời điểm đang được nhắc đến.
(2) John William Polidori (1795 - 1821): Nhà văn, bác sĩ người Anh. Ông được coi là người khai sinh thể loại truyện ma cà rồng trong văn học Lãng mạn.

một tình cảnh thậm chí còn tồi tệ hơn Tom xứ Coventry[1] khét tiếng, ông không biết phải làm gì với cô ta nữa, và đã buộc phải tống cô ta vào miền quên lãng, chốn duy nhất phù hợp với cô ta. Do lấy làm khó chịu trước sự nhạt nhẽo của những áng văn, các nhà thơ lẫy lừng cũng nhanh chóng bỏ bê công việc mình không quen thực hiện này.

Tôi mải miết tìm cách *nghĩ cho ra một câu chuyện* - một câu chuyện xứng tầm với những tác phẩm đã truyền cảm hứng để chúng tôi triển khai công việc này. Một câu chuyện đánh vào những nỗi sợ bí ẩn ẩn chứa bên trong chúng ta, và khơi dậy những nỗi kinh hoàng đến rùng mình - một câu chuyện khiến cho các độc giả phải sợ hãi ngoái lại nhìn, khiến máu đông lại, và tim đập thình thịch. Nếu tôi không thực hiện được những điều này, câu chuyện ma của tôi sẽ chẳng xứng đáng với cái tên của nó. Tôi trăn trở suy nghĩ - nhưng chỉ vô ích. Tôi cảm thấy sự bất lực trống rỗng, không thể nghĩ ra được gì cả. Chỉ được Hư Không tẻ nhạt đáp lại những lời cầu khẩn bồn chồn của mình là niềm đau khổ lớn nhất của người cầm bút. *Cô đã nghĩ ra được một câu chuyện nào chưa?* Sáng nào tôi cũng được hỏi, và sáng nào tôi cũng buộc phải trả lời bằng một câu phủ nhận đáng xấu hổ.

Nói theo cách của Sancho[2], mọi sự đều phải có xuất phát điểm; và xuất phát điểm đó phải được gắn kết với một thứ đã tồn tại sẵn từ trước. Các tín đồ Hindu giáo

---

(1) Theo truyền thuyết, Bá tước phu nhân Godiva từng khỏa thân cưỡi ngựa đi khắp Coventry để thuyết phục chồng miễn giảm thuế cho dân chúng. Người dân Coventry hứa không nhìn vào bà, và tất cả bọn họ đều đã làm thế. Tuy nhiên, một người dân tên Tom đã tò mò nhìn trộm bà qua cửa sổ, và đã bị Chúa đánh mù để trừng phạt.
(2) Sancho Panza: Nhân vật hư cấu trong tiểu thuyết Don Quixote của nhà văn người Tây Ban Nha Miguel de Cervantes.

cho một con voi để nâng đỡ thế giới, nhưng họ lại để con voi ấy đứng trên một con rùa. Ta phải khiêm tốn thừa nhận rằng sáng tạo không phải là tạo tác từ hư vô, mà là tạo tác từ sự hỗn loạn; đầu tiên, phải có nguyên vật liệu trước đã: sự sáng tạo có thể ban tặng hình hài cho những thứ vật chất tăm tối, vô hình vô dạng, nhưng không thể khiến cho bản thân vật chất xuất hiện. Trong mọi phạm trù liên quan đến khám phá và phát minh, ngay cả những phạm trù thuộc về trí tưởng tượng, chúng ta liên tục thấy bóng dáng câu chuyện của Columbus và quả trứng của ông[1] xuất hiện. Sáng tạo bao gồm khả năng thấu hiểu mọi tính năng của một vật bất kì, và cả năng lực nhào nặn cũng như chế tác các ý tưởng liên quan đến nó khi chúng xuất hiện.

Nam tước Byron cùng Shelley đàm đạo rất nhiều và rất lâu, tôi luôn lắng nghe bọn họ một cách chăm chú nhưng gần như im lặng. Trong một lần trò chuyện như thế, nhiều chủ nghĩa triết học đã được đem ra thảo luận, trong số đó có đề tài bản chất của nguyên lí đằng sau sự sống, và liệu có khả năng nó sẽ được phát hiện ra và truyền đạt lại hay không. Họ bàn về các thí nghiệm của Tiến sĩ Darwin, (tôi không bàn đến chuyện thực chất vị tiến sĩ ấy đã làm gì hoặc tuyên bố rằng mình đã làm gì, mà chỉ nhắc đến những gì hồi ấy người ta đồn rằng ông đã thực hiện được cho hợp

---

(1) Tương truyền sau khi phát hiện ra tuyến đường dẫn đến châu Mỹ, Christopher Columbus bị một người chế nhạo rằng đằng nào cái tuyến đường đó cùng với châu Mỹ cũng nằm sẵn đấy, và kể cả không có ông thì rồi cũng sẽ có người tìm ra. Để đáp lời, Columbus thách người đó làm cho một quả trứng tự đứng được trên bàn. Khi người kia bó tay, Columbus gõ nát một đầu quả trứng, và để nó đứng thăng bằng trên cái đầu ấy. Thách thức này cho thấy ngay câu trả lời chỉ trở nên hiển nhiên sau khi nó đã được tìm ra, còn trước đó thì cần phải có người tài giỏi đi tìm.

mục đích của mình), người đã vất một sợi mì vào trong
một cái hộp kính, để rồi nhờ phương thức phi thường nào
đó, nó bắt đầu tự động nhúc nhích di chuyển. Về sau thì
hoá ra sự sống không thể được tạo ra theo cách ấy. Có lẽ
một xác chết sẽ được tái sinh; liệu pháp trị điện cũng đã
minh chứng cho điều ấy: chưa biết chừng ta sẽ có thể tự
tạo các phần lẻ tẻ của một sinh vật nào đó, lắp chúng vào
với nhau, và truyền cho chúng sinh lực ấm áp.

Đêm cứ thế muộn dần trong lúc họ nói chuyện,
và phải đến quá nửa đêm thì chúng tôi về phòng nghỉ
ngơi. Khi đặt đầu lên trên gối, tôi không ngủ nghê được
gì, nhưng cũng không thể nói là tôi đang suy nghĩ. Dù
không mượn đến, trí tưởng tượng của tôi vẫn xâm chiếm
và dẫn dắt tôi, ban tặng những hình ảnh nối đuôi nhau
xuất hiện trong tâm trí tôi một vẻ sinh động vượt xa giới
hạn thông thường của mộng tưởng. Với cặp mắt nhắm
nghiền, nhưng còn sức tưởng tượng thì hãy còn đầy sắc
bén, tôi trông thấy một nhân vật nhợt nhạt, kẻ chuyên
nghiên cứu những lĩnh vực đầy tội lỗi, quỳ bên cạnh
cái thứ mình đã chắp vá tạo thành. Tôi thấy một bóng
ma hình người đầy gớm ghiếc nằm dài, và sau đó, nhờ
một cỗ máy mạnh mẽ bí hiểm, nó lộ ra dấu hiệu sự sống,
và cựa mình với một chuyển động khó nhọc, nửa sống
nửa chết. Cảnh ấy hẳn phải đáng sợ lắm; bởi lẽ mọi nỗ
lực nhằm nhái cơ chế hoạt động kì diệu phi thường của
Đấng Sáng Tạo ra thế giới do con người thực hiện sẽ đều
khơi dậy một xúc cảm khiếp hãi tột cùng. Sự thành công
của gã nghệ nhân ấy sẽ làm chính gã phát hoảng; gã sẽ
vội vã bỏ chạy thật xa thành phẩm ghê tởm của mình,

sợ đến mất mật. Gã sẽ hi vọng rằng nếu bị bỏ mặc một
mình, tia lửa sinh lực tí hon gã đã truyền cho nó sẽ dần
tàn đi; rằng cái tạo vật này, thứ đã nhận được một sự
hồi sinh thiếu hoàn hảo đến nhường ấy, sẽ lắng xuống
thành vật chất chết; và gã sẽ có thể yên ổn ngủ với niềm
tin rằng sự im lặng của nấm mồ sẽ vĩnh viễn chôn vùi sự
tồn tại ngắn ngủi của cái xác chết gớm ghiếc mà gã từng
kì vọng sẽ trở thành cái nôi của sự sống. Gã nằm ngủ;
nhưng gã bị đánh thức dậy; gã mở mắt ra; nhìn vào cái
thứ tạo vật kinh khủng kia đứng bên cạnh giường của
mình, vén rèm của mình ra, và săm soi gã với cặp mắt
vàng, ươn ướt, nhưng đầy đăm chiêu.

Tôi kinh hoàng mở mắt. Cái ý tưởng ấy xâm chiếm
tâm trí tôi mạnh mẽ đến mức một nỗi sợ hãi lẩy bẩy lan
toả khắp người tôi, và tôi chỉ muốn các hình ảnh kinh
khủng trong tưởng tượng của mình bị lấn át đi bởi thực
tại khắp xung quanh mà thôi. Tôi vẫn còn trông thấy
chúng; căn phòng ấy, những tấm gỗ lát sàn sẫm màu, các
cánh cửa chớp đóng im ỉm, với ánh trăng chật vật chiếu
qua, và cảm thấy rằng cái hồ trong vắt cùng hãy Alps
trắng cao sừng sững chỉ ở ngay bên ngoài. Tôi không thể
loại bỏ cái ảo tưởng hão huyền gớm ghiếc của mình một
cách dễ dàng đến như vậy; nó vẫn ám ảnh tôi. Tôi phải
cố gắng nghĩ về một chuyện gì đó khác. Tôi quay trở lại
với câu chuyện ma của mình - câu chuyện ma xui xẻo
từng làm mình thấy phát ngấy! Hỡi ôi! Giá mà tôi có thể
nghĩ ra được một câu chuyện đủ sức khiến cho độc giả
của tôi phải cảm thấy khiếp hãi như bản thân tôi từng
trải nghiệm trong đêm hôm ấy!

Một ý tưởng vụt loé trong đầu tôi, nhanh chóng và phấn khởi chẳng khác nào một tia sáng. "Mình biết rồi! Điều làm mình sợ hãi cũng sẽ làm người khác khiếp sợ; và mình chỉ cần mô tả cái bóng ma đã ám ảnh mình lúc nửa đêm là xong." Vào ngày hôm sau, tôi thông báo rằng mình đã nghĩ ra *một câu chuyện*. Ngày hôm ấy, tôi mở đầu câu chuyện với dòng chữ *Vào một đêm tháng Mười Một thê lương*[1], chỉ đơn thuần chép lại những nỗi kinh hoàng dữ tợn trong giấc mơ giữa lúc thức tỉnh của mình.

Mới đầu tôi chỉ nghĩ ra một vài trang - một truyện ngắn; nhưng Shelley khuyến khích tôi phát triển ý tưởng ấy dài thêm ra. Chắc chắn một điều là chẳng tình tiết hay xúc cảm nào của tôi khởi nguồn từ chồng tôi hết, song nếu không được anh thôi thúc, câu chuyện sẽ chẳng đời nào mang dạng hình như đã được trình ra trước công chúng. Tôi phải loại trừ lời tựa ra khỏi tuyên bố này. Theo như những gì tôi nhớ, nó hoàn toàn được viết bởi anh.

Và bây giờ, một lần nữa, tôi sẽ thả lỏng cho đứa con gớm ghiếc của mình mặc sức lộng hành. Tôi có phần yêu mến nó, bởi lẽ nó là thành phẩm của những tháng ngày hạnh phúc, khi cái chết và đau buồn hãy còn là những câu chữ vô hồn, chưa thực sự được con tim tôi hồi đáp. Những trang giấy của nó gợi lại nhiều buổi tản bộ, nhiều buổi đánh xe, và nhiều cuộc trò chuyện, hồi tôi không phải côi cút một mình; và trong kiếp này, tôi sẽ không bao giờ còn được tái ngộ người bạn đời của mình nữa. Nhưng điều này chỉ đúng với mình tôi thôi; các độc giả của tôi không liên quan gì đến những điều ấy cả.

---

(1) Đây về sau trở thành lời mở đầu chương V (cuốn I) của câu chuyện.

Tôi sẽ chỉ nói thêm một lời về những thay đổi mình đã thực hiện. Chúng chủ yếu là những thay đổi về phong cách. Tôi không thay đổi phần nào của câu chuyện cả, và cũng không bổ sung thêm bất kì ý tưởng hay hoàn cảnh mới nào vào hết. Tôi đã chỉnh sửa lại ngôn từ tại những điểm bị quá trần trụi, tới mức ảnh hưởng đến câu chuyện; và những thay đổi ấy gần như chỉ nằm trong phần đầu của cuốn thứ nhất. Nhìn chung, chúng hoàn toàn chỉ giới hạn trong những phần mang tính phụ trợ đối với câu chuyện, không động chạm gì đến cốt lõi và bản chất của câu chuyện.

M. W. S.

London, 15 tháng Mười, 1831

VỀ TÁC GIẢ

MARY SHELLEY (nhũ danh: Mary Wollstonecraft Godwin) sinh năm 1797 tại London, là con gái của nhà triết học chính trị William Godwin và nhà triết học, nhà nữ quyền Mary Wollstonecraft - những cây bút cấp tiến nổi tiếng thời đó. Mẹ của Mary mất chỉ mười một ngày sau khi sinh bà. Người cha đã tự mình dạy dỗ và cung cấp cho bà một nền tảng giáo dục phong phú, dù cho bà không được học hành nhiều theo kiểu chính thống. Năm 1814, bà gặp và nhanh chóng phải lòng thi sĩ Percy Bysshe Shelley (lúc bấy giờ chưa nổi tiếng); vào tháng Bảy cùng năm, họ cùng trốn sang Pháp và rồi ngao du khắp châu Âu. Tháng Mười Hai năm 1816, sau khi người vợ đầu tiên của Shelley là Harriet tự tử, Mary và Percy kết hôn. Bà đã phải chịu nhiều bất hạnh trong cuộc hôn nhân của mình, với ba trong số bốn người con của bà đều chết yểu, chỉ duy nhất Percy Florence sống sót, và bi kịch tiếp theo xảy ra vào năm 1822, khi Percy Shelley chết đuối trong vụ đắm thuyền Ariel do một cơn bão ở Ý. Sau khi ông mất, Mary Shelley cùng Percy Florence quay trở về Anh Quốc, cống hiến đời mình cho việc xuất bản các tác phẩm của Percy Shelley và dạy dỗ người con duy nhất còn sống sót của họ.

Ý tưởng về *Frankenstein* đến với Mary trong một kì nghỉ hè năm 1816 với Percy Shelley bên bờ hồ Genève, nơi Nam tước Byron cũng đang có mặt. Bà đã bị kích thích để bắt đầu câu chuyện độc đáo của mình sau khi Byron đề xuất một cuộc thi viết truyện ma. Với sự khích lệ và hỗ trợ của Percy, Mary hoàn thành câu chuyện của mình ở Anh và xuất bản với tên gọi *Frankenstein; hay Prometheus thời hiện đại* năm 1818 (tái bản có chỉnh sửa năm 1831).

Một số tiểu thuyết nổi tiếng khác của bà gồm có *The Last Man* (1826), câu chuyện xoay quanh viễn cảnh con người bị huỷ diệt bởi bệnh dịch với bối cảnh vào thế kỉ 21, thường được coi là một trong những tác phẩm hay nhất của bà; *Valperga* (1823), *The Fortunes of Perkin Warbeck* (1830), *Lodore* (1835), và *Falkner* (1837).

Bên cạnh việc viết truyện ngắn và bài luận cho các ấn phẩm như Keepsake và Westminster Review, Mary còn đóng góp nhiều bài về đời sống của các tác gia Ý, Tây Ban Nha, và Bồ Đào Nha cho bộ sách *Lardner's Cabinet Cyclopædia* (1835, 1838-39). Những cuốn sách khác của bà được xuất bản còn có tuyển tập thơ Percy Shelley đầu tiên - *Poetical Works* (4 cuốn, 1839) và tác phẩm dựa trên chuyến du hành lục địa châu Âu bà đã thực hiện cùng con trai Percy Florence và các bạn của anh - *Rambles in Germany and Italy* (1844).

Mary Shelley qua đời tại London vào ngày 1 tháng Hai năm 1851.

Theo thần thoại Hy Lạp, Prometheus là titan đã tạo ra con người từ đất sét, đánh cắp ngọn lửa của các vị thần và trao nó cho nhân loại. Zeus - vua của các vị thần - kết án vị titan này bị hành hạ vĩnh viễn vì vi phạm của mình. Prometheus bất tử bị buộc vào một tảng đá và mỗi ngày sẽ có một con đại bàng đến ăn gan của ông, lá gan cứ bị ăn vào ban ngày thì tới ban đêm lại tái sinh.

Câu chuyện về Prometheus là chủ đề trung tâm trong các tác phẩm của Nam tước Byron, Percy Shelley, và Mary Shelley. Trong bài thơ *Prometheus Unbound* của mình, Percy Shelley tán dương việc nổi dậy của Prometheus chống lại Zeus. Nam tước Byron cũng ca ngợi Prometheus vì dám anh dũng chống lại lệnh của Zeus qua bài thơ *Prometheus*. Mặt khác, Mary Shelley dường như lại cảm thấy mâu thuẫn về Prometheus, với việc bà đặt phụ đề của *Frankenstein* là *Prometheus thời hiện đại*.

FRANKENSTEIN
HAY PROMETHEUS THỜI HIỆN ĐẠI

NHÀ XUẤT BẢN KIM ĐỒNG
55 Quang Trung, Q. Hai Bà Trưng, Hà Nội - ĐT: (024) 39434730 - (024) 39428632
Website: www.nxbkimdong.com.vn - Email: info@nxbkimdong.com.vn

CHI NHÁNH NXB KIM ĐỒNG TẠI MIỀN TRUNG
102 Ông Ích Khiêm, TP. Đà Nẵng - ĐT: (0236) 3812335
Email: cnkimdongmt@nxbkimdong.com.vn

CHI NHÁNH NXB KIM ĐỒNG TẠI TP. HỒ CHÍ MINH
248 Cống Quỳnh, Q.1, TP. Hồ Chí Minh - ĐT: (028) 39251001 - (028) 39250987
Email: cnkimdong@nxbkimdong.com.vn

Chịu trách nhiệm xuất bản: Giám đốc BÙI TUẤN NGHĨA
Chịu trách nhiệm nội dung: Tổng Biên tập VŨ THỊ QUỲNH LIÊN
Biên tập: TRẦN NHẬT MỸ
Trình bày ruột: TÔ HỒNG THỦY - NGUYỄN THU TRANG
Sửa bài: DƯƠNG LINH TRANG - HƯƠNG LAN

In và gia công 2.000 bản - Khổ 14 cm x 22.5 cm
Tại Công ty TNHH In và DVTM Phú Thịnh
Văn phòng: Số 22/3 ngõ 89 Lạc Long Quân, phường Nghĩa Đô, Cầu Giấy, Hà Nội
Địa chỉ sản xuất: Lô B2-2-5 KCN Nam Thăng Long, Bắc Từ Liêm, Hà Nội
Số xác nhận đăng kí xuất bản: 268-2021/CXBIPH/4-13/KĐ cấp ngày 21/1/2021
Quyết định xuất bản số: 1463/QĐKĐ kí ngày 16/6/2021
In xong và nộp lưu chiểu quý 2/2021
Isbn: 978-604-2-22242-6

Biên mục trên xuất bản phẩm của Thư viện Quốc gia Việt Nam

Shelley, Mary
Frankenstein - hay Prometheus thời hiện đại / Mary Shelley ; Nguyễn Thành
Long dịch. - H. : Kim Đồng, 2021. - 360tr. ; 23cm
ISBN 9786042222426

1. Văn học cận đại 2. Tiểu thuyết 3. Anh
823.7 - dc23

KDM3270p-CIP